சரவணன் சந்திரன்

சரவணக்குமார் என்கிற இயற்பெயரைக் கொண்ட, தொழில்முறை ஹாக்கி விளையாட்டு வீரரான இவர் சென்னை கிறித்துவக் கல்லூரியில் இளங்கலை தமிழ் படித்தவர். மதுரை, தேனி, கோவில்பட்டி எனப் பல ஊர்களைச் சொந்த ஊராகக் கொண்ட இவர் தற்போது சென்னையில் வசிக்கிறார். ஆறாம்திணை, மின்தமிழ், காலச்சுவடு, இந்தியா டுடே போன்ற அச்சு மற்றும் மின் ஊடகங்களில் பணிபுரிந்த இவர் கடந்த பத்தாண்டுகளுக்கும் மேலாக காட்சி ஊடகத்தில் பணிபுரிந்திருக்கிறார். விஜய் டீவி, ஜீ தமிழ், போன்ற காட்சி ஊடகங்களில் பல்வேறு நிகழ்ச்சிகளில் பல்வேறு பொறுப்புகளில் இருந்திருக்கிறார். ஹிந்து தமிழ், உயிர்மை, ஆனந்த விகடன், மின்னம்பலம் உள்ளிட்ட பல்வேறு பத்திரிகைகளுக்கு கட்டுரைகளும் எழுதி வருகிறார். அச்சு ஊடகம், மின் ஊடகம், காட்சி ஊடகம், சினிமா திரையெழுத்து என ஊடகங்களின் பல்வேறு வகைகளிலும் இவரது பங்களிப்பு இருந்திருக்கிறது என்பது குறிப்பிடத்தக்கது. சென்னையில் நவநாகரிக மீன் அங்காடியகம் ஒன்றையும் கடந்த பத்தாண்டுகளாக நடத்தி வருகிறார். வேளாண்மையைத் தொழில் முறையாக செய்தும் கொண்டிருக்கிறார்.

மறிக்குட்டி

சரவணன் சந்திரன்

பரிசல்

மறிக்குட்டி

சரவணன் சந்திரன்
© ஆசிரியருக்கு

முதல்பதிப்பு: டிசம்பர் 2023
பக்கங்கள்: 208
வெளியீடு: பரிசல் புத்தக நிலையம்
235, P பிளாக், எம்.எம்.டி.ஏ. காலனி,
அரும்பாக்கம், சென்னை 600 106.
parisalbooks@gmail.com
தொடர்புக்கு: 93828 53646, 88257 67500

அட்டை, புத்தக வடிவமைப்பு: பா. ஜீவமணி
அச்சகம்: Compu Printers, Chennai 600 086.

விலை: ரூ 260

Marrikutti

Saravanan Chandran
© Author

First Edition: December 2023
Pages: 228
by Parisal Putthaga Nilayam
235, P Block, MMDA Colony,
Arumbakkam, Chennai 600 106.
Contact: 93828 53646, 88257 67500 | parisalbooks@gmail.com

Wrapper, Book Layout: B Jeevamani
Printed by: Compu Printers, Chennai 600 086.

Price: Rs. 260
ISBN: 978-81-19919-28-4

நாடோடியான கன்னியப்பனுக்கு...

உள்ளே...

1. சிப்பாயின் நுனி 13
2. பருத்திப்பூ 31
3. பொம்மை 51
4. பொறுப்பு 66
5. ப்ரெட் பஜ்ஜி 83
6. மறிக்குட்டி 101
7. வேம்ப்பயர் 116
8. சூட்டுக்கட்டி 141
9. பச்சை நண்டு 153
10. பேபி 170
11. மலைமாடுகள் 190

‘**தா**னச் சோறு’, ‘ஜிலேபி’ ஆகிய சிறுகதைத் தொகுப்புகளை முடித்து வெளிவந்த நேரம். உடனடியாகவே அடுத்ததை எழுத வேண்டும் எனத் தோன்றியது. நெருப்புக் கோழி போல மீண்டும் தலையை மண்ணிற்குள்ளேயே பொதித்துக் கொள்ள வேண்டும் என்கிற அல்லாடலில் தவித்தேன் அப்போது. உடனடியாக நாவல் ஒன்றைத் துவங்கி முடித்து விடலாமா? எனத்தான் முதலில் தோன்றியது. அப்படி நினைத்துத்தான் பழனியில் இருக்கிற தோட்டத்திற்குக் கிளம்பியும் போனேன்.

போகிற போது நண்பர்களிடம் அடுத்தது நாவல்தான் என அறிவிக்கவும் செய்தேன். அடிவாரத்தில் ஏதேனும் திரி கிட்டாதாவென, இலக்கில்லாமல் சுற்றிக் கொண்டிருந்த போது, என்னுடன் ஒருத்தரும் இணைந்து கொண்டார். பெயர் என்ன? எனக் கேட்ட போது கன்னியப்பன் என்றார். எங்களுடைய தோட்டத்தில்கூட கன்னியாத்தாள் என ஒரு தாய்த் தெய்வமுண்டு. அந்த நினைவில் அவர் என்னை ஈர்த்து உள்ளிழுத்துக் கொண்டார். ஏதோவொரு நிலத்திலிருந்து எதையோ ஒன்றைத் தேடிவந்த நாடோடி அவர், என்னைப் போலவே. அதன்பிறகு ஒருத்தரையொருத்தர் பின்தொடர்ந்தோம்.

இருவரும் இடும்பன் மலையடிவாரத்தில் நின்று தேநீர் குடித்துக் கொண்டிருந்த போது, அவர் அந்த மலையுச்சியில் இருக்கிற சிறு பாறையொன்றைச் சுட்டிக் காட்டி, “மலையுச்சியில இத்துனூண்டு இருக்கற வரையாடு நின்னு எட்டி பார்க்கற மாதிரி இருக்கு” என்றார். சட்டென எனக்குள் மறிக்குட்டி என்கிற வார்த்தை வந்து விழுந்தது. ஊர்ப்பக்கம் எல்லாம் பெண் குட்டிகளை மறிக்கி என்பார்கள். எனக்கு ஒரு சிறுபெண் குழந்தை, மலையுச்சியில் இருந்து கீழே ஓடும் நகரத்தை வியப்போடு எட்டிப் பார்ப்பதைப் போலத்தான் இருந்தது.

உடனடியாக தோட்டத்திற்கு வந்தமர்ந்து மறிக்குட்டி கதையை எழுதத் துவங்கினேன். ஒருகட்டத்தில் அந்தக் கதையில் வருகிற அதுவாகவே மாறிப்போனேன். அப்படித்தான் அந்தப் பருவத்தின் முதல் சிறுகதையான அது தன்னைத்தானே எழுதி முடித்துக் கொண்டது. உண்மையிலேயே மலையுச்சிக்கு தள்ளாட்டத்துடன் ‘ரோப் காரில்’ போகிற அனுபவமாகவே எழுதி முடிக்கிற வரை உணர்ந்தேன்.

மறிக்குட்டி கதையை எழுதி முடித்ததும் அடுத்தடுத்து எனப் பனிரெண்டு சிறுகதைகளை எழுதி முடித்தேன். வழக்கமாக எல்லா நேரங்களிலும் ஒரு கணக்கிற்காக பதினோரு கதைகளையே எழுதுவேன். ஆனால் இந்த முறை, "அதென்ன பதினொன்னு? கணக்கை பன்னெண்டா வச்சுக்குவோம்" என்றார் என்னுடைய நண்பரான பழனி பாவேந்தன். அவருக்காகவே பனிரெண்டு என முடிவெடுத்து எழுதி முடித்தேன். தொகுப்புக்கான வேலைகள் நடந்து கொண்டிருந்த போது, அதில் ஒரு கதையை என்னுடைய நண்பர், இயக்குனர் சீனிவாசன், சினிமாவுக்கென அதை வாங்கி வைத்துக் கொண்டார். பனிரெண்டாவதான அனல் என்கிற அந்தக் கதை என்றோ வரலாம், ஏதோவொரு வடிவத்தில்.

ஏற்கனவே பல இடங்களில் சொன்னதைப் போலத்தான். என்னுடைய தொழில் சார்ந்த இருப்பில், எல்லா நேரங்களிலும் ஒரு முழுநேர எழுத்தாளனைப் போல என்னால் அமர்ந்து எழுதி விட முடியாது. அதிகாலை மூன்று மணிக்குத் துவங்கி நாள் முழுதும் ஓடிக் கொண்டே இருக்கிற மாதிரியான நிலையில், எழுதுவதற்கான நேரத்தை உடலில் இருந்து தசையைப் பிய்த்து எடுப்பதைப் போல, காலத்திடம் போராடிப் பெற வேண்டும். பாலைவனத்தைக் கடக்கிற ஒட்டகம் கிடைக்கிற போது, மிச்சமிருக்கிற கடக்கப் போகிற தொலைவிற்கும் சேர்த்து, வயிற்றை நிறைத்து நீரை அருந்திக் கொள்வதைப் போலவே என்னை அந்த மாதிரியான காலங்களில் நினைத்துக் கொள்வேன்.

கிடைத்த நேரத்தைத் துளிகூட வீணாக்காமல் எழுதுவதன் பொருட்டு மட்டுமே செலவிடுவேன். அப்படிப் பனிரெண்டு நாளில் எழுதப்பட்ட பனிரெண்டு கதைகளே இவை. ஒவ்வொருநாள் அதிகாலையிலும் ஒன்றைத் துவங்குவேன். எழுதி முடித்து மாலையில் அதிலிருந்து முற்றிலும் விலகி மறுநாள் காலையில் வேறு ஒன்றிற்குள் புகுந்து கொள்வேன்.

இந்தக் கூடுவிட்டுக் கூடுபாய்கிற சித்து விளையாட்டு எனக்கு அதிகமும் பிடித்து இருப்பதையும் உணர்ந்தேன். இன்று புதிதாய்ப் பிறந்தேன் எனப் பாரதி சொல்வதைப் போல, ஒவ்வொரு நாளும் ஒரு புதிய உலகத்தில் கண் விழித்தேன். பனிரெண்டு கதைகளுமே ஒன்றுக்கு ஒன்று தொடர்பில்லாத வெவ்வேறு உலகங்கள். படிப்பவர்கள் அதைத் தன்னளவிலும் உணரக்கூடும். அந்தப் பல்வேறு உலகங்களில் தனித்துத் திளைத்து நானடைந்த அனுபவங்களே இக்கதைகள்.

இக்கதைகளின் வழியாக எல்லா வகை உணர்வுகளையும் அந்தந்த உணர்வுகளுக்கே உரித்த உண்மையான அடர்த்தியுடன் நேருக்கு நேர் சந்தித்து உணர்ந்தது பேரனுபவமாக இருந்தது எனக்கு. மனிதனின் ஆதார உணர்வுகளை முடிந்தமட்டிற்கும் இக்கதைகளின் வழியாக நான் உணர்ந்த

மாதிரிக்கே வெளிப்படுத்தி இருப்பதாகவே இக்கணத்தில் முடிவிற்கு வருகிறேன். படிப்பவர்களும் அதேமாதிரி உணர்ந்தால் ஆனந்தமே.

மொத்தத்தில் எழுத்து என்று வருகையில் 2023 ஆம் ஆண்டு எனக்குச் சிறப்பாகவே அமைந்து இருந்தது. கடந்த ஆண்டு மட்டும் இத்தொகுப்பைச் சேர்த்து மூன்று சிறுகதைத் தொகுப்புகள். அவை போக கட்டுரைகள், திரைக்கதை எழுத்து என ஒரு விரிந்த களத்தில் எழுதிக் கொண்டே இருந்தேன். இன்னொரு வகையில் கணக்காகச் சொல்ல வேண்டுமெனில் இது என்னுடைய இருபதாவது புத்தகம்.

முதல் கதையாக அமைந்ததாலேயே இந்தத் தொகுப்பிற்கு மறிக்குட்டி எனத் துவக்கத்திலேயே தலைப்பை வைத்தும் விட்டேன், இத்தனைக்கும் அத்தனையையும் எழுதி முடிப்பதற்கு முன்பே. இவ்வளவு தீர்மானமாக எல்லாம் எதையும் அணுகக்கூடாது என்று அந்தச் சமயத்தில் நினைத்துச் சிரித்துக் கொண்டதைக்கூட இப்போது திரும்பிப் பார்த்துக் கொள்கிறேன்.

நான் கல்லூரி படிக்கிற காலத்தில் இருந்து நட்போடு தொடர்கிற 'பரிசல்' செந்தில்நாதன், அவரது பரிசல் பதிப்பகம் வழியாக இப்புத்தகத்தை வெளியிடுகிறார். அவர் வெவ்வேறு கைகளுக்கு இதைக் கொண்டு சேர்ப்பார் என உறுதியாக நம்புகிறேன். அவருக்கும் இந்தப் புத்தகத் தயாரிப்பில் ஈடுபட்ட பதிப்பகத்தின் மற்ற நண்பர்களுக்கும் என் நன்றி. அட்டையை வடிவமைத்து இருக்கிற அண்ணன் ஜீவமணிக்கும் நன்றி. அவருமே இரண்டாயிரம் வருடத்தில் இருந்து, 'ஆறாம்திணை' காலத்தில் இருந்து, அன்போடு என்னை வாரியணைத்துக் கொண்டவர்தான்.

என்னை அந்த முதல் கதையை எழுதும் பொருட்டு உந்தித் தள்ளிய, அந்த முகம் தெரியாத நாடோடியான கன்னியப்பனுக்கு இத்தொகுப்பைச் சமர்ப்பணமும் செய்கிறேன். என்றாவது ஒருநாள் அவர் கையில் இது தவழக்கூடச் செய்யலாம். யார் கண்டது? எதையுமே தீர்மானிக்க நாம் யார்? என்கிற கேள்வி இப்போதுகூட எழுகிறது.

இப்போதெல்லாம் எல்லா விஷயங்களிலும் இந்த முடிவிற்கு வந்து விட்டேன். இக்கணத்தில் இருக்கிறேன், அதனால் எழுதுகிறேன். எழுதுகையில், முற்றிலும் மாறுபட்ட என்னைக் கண்டடைகிறேன். அந்த என்னை எங்காவது இக்கதைகளின் வழியாகக் கண்டு கொண்டீர்களானால், நீங்களுமே நாடோடிதான்.

ஏனெனில் இதுவொரு நாடோடியின் நாட்குறிப்பும்கூட.

சென்னை **சரவணன் சந்திரன்**
31.12.2023

சிப்பாயின் நுனி

ஆரோக்கிய மேரி கையில் உள்ள செப்புக் கட்டையால், தன்னுடைய பாதத்தையே மென்மையாக வருடி, கண்ணை மூடி அந்தச் சுகத்தை அனுபவித்துக் கொண்டிருந்தாள். குழந்தைகள் விளையாடுகிற செப்புச் சாமான்கள் செய்வார்களே, அதைப் போல மரக் கட்டையால் செய்யப் பட்டிருந்தது அந்த உள்ளங்கை நீளக் கட்டை. முனையில் உருண்டு திரண்டும், கைப்பிடி போல நீண்ட வழுவழுப்பான மரத் தாங்குப் பிடிப்பும் கொண்டது. வாழைப்பழத்தின் நுனி போல் அதன் உச்சி இருக்கிறதோ என நினைத்துச் சிரித்துக் கொண்டாள். பிறகுதான் சரியாக அதைக் கண்டுபிடித்தாள்.

மழைக்கு முளைக்கிற மரக் காளான் போல அது இருந்தது. தலைக்கு மேல் குடைக்குப் பதிலாக, ஒருகூம்பு, அதுமட்டும்தான் வித்தியாசம். பார்ப்பதற்கு அந்தக் கூம்பு மொட்டையடித்த துறவியின் தலையைப் போலவும் இருந்தது. அதைப் பயன்படுத்துகிற கைகளைப் பொறுத்து அது பத்தும் செய்யும். உள்ளங்காலில் வைத்து பலம் கொண்டு அழுத்தி எடுத்தால், வலியில் காலைக்கூட வெட்டிக் கையில் கொடுத்து விடுவார்கள். அதே முனையை வைத்து வருடிக் கொடுக்கிற தோதில் தடவிக் கொடுத்தால், கூச்சத்தில் கண்ணில் நீர் சுரந்து விடும். அக்குபஞ்சர் மருத்துவத்திற்குப் பயன்படுத்துகிற கட்டை அது. வடிவத்தில் ஒருவகையில் சதுரங்க விளையாட்டில் நிற்கிற சிப்பாயைப் போலவே இருக்கும்.

ஆரோக்கிய மேரி அடம்பிடித்து அக்குபஞ்சர் கற்றுக் கொள்ளப் போனாள். ஆரம்பத்தில் அவளது எடையைக் குறைக்கத்தான்

அவளுடைய கொழுந்தியாள் ஒருத்தி இந்த மருத்துவத்தைப் பரிந்துரைத்தாள். அதைச் செய்கையில் ஆரோக்கிய மேரிக்குமே வலி இருந்ததுதான். “வலித்தால்தான் இதில் விடிவு. அதன்பிறகு சுகம்தான்” என்றார் அங்கிருந்தவர். அதைத்தாண்டி அந்தச் சிப்பாயைக் கையில் வைத்துக் கொண்டு அதன் முனையை வைத்து ஒவ்வொரு புள்ளிகளாகப் பாதத்தில் கண்டுபிடித்துச் சரியாய் வைத்து அழுத்தும் அந்தப் பாங்கு பிடித்திருந்தது. பாதங்களுக்குள் ஓடும் நரம்புகள் அவளுக்கு இலையில்லாத மரத்தின் கிளைகளைப் போலத் தெரிந்தன. அவளுக்கு உடனடியாகவே அந்தச் சிப்பாயைப் பிடித்துப் போய்விட்டது.

அவனைத் தன்கைக்குள் போட்டுக் கொள்ளலாம் எனத் திட்டமிட்டாள். ஆரோக்கிய மேரிக்கு அப்போதுதான் இருபது வயதே ஆகிறது. அதற்குள் தாய்மாமனுக்குக் கட்டிக் கொடுத்து விட்டார்கள். வறுமைப்பட்ட வீடு என்பதால் அவளை அதற்கு மேல் வைத்துக் கொள்ளப் பொறுமையில்லை அவர்களுக்கு. படித்ததுமே பத்தாம் வகுப்பு வரைக்கும்தான். படிப்பென்றால் அவளுக்குக் கொள்ளைப் பிரியம். வேறு வழியில்லாமல்தான் தன்நிலையைச் சகித்துக் கொண்டாள். கீழே கிடக்கும் ஒரு துண்டுக் காகிதத்தைக்கூட விடமாட்டாள். என்னதான் இருக்கிறது என அதையெடுத்து வாசிப்பாள். ஊரில் இருந்த வாத்தியார்கூட, “அவ பொது அறிவை தெரிஞ்சுக்கணும்னு நினைக்கா. இந்த உலகத்தில என்னல்லாம் நடக்குதுன்னு தெரிஞ்சுக்கணும் அவளுக்கு. ஒழுங்கு மரியாதையா படிக்க வைச்சா இவ படிச்சு கலெக்டர் ஆகி உங்களுக்கு கஞ்சி ஊத்துவா? நல்லா யோசிச்சுக்கோங்க” என்றார் அவளைப் பள்ளியில் இருந்து இடைநிறுத்திய போது.

ஆரோக்கியமேரியின் அம்மாவிற்குமே கஷ்டமாகத்தான் இருந்தது. தன்பிள்ளையும் தன்னைப் போலவே இரந்து வாழும் வாழ்க்கைக்குத் தள்ளப்படுகிற வருத்தம் அவளுக்கு. அவளுக்கு இன்னொரு கவலையும் இருந்தது. பார்த்தாலே பருத்த பெங்களூர்க் கத்தரிக்காய் ஒன்று ஆடியாடி உருண்டுவருவதைப் போல நடந்து வருவாள் ஆரோக்கியமேரி. அவளது இடுப்புச் சதைகள் தொங்கி யானையின் அடிவயிற்றைப் போல ஆடிவருவது தூரத்தில் இருந்தே தெரியும். “ஆனா ஒண்ணுடி. நீ ஆடா பெறந்திருக்கலாம். உன்னை வெட்டி கறி எடுத்தா

திருவிழாவில ஒரு ஊரே வயிறாரச் சாப்பிடலாம். அம்புட்டுக் கறி'' என அவளைக் கிண்டலடிப்பாள் லாவண்யா. இறுதியாய், ''அவ நடந்து வந்தான்னு வைய்யி. தொடை ரெண்டும் உரசி தீப்பிடிக்கும் பார்த்துக்கோ'' என தனபாண்டி சொன்னதுதான் அவளது அடையாளமாகவும் நிலைத்து விட்டது. தொடைகள் மலைப் பாறைகளைப் போல உரசித் தீ.

சின்னவயதில் இருந்தே அவளுடைய உடல்வாகு அதுதான். இத்தனைக்கும் மூன்று இட்லிதான் தின்பாள். இந்த நடிகைகள் உடலில் இருக்கிற கறியை எல்லாம் அறுவை சிகிச்சை மூலம் வெட்டியெடுத்து எறிந்து விட்டு, ஒல்லியாய் வந்து நிற்கிறார்களே, அதைப் போலச் செய்து கொள்ளலாமா? எனவும் யோசித்தாள். ஆனால் நிச்சயமாக அதற்கெல்லாம் குறைந்தது பல இலட்சங்களுக்கு மேலாகும் என அவளுடைய அறிவு சொன்னது. இங்கே செந்தூர் ஸ்டிக்கர் பொட்டு வாங்கவே வழியில்லை என நினைத்துக் கொண்டாள்.

அதற்காகக் கழிவிரக்கம் கொள்கிற ஆளும் கிடையாது அவள். மனதளவில் யாருக்கும் எதிராக ஒரு துரும்பைக் கூடக் கிள்ளிப் போட மாட்டாள். அவளது உடல் குறித்து கிண்டலடிப்பவர்களைக்கூட புன்னகையால்தான் கடப்பாள். இதுகுறித்து அவளது தோழி லாவண்யா கேட்கையில், ''ஆமா இப்படிப் பொறந்துட்டோம். அதுக்காக சாகவா முடியும். உடம்பை விடு. வாழணும்னு மனசு சொல்லுதுல்ல'' என்றாள். வேறு எங்குமே இவளைக் கட்டிக் கொடுக்க முடியாது என ஆரோக்கிய மேரியின் அம்மா உறுதியான முடிவிற்கு வந்துசேர்ந்தாள்.

அவளுடைய தம்பியான தங்கவேலுவுக்கு மகளைக் கட்டிக் கொடுக்க வேண்டுமெனத் தீர்மானித்து விட்டாள். ''அதுக்கு நீ அவளைக் கொண்டு போய் பாழுங்கிணத்தில தள்ளி விட்டிரலாம். நிம்மதியா சாகண்ணாலும் செய்வா'' என்றாள் அவளுடைய நாத்தனார். ''என்னோட பெறந்தவந்தானே? எனக்குத் தெரியாதா? எங்க கையை மீறிப் போயிடப் போறாங்க? பஞ்சத்தில கெடக்கிறதை விட கொஞ்சம் உக்காந்து சாப்பிடட்டும்'' என்றாள் பதிலுக்கு.

உண்மையில் உட்கார்ந்து சாப்பிடத்தான் தங்கவேலுவுடன் கிளம்பிப் போனாள் ஆரோக்கியமேரி. அவளைவிட இருபத்தி மூன்று வயது மூத்தவன். அவன் என்ன தொழில் செய்கிறான் என்பது ஊரில் யாருக்குமே தெரியாது. திடீர் திடீரெனக் காணாமல் போவான். வரும் போது பழைய கார் ஒன்றில் வந்து இறங்குவான். “மதுரையில ஓடிக்கிட்டு இருக்கப்ப பார்த்தேன். தூக்கணும்னு தோணுச்சு. நேரா போயி ஓனர்ட்ட ரேட் பேசிட்டேன்” என்பான்.

அப்புறம் ஒரு பத்து நாளில் அந்தக் கார் காணாமல் போகும். புது வண்டியில் வந்து இறங்குவான். அதுவுமே சில தினங்களில் காணாமல் போய்விடும். “இவம் என்ன தொழில் செய்றான்ணே தெரியலையே? ஒருநாள் இல்லாட்டி ஒருநாள் பாரு. இந்த கட்டாந்தரையில கப்பல்ல வந்து இறங்குறானா? இல்லையான்னு” என தேநீர்க்கடையில் அமர்ந்திருந்த ஊர்த் தலையாரி சொன்னார். எங்காவது தூர தேசத்திற்குப் போய் கொள்ளையடிக்கிறானா? அந்தச் சந்தேகமும் இருந்தது ஊருக்கு.

“அப்படில்லாம் பண்ணினா இப்படி வெளிப்படையா அலைய முடியாதுப்பா. எந்த திருடன் பகுமானமா வெளிப்படையா வாழ்ந்திருக்கான்னு சொல்லு. பானை நிறைய நகை நட்டு வச்சிருந்தாலும் அவன் சம்சாரம் வெறும் கயித்தோடுதான் கடை கண்ணிக்கே வர முடியும்” என்றார் ராசு தன்னருகே இருந்தவரிடம். தங்கவேலு ஊருக்குள் யாரிடமும் கையேந்திப் போய் நிற்கவில்லை. ஊரோடு எந்தச் சம்பந்தமுமே வைத்துக் கொள்ளவும் இல்லை. அவனுடைய வீடு அங்கிருக்கிறது, அதனால் போய்த் தங்கிக் கொள்கிறான். அவனைப் பொறுத்தவரை ஊர் என்பது ஜாமத்தில் போனாலும் படுக்கிற கயிற்றுக் கட்டில், அவ்வளவுதான்.

ஊர்க்காரர்களை நோக்கி எப்போதுமே மட்டமான பார்வையைத்தான் வீசியலைவான் தங்கவேலு. ஆனால் எவ்வளவுதான் அவனிடம் இருந்தாலும், பொறுப்பற்றவன் என்கிற முத்திரையையே அவனுக்குக் குத்தியது ஊர். மனிதன் என்றால் காலகாலத்திற்குள் கல்யாணம் செய்து குழந்தைகள் பெற்று ஒரு வீட்டில் அடைக்கலம் ஆக வேண்டாமா? நாற்பது கழிந்தும் அவன் இவ்வாறு மைனரை போலச் சுற்றிக்

கொண்டிருப்பதை ஊர் விரும்பவும் இல்லை. “யாரா இருந்தாலும் காலா காலத்துக்கும் ரகசியமாவே சுத்திக்கிட்டு இருக்கக் கூடாது. எதுக்கு ஒரு மனுஷனுக்கு ரகசியம்ங்கறேன்? அப்ப நீ எதையோ மறைக்கிற. அப்பிடித்தானே?” எனச் சரியாகப் பிடித்தார் ராசு.

தங்கவேலுவுக்கு அவனுடைய அக்கா மகளோடு கல்யாணம் என்ற செய்தி வந்த போது ஊர் நல்லவிதமாகவே எடுத்துக் கொண்டது. “வயசு வித்தியாசம் இருக்குதான். ஆனா ஒண்ணுப்பா தூக்கத்தில விறைப்பு வர்ற வரைக்கும் துணிஞ்சு கல்யாணம் பண்ணிக்கலாம். அது அறுவது வயசா இருந்தாலும் சரி. ஏன் ஊர் உலகத்தில நடக்கலீயா?” என்றார் சித்த வைத்தியசாலை வைத்து நடத்துகிற நடேசன். அதைக் கேட்டுக் கொண்டிருந்த ஒருத்தன் தனக்கு ஏன் அதிகாலையில் விறைப்பு வரவில்லை என எண்ணத் துவங்கினான்.

தங்கவேலுவின் அம்மா மட்டுமே வீட்டில் இருந்தாள். அவளால் எழுந்து வந்து ஆரத்திகூட எடுக்க முடியவில்லை. பக்கத்து வீட்டில் இருந்த சொந்தக்காரர்களுக்கு அது உறைத்துப் பின்னர் அவசர அவசரமாகத் தயார் செய்து கொண்டு வந்தார்கள். குங்குமம் ஏதோ மிளகாய்ப் பொடியைப் போல அந்த வட்டத்தட்டில் மிதந்தது. அளவுக்கு அதிகமான தண்ணீரில் நாலைந்து வேப்ப இலைகளைப் பறித்து போட்டிருந்தார்கள். இங்கே என்ன அம்மன் ஊர்வலமா நடக்கிறது? அதைப் பார்த்ததும் ஆரோக்கியமேரிக்குச் சிரிப்புதான் வந்தது.

“நல்ல களையான சிரிப்பு. அவ உடம்பை பார்க்காம அவ சிரிப்பை பார்த்தாலே போதும் அவன் கட்டியாண்டுருவான் இவளை. உடம்பு மட்டுமா வா வான்னு அழைக்கும். ஒரு சிரிப்பு போதும்டி அதுக்கு” என்றாள் ஆரத்தி எடுத்த வசந்தா. ஆனால் தங்கவேலுவால் அவளது சிரிப்பை தலையைத் தூக்கிப் பார்க்கவே முடியவில்லை. அக்கா கையைக் காலைப் பிடித்துக் கெஞ்சியதால் ஒத்துக் கொண்டான். அவனுக்குமே பெரியளவிற்கு திருமண ஆசையெல்லாம் அதற்கு முன் இருந்தது இல்லை.

அப்படியே காலத்தை ஓட்டிவிடலாம் எனத்தான் நினைத்தான். வெளியே போய் அலைந்து திரிந்த வகையில், உடல் சுகத்திற்கும் குறையேதும் இல்லை. அப்போதெல்லாம் இரண்டு மாதங்களுக்கு ஒருதடவைதான் உடலே கேட்கிற பழக்கத்திற்குத் தன்னை

மாற்றிக் கொண்டது. ஆரோக்கிய மேரியின் உடலை மேய்ந்து பார்த்தபோது, ஒன்றுமே தோன்றவில்லை அவனுக்கு. “கையில வச்சு தூக்கி வளர்த்த பொண்ணு இல்லையா? அதனால மனசு மாறுறதுக்கு கொஞ்ச நாள் ஆகும்ல?” என்றான். அவளுமே அதைப் புரிந்து கொண்ட மாதிரித் தலையை ஆட்டினாள்.

ஆனால் அவளுடைய அனுபவத்தில் இதெல்லாம் வெறும் காரணம்தான் என்கிற உண்மையை அறியக் கற்றிருந்தாள். சுண்டியிழுக்கிற உடல் எப்பேர்பட்ட மனிதனையும் கவிழ்த்து விடாதா? தன்னிடம் தங்கவேலு கவிழவில்லை என்பதைக் காலடி எடுத்து வைத்ததுமே அறிந்து கொண்டாள். முகத்தில் சிரிப்பைத் தேக்கி அவனருகில் வலைய வந்து பார்த்தாள். அவன் தலையைத் தூக்கிக் கூடப் பார்க்கவில்லை. எப்போது பார்த்தாலும் கையிலிருக்கிற செல்போனையே நோண்டிக் கொண்டிருப்பான்.

அவனருகில் போய் ஏதாவது பேச்சுக் கொடுத்தால் எரிச்சல்படுவான். தள்ளிப் போய் போனில் யாரிடமோ சத்தமாகப் பேசிக் கொண்டிருப்பான். “குட்டி இந்தா பாரு. போன்ல பேசறப்ப பக்கத்தில வந்து நின்னா மாமாவுக்கு கெட்ட கோபம் வரும். ஒட்டுக் கேட்கறது தப்பு. யாரோட போனையும் நோண்டி பாக்க கூடாது. உன் போனே இருந்தாலும் அதைச் செய்ய மாட்டேன்” என்றான். “அப்ப எனக்கும் ஒரு போன் வாங்கித் தாங்க” என்றாள் ஆரோக்கியமேரி.

பேசிக் கொண்டிருந்ததைப் பாதியில் முறித்துவிட்டு வந்து, சட்டையை மாட்டிக் கொண்டு அவளையும் பின்னால் அமரவைத்து அழைத்துப் போய், இருபத்தைந்தாயிரம் ரூபாய் விலையில் செல்போன் ஒன்றை வாங்கிக் கொடுத்தான். அது வந்த பிறகிலிருந்து தங்கவேலுவுக்குத் தொல்லை ஓய்ந்த மாதிரி இருந்தது. அவள் பாட்டிற்கு ஒரு ஓரமாய் அதை வைத்து என்னவெல்லாமோ செய்து கொண்டிருந்தாள். புகைப்படங்களாக எடுத்துக் கொண்டிருந்தாள். “ஆமா அழகி போட்டிக்கு அனுப்பப் போறீயா? குண்டானவங்களுக்கும் தனியா நடக்குதுதாம்” எனச் சிரித்துக் கொண்டே சொன்னான் தங்கவேலு.

அவள் தலையைத் தூக்கிக்கூடப் பார்க்காமல் அதில் மூழ்கி இருந்தாள். அந்தக் கிழவிக்கும் அதைப் பற்றி ஒன்றும்

தெரியவில்லை. “ஏதோ சுருக்குப் பைய்யி மாதிரி கருகருன்னு ஒண்ணை கையில வச்சுக்கிட்டே எந்நேரமும் சுத்துறா. வாய்க்குச் சுருக்குன்னு ஒரு குழம்பு வைக்கத் தெரியலை. அவ ஆத்தாக்காரி என்னத்தைத்தான் வளர்த்தாளோ. கோவில் பன்னி கணக்கா கறுகறுன்னு கொழுத்து போயி திரியுது இது” எனப் புகார் வாசிப்பாள் கிழவி.

தங்கவேலுவின் குணம் அறிந்து பக்கத்து வீட்டில் இருக்கிற சொந்தக்காரர்கள்கூட அளவோடுதான் அவளோடு பேச்சு வைத்துக் கொண்டனர். “உம்புருஷன் கூறுகெட்ட கொணத்துக்காரன்மா. வாய்ல வந்ததை சில நேரம் பேசிப்புடுவான். எம்பொண்டாட்டியை கவர்ந்து என்னோட பணத்தை அபகரிக்கப் போறீங்களான்னு அவம் கேட்டாக்கூட அதிசயம் இல்லைம்மா” என்றாள் சரசு அக்கா.

அவனுமே ஒருதடவை வந்து, “நாம நல்லா இருக்கோம்ணு சுத்தி இருக்கறவங்க வயிறு எரியறாங்க. நீ என்னன்னா என்னன்னு எல்லார்ட்டயும் அளவா வச்சுக்கோ. இல்லாட்டி மாமாவுக்கு கெட்ட கோபம் வந்திரும்” என்றான். அவளுக்குமே அவர்கள் யாரோடும் பேசவும் பிடிக்கவில்லை. போய் நின்றாலே தாம்பத்யத்தைப் பற்றித்தான் எடுத்த எடுப்பிலேயே பேசுகிறார்கள். என்னத்தை சொல்ல? என நினைத்துக் கொண்டாள் ஆரோக்கியமேரி.

செல்போனில் அவளது வயதுக்கு உகந்த ஒளிப்படங்களைப் பார்த்தாள். எல்லா படங்களிலுமே ஒல்லியாய், இல்லாவிட்டால் கொஞ்சம் பூசினாற் போல இருந்த பெண்களே இருந்தார்கள். ஆண்களுமே அப்படித்தான் இருந்தார்கள். அவளைப் போல உடல் தோற்றம் கொண்டவர்கள் அரிதாகத்தான் இருந்தார்கள். அந்த அரிய இடத்தில்கூட சும்மா முட்டி மோதி மட்டுமே விளையாடிக் கொண்டிருந்தார்கள். உடலை வளைத்து முறுக்கும் ஆட்டத்திற்கான உயிர்ப்பே இல்லை அதில். உடல் என்றால் வில்லாய் வளைய வேண்டுமோ? அதைப் பார்த்துப் பார்த்துச் சலித்து விட்டது ஆரோக்கிய மேரிக்கு. சிலநேரங்களில் எரிச்சலாகவும் இருந்தது. உடல் தோற்றம் மட்டுமா அளவுகோல்? இப்போது ஒருத்தன் இயலவே முடியாது என்கிற நிலையில் வந்தாலும் இருக்கிற வெறிக்கு அவனைத்

தட்டி மேலெழுப்பி விடுவேன் என்று உறுதியாக நினைத்துக் கொண்டாள். தங்கவேலுவிடம் அதைச் செய்து பார்க்கலாமா என்றுகூடத் தோன்றியது அவளுக்கு.

கண்ணில் அழகாக மைதீட்டிக் கொண்டு முகம்கொள்ளா சிரிப்புடன் அவனது முன்னால் போய் அவள் நின்ற போது, "இதென்ன பேய் மாதிரி வந்து நிக்க?" என்றான் சிரித்துக் கொண்டு. முகத்தைச் சுழித்துக் கொண்டு திரும்பி விட்டாள். தங்கவேலு எந்த வகையிலும் தனக்கானவன் இல்லை என்கிற முழுமுடிவிற்கு வந்து சேர்ந்தாள். ஆனாலும் சதா அந்த நினைப்பாகவே இருந்தது. அப்போது கொழுந்தியாள் சொல்லித்தான் உடலைக் குறைக்கலாம் என்கிற நினைப்பில் அந்த அக்குபஞ்சர் மருத்துவச் சிகிச்சைக்குப் போனாள்.

"ஊர்ல ஒவ்வொருத்தனும் எண்ட்ட வட்டிக்கு கேட்டுக்கிட்டு அலையறாங்க. நீங்க வேலைக்கு போயி சம்பாதிக்க போறீங்களோ?" என்று சொல்லி முடியாதென மறுத்தான். "நீங்களும் ஒண்ணுமண்ணா இல்லை. வெளிய போயி நின்னாலே அதை கேக்கறாங்க. நான் என்ன சொல்லட்டும்? அதுக்காக வீட்டுக்குள்ளயே அடஞ்சு கிடக்க முடியுமா?" என்றாள் துடுக்கான குரலில். அமைதியாய் நின்று அவளையே பார்த்துக் கொண்டிருந்தான் தங்கவேலு. சரியான இடத்தில்தான் தட்டி விட்டாள்.

"சரி போ. ஆனா மானக்கேடான எதையும் இழுத்துட்டு வந்திராத. ஒண்ணை புரிஞ்சுக்கோ. உனக்கு ஒண்ணை தர முடியலைன்னு நினைச்சேன் பாரு. அது எனக்கும் வேண்டாம்னு எப்பவோ உதறிட்டேன். அது எங்கக்கா மேல சத்தியம்" என்றான். அந்த நேரத்தில் விநோதமான உணர்வொன்று ஆரோக்கிய மேரிக்குள் வந்து போனது. அடியாழத்தில் இருந்து "சரிங்க மாமா" என்றாள் அன்பாக.

ஆரம்பத்தில் அவளது நடை உடை பாவனைகள் மாறி இருக்கிறதா என நோட்டம் விட்டான் தங்கவேலு. அப்படியொன்றும் வித்தியாசம் தெரியவில்லை. பழைய மாதிரித்தான் கத்தரிக்காய் போலவே இடுப்பை ஆட்டிக் கொண்டு தீச்சுடர் பறக்க நடந்து வந்தாள். அவனே பாவம் பார்த்துத்தான், "வேலைக்கு போற இடத்தில இப்படியா பட்டிக்காட்டான் மாதிரி ட்ரெஸ்

பண்ணிக்கிட்டு சுத்துவ. வா நல்ல டிசைன்ல எடுப்போம்" என்று சொல்லி சுடிதார் எடுக்க அழைத்துப் போனான். அவளுடைய உடலுக்கு ஏற்ற மாதிரியான அளவு உடைகள் பல கடைகளில் இல்லை. ஒருகடை வாசலில் நின்று, "இவ அளவுக்கு சுடிதாரே கிடைக்க மாட்டேங்குது. என்னைக்கு இன்னொருத்தன் இவளுக்கு கிடைக்கிறது?" என சிகரெட் புகைத்தபடியே யோசித்தான். புகை மெதுவாக உள்ளே நெஞ்சுக்குள் நுழைந்து சமாதான உணர்வைத் தோற்றுவித்தது.

புத்தாடை அணிந்து அந்த அக்குபஞ்சர் சிகிச்சை மையத்திற்குள் பயிற்சியை முடித்து வேலைக்காக உள்நுழைந்த நாளை கடைசி வரை மறக்கக்கூடாது என நினைத்துக் கொண்டாள் ஆரோக்கியமேரி. அவ்வளவு எடையிருந்தும் அத்தனை லகுவாக ஒரு பறவையைப் போல அந்த மையத்திற்குள் நுழைந்தாள். அந்தச் சிப்பாயை எடுத்து எண்ணெய் தடவி கைக்குள் வைத்து உருட்டிக் கொண்டே இருப்பாள். "வேற எதுவும்னு நினைச்சு உள்ளகிள்ள விட்டிராத மேரி. சிக்கிக்கும் இல்லாட்டி நங்குன்னு போயி குத்திரும். அதெல்லாம் வாய் அகலமான பொருள்களுக்கு ஏத்தது" என்றாள் அங்கிருந்தவர்களுள் மூத்தவள்.

அது புரிவதற்கு ஆரோக்கிய மேரிக்கு கொஞ்ச நேரம் பிடித்தது. பின்னர், "போங்கக்கா. தொழில் நடத்துற எடத்திலயும் அந்த நெனைப்போடவா இருப்பாங்க. எங்க மாமா அதில எல்லாம் எனக்கு குறையே வைக்கலை. வீடுகட்டிட்டுத்தான் குழந்தைன்னு வேணும்னே தள்ளிப்போடறோம்" என்றாள். "ஆனா மொகத்தில அதுக்கான குறிப்பே இல்லையே? அது என்னவோம்மா. இந்த மாதிரி எடத்தில நெனைப்ப உருவாக்கணும்னே தேடி வருவானுக. நாமதான் சூதானமா இருந்துக்கணும். உனக்கு ஒரு பிரச்சினையும் இல்லை. ஆட்டு உரலை வச்சுக்கிட்டு அவம் என்ன பண்ணப் போறான்? இப்பல்லாம் இவனுகளுக்கு அழகி போட்டில வர்ற மாதிரி வரணுமாம். பூராம் சினிமாவை பார்த்து கெட்டு போயிட்டானுக" என நீட்டி முழக்கி விட்டுக் கடந்து போனாள்.

உனக்கு ஒரு பிரச்சினையும் இல்லை என்கிற வார்த்தைக் குத்தீட்டியைப் போல அவளது நெஞ்சில் பாய்ந்தது. வெறித்துப் பார்த்தபடி அந்த வலி அடங்கும் வரை அமைதியாய் அமர்ந்து

இருந்தாள். அவளையறியாமலே அந்தச் சிப்பாயின் உருண்டு திரண்டிருக்கிற நுனியைத் தடவிக் கொடுத்துக் கொண்டிருப்பதை உணர்ந்ததும் திடுக்கிட்டு அதிலிருந்து விடுபட்டாள்.

பெரும்பாலும் அந்த மையத்திற்கு வயதானவர்களே வந்தார்கள். முட்டி வலிக்கு உள்ளங்காலுக்குள் கட்டையை வைத்து உருட்டும் இந்த வைத்தியம் நன்றாகக் கேட்கிறது என யாரோ கிளப்பி விட்டனர். சாரை சாரையாய் முதியவர்கள் படையெடுத்தார்கள். "ஆனா செய்றப்ப வலி உசுரே போகுதுப்பா. மருந்தை குடிச்சிடலாமான்னுகூட தோணும். ஆனா பண்ணி முடிச்ச பெறகு அது வரைக்கும் இருந்த வலில்லாம் காணாம போயிடுது. அடிச்சு போட்ட மாதிரி தூக்கம் வருதுப்பா. ரெத்தம் தலைக்கு ஏறுதாம். அங்க சொன்னாங்க. முட்டிக்கும் தலைக்கும் என்ன சம்பந்தம்னுதான் தெரியலை" என்று இன்னொருத்தருக்குப் பரிந்துரைத்தார் ஒரு முதியவர்.

ஆரோக்கியமேரிக்கு அவர்கள் ஆஊவென காலைத் தூக்கி ஆட்டிக் கொண்டு படுத்துக் கிடப்பதைப் பார்க்கச் சிரிப்பாணியாக இருக்கும். அதிலும் ஒரு பெரியவர் ஓதம் வந்து கொட்டை வீங்கிப் படுத்துக் கொண்டு அப்படியும் இப்படியும் ஆட்டினார். "அய்யா வேட்டியை ஒழுங்கா போட மாட்டீங்களா?" என அதட்டினாள் ஆரோக்கியமேரி. "அய்யோ நீ என் பேத்தி மாதிரி. தொங்கிப் போற வரைக்கும்தான் எதுக்குமே மதிப்பு. தொங்கிருச்சுன்னா கைகால்ல இருக்கற மாதிரி அதுவுமே வெறும் சதைதான்" என்றார்.

அன்றிரவு கண்ணாடி முன்நின்று பருத்துத் தொங்குகிற தனது மார்பகங்களைப் பார்த்தாள். பெரியவர் சொன்னது நினைவிற்கு வந்தது. அவர் இந்தத் தொங்கிப் போதலைப் பற்றிச் சொல்லவில்லை என்கிற அறிவும் அவளுக்கு இருந்தது. ஆனாலும் சிறுகவலை அவளது உள்ளுக்குள் தோன்றியது. இதிலிருந்து தனக்கு மீட்பே இல்லையா? யாரிடம் போய் இதையெல்லாம் சொல்வது? அப்படிச் சொல்வது சரியாக இருக்குமா? என்றெல்லாம் யோசித்தாள்.

செல்போனை மேய்ந்து தன்னுடன் படித்த பையன்களின் எண்களையெல்லாம் வரிசையாகப் பார்த்தாள். ஏற்கனவே அதையெல்லாம் வாங்கிச் சேகரித்தும் வைத்து இருந்தாள்.

பாபுவின் எண்ணைப் பார்த்ததும் அவனை அழைக்கலாம் எனத் தோன்றியது. சின்ன வயதில் இருந்தே அவனை ரகசியமாகக் கண்காணித்தபடிதான் இருந்தாள். அவனாகப் பேசட்டும் எனப் பல தினங்கள் காத்திருந்திருக்கவும் செய்திருக்கிறாள்.

அவனிடம் பேசலாம் என முடிவு செய்து அழைத்து, “மேரி பேசறேன் பாபு. எப்டீ இருக்க? என்னையெல்லாம் மறந்துட்டீயா? என்னமோ உண்ட்ட பேசணும்னு தோணுச்சு” என்றாள். அந்த முனையில் அவன், “ஏய் குண்டம்மா உன்னை எப்படி மறக்க முடியும்? நம்ம ஸ்கூல் தண்ணி தொட்டியை விட பெரிசா இருப்ப. இப்ப எப்டீ இருக்க? ரோடு ரோலர் போல ஆயிட்டீயா? உன்னை எப்படி மறக்க முடியும்?” என்றான் சிரித்தபடி.

மேரிக்கு உடனடியாகவே பேச்சை முறித்துக் கொள்ள வேண்டும் போல இருந்தது. அவன் பேசிக் கொண்டிருக்கும்போதே, “சும்மா தோணுச்சு பாபு. அதான் கூப்ட்டேன். அப்பறமா கூப்பிடறேன். எங்க வீட்டுக்காரர் வந்திட்டாரு இங்க” என அவசரமாகத் துண்டித்து விட்டு அமைதியாக அமர்ந்து யோசித்தாள் ஆரோக்கியமேரி.

அவனை அழைத்தது சம்பந்தமான குற்றவுணர்வும் வந்தது. “எங்கக்கா மேல சத்தியம்” எனத் தங்கவேலு சொன்னதும் நினைவில் எழுந்தது. வெறுமனே பேசத்தானே அழைத்தோம் என்கிற சமாதானமும் கூடவே வந்தது. தங்கவேலு குறித்து எண்ணவும் செய்தாள். அவன் வேண்டுமென்றே வைத்துக் கொண்டா வஞ்சகம் செய்கிறான்? கலவி வேண்டாம், வெறுமனே கட்டிப் பிடித்துக் கொண்டுதானே தூங்க நினைத்தேன்? ஆசையாய் நாலு வார்த்தைகள் போதாதா? என்றெல்லாம் யோசித்தாள். இந்த மாதிரியான யோசனைகளில் இருந்தெல்லாம் எப்படித் தப்பிக்க? எதைப் பற்றிக் கொள்ள? என அவளுக்குத் தெரிந்த வழிகளில் எல்லாம் கேள்விகளோடு குறுக்கே மறுக்கே மூச்சுமுட்ட ஓடினாள் ஆரோக்கிய மேரி.

அவளைவிட வயதில் மூத்த பையன் ஒருத்தன் மையத்திற்கு வந்தான். அன்றைக்கு மற்றவர்கள் விடுமுறையில் இருந்தார்கள். அனுபவக் குறைவு இருந்தாலும் அவள் மட்டுமே இருக்கிறாள் என்பதால் சிகிச்சை செய்ய அனுமதிக்கப்பட்டாள். அந்த

அறையில் அவனைப் படுக்க வைத்து காலில் எண்ணையைத் தடவி, அதனைக் கொண்டு மெதுவாகத் தடவி விடத் துவங்கினாள். அவனுக்குக் குறுகுறுப்பாக இருந்தது. "வலிக்கும்னு சொன்னாங்க" என்றான். கூச்சத்தில் காலை நகட்டிய போது அதை இழுத்து தன் வயிற்றில் படும்படி வைத்து, "மெதுவா பழக்கம் வர்ற வரைக்கும் இப்படிப் பண்ணுவோம். அப்புறம் ட்ரீட்மெண்டை ஸ்டார்ட் பண்ணிடுவோம்" என்று சொன்னாள்.

பிறகு நிதானமாக அவனது உள்பாதத்தைச் அதனால் வருடி விடத் துவங்கினான். அவன் கூச்சத்தில் நெழிந்தான். ஒருதடவை கண்ணைத் திறந்து அவளைப் பார்த்தான். அவளுமே தன்னுடைய பிரத்தியேகச் சிரிப்பை உதிர்த்தாள். பிறகு அவன் ஏனோ கண்ணை மூடிக் கொண்டு, அந்தச் சுகத்தை அனுபவிக்கத் துவங்கினான். அன்றைக்கு அவனது உள்ளங்காலில் அக்கட்டையால் வெறிகொண்டு உருட்டி வலியில் துடிதுடிக்கச் செய்தாள் ஆரோக்கியமேரி. அவன் துடித்ததைக் கண்டு உரிமையாளரே உள்ளே வந்து, "மேரி வலிக்குதுன்னா விட்டிரு. அவங்களுக்கு வலி பொறுக்க முடிஞ்சளவு தகுந்த அழுத்தத்தை மட்டும் குடு. பெறகு திருப்பி வரவே மாட்டாங்க" என்றார். அப்புறம்தான் அவனை விட்டாள்.

ஒரு மனுஷி நின்று ஆர்வமாகச் சிரித்தால், கண்ணை மூடிக் கொள்கிறாயா நீ? எனத் தனக்குள் சொல்லிக் கொண்டாள் மேரி. தேவலாயத்திற்குப் போய் கண்ணீர் உகுத்து நின்று பார்த்தாள். அங்கேயுமே எந்தச் சமாதானங்களும் கிட்டவில்லை. அதுவாக ஒருநாள் அடங்கட்டும் என அமைதி காத்தாள் ஆரோக்கிய மேரி. அவ்வப்போது அந்த யோசனைகள் வரும். மொட்டைத்தலைத் துறவியை எப்படித் தனக்காகப் பயன்படுத்துவது என்கிற தொழில்நுட்பத்தையும் கற்றுக் கொண்டாள். அதனால் ஓரளவிற்குச் சிக்கல் இல்லாமல் போனது வாழ்க்கை.

அப்போதெல்லாம் தங்கவேலுவின் நடை பாவனைகளில் தடுமாற்றம் தெரிந்தது. முகத்தில் அப்பட்டமான ஒரு திருட்டுக் களை வந்து ஒட்டிக் கொண்டதாகவும் ஆரோக்கிய மேரிக்குத் தோன்றியது. சின்ன வயதில் இருந்தே அந்த முகத்தைப் பார்க்கிறாளே? "மாமா ஏதாச்சும் பிரச்சினையா? எண்ட்ட இருந்து எதையாச்சும் மறைக்குறீங்களா?" என்றாள் அவனது

கையைத் தொட்டு. அவளது கையைப் பிடித்துத் தன்கையில் தங்கவேலு வைத்துக் கொண்டபோது ஆச்சரியம் அடைந்தாள். “கொடுத்து வாங்குன வகையில ஏகப்பட்ட நஷ்டம் ஆயிருச்சு. அதான் எதைச் செஞ்சு இதை ஈடுகட்டணும்னு யோசிச்சுக்கிட்டு இருக்கேன்” என்றான் சோர்வாக. “தைரியமா இருக்க மாமா. உங்களுக்கு நான் இருக்கேன்” என்று சொல்லி விட்டு ஆதுரமாகச் சிரித்தாள். அப்போதுகூட தங்கவேலு அவளுடைய கண்களைப் பார்க்கவில்லை. அது பெரிய விஷயமாகவும் தோன்றவில்லை அவளுக்கு அந்த நேரத்தில்.

திண்டில் அமர்ந்து தூரத்தில் பேசிக் கொண்டிருக்கும் அவனையே பார்ப்பாள். தூரத்தில் அவன் யாரிடமோ கத்திப் பேசிப் பின்னர் உடனடியாகச் சரிந்து மன்னிப்புக் கேட்கும் தோரணையில் பணிவாய்க் குழைகிற காட்சிகள் எல்லாம் தெரியும். சமாளிக்கவே முடியாத பெரிய பணமுடை போலிருக்கிறது என நினைத்துக் கொள்வாள். கையில் கழுத்தில் நிறையப் போட்டுக் கொண்டு வந்திருந்தாலும் கழற்றிக் கொடுத்து விடுவாள். கையறு நிலையில் நின்றதைப் போலத் தன்னை உணர்ந்தாள் ஆரோக்கியமேரி. அப்போது அவளது வீடு குறித்து அவளுக்குமே வெறுப்பு வந்தது. “நல்ல மாதிரியாக கட்டிக் கொடுக்க வக்கில்லாவிட்டால் எதற்காக பெற்றுக்கொள்ள வேண்டும்? ஏன் நான் இல்லையா? உடல் சுகமெல்லாம் வேண்டாம் என்று” எனவும் தோன்றியது அவளுக்கு.

தங்கவேலுவுமே மற்றபடி நல்ல மாதிரிதான். அவனும் முடியாவிட்டால் என்னதான் செய்வான்? உண்மையிலேயே அவனுக்குத் தான் குழந்தை மாதிரியே தோன்றியும் இருக்கலாம் என அவன் தரப்பாகவும் யோசித்தாள். வெளிப்படையாகப் பேசினால் ஆறுதலாகவும் ஏதாவது சொல்லலாம். மடியில் படுக்கப் போட்டுத் தலைகோதிவிட்டு அவன் பேசுவதைக் கேட்கலாம் என்றும் தோன்றியது ஆரோக்கியமேரிக்கு. ஒருநாள் போகிற அவசரத்தில் தன்னுடைய செல்போனை விட்டுவிட்டு, எடுத்துக் கொடுக்கலாம் என வாசலுக்கு ஓடுவதற்குள் வந்து நின்ற காரில் ஏறிச் சென்று விட்டான்.

நிலைவாசலில் நின்று அதைக் கையில் வைத்துப் பார்த்தாள். செல்போனுக்கு பூட்டுப் போடாமல் போயிருந்தான். பார்த்தாள்

என்பதையே கண்டுபிடிக்க முடியாமல் அதை எப்படிக் கையாள வேண்டும் எனத் தெரியும் அவளுக்கு. கலெக்டருக்கு படிக்கிற அளவிற்கு அறிவு நிரம்பியவள்தானே அவள்? நாலைந்து பெண்களோடு ஒரே நேரத்தில் உரையாடிக் கொண்டிருந்தான் தங்கவேலு. அத்தனையிலும் “ஐ லவ் யூ. ஐ லவ் யூ” எனக் குழைந்து வைத்திருந்தான். எவ்வளவு ஐ லவ் யூக்கள்? ஐந்து நிமிடத்திற்கு ஒருமுறையெல்லாம் சொல்லி வைத்திருந்தான்.

அதைப் பார்க்கையில் பற்றிக் கொண்டு வந்தது ஆரோக்கிய மேரிக்கு. அதில் ஒரு ஐ லவ் யூவையாவது அவளுக்குச் சொல்லி இருக்கிறானா? இளம்பெண் எனத் தெரிந்தேதானே கல்யாணம் செய்து கொண்டான்? அவளுக்கும் மனதிருக்கும் என என்றைக்காவது யோசித்து இருக்கிறானா? ஊரில் போகிறவள், வருகிறவளுக்கெல்லாம் போதும் போதுமென விரட்டி விரட்டி அன்பைக் கொடுத்திருக்கிறான். தன்னிடம் இதுவரை அந்த ஒற்றைச் சொல்லைச் சொல்லவே இல்லையே? யோசித்து யோசித்துத் தலை வலிக்கிற மாதிரி இருந்தது ஆரோக்கிய மேரிக்கு. சிப்பாயை எடுத்துவந்து கையில் உருட்டிக் கொண்டே என்ன செய்யலாம் என யோசித்தாள். அப்போதெல்லாம் தடுமாற்றமான நேரங்களில் கையில் அதைப் பிடித்திருக்கையில் தைரியம் வந்தது மாதிரி இருக்கும் அவளுக்கு.

மேலும் அவனது செல்போனைத் தோண்டிய போது அவன் வங்கியில் இருந்து கோடிக்கணக்கில் பணத்தைக் கடனாக வாங்கித் தருவதாகச் சொல்லி ஏமாற்றிக் கொண்டிருக்கும் விஷயமும் தெரியவந்தது. போலியான வங்கிக் கடிதங்கள் தயாரிக்கப்பட்டு அதை வைத்து ஆட்களை ஏமாற்றிக்கொண்டு இருந்தனர். அதைக்கூட தங்கவேலுவின் நண்பன் ஒருத்தனிடம் அவன் விளக்கமாகச் சொல்லிச் செய்தி அனுப்பியதில் இருந்தே புரிந்து கொண்டாள். அவளது வீட்டில் வறுமை தாண்டவம் ஆடினாலும் இதுவரைக்கும் ஒரு ரூபாயைக்கூட யாரிடமும் ஏமாற்றியது இல்லை. கீழே ஐந்துரூபாய் கிடந்தால்கூட, “அது நம்மோடது இல்லை பாப்பா. போயி கோயில் உண்டியல்ல போட்டுட்டு வந்திடு. அது என்னைக்கும் செரிக்காது” என்பாள் அம்மா.

மாமா செய்கிற காரியமெல்லாம் அம்மாவிற்குத் தெரிந்து இருக்குமா? தான் பார்த்த இரண்டில் எதை அவள் பெரிய

விஷயமாக எடுத்துக் கொள்வது? அதையா? இதையா? தீவிரமான குழப்பத்தில் ஆழ்ந்தாள் ஆரோக்கியமேரி. ஒன்றுமே நடவாதது போலே வீட்டுக்கு வந்த தங்கவேலு போனை வாங்கியபிறகு, "ஏதாச்சும் நோண்டுனீயா? நோண்டுனீன்னாலும் நான் கண்டுபிடிச்சிடுவேன்" என்றான். அதைச் சொல்லும்போது பதற்றம் எழுந்தது அவனது முகத்தில். வாங்கிப் பார்த்துவிட்டுச் சமாதானம் அடைந்த அவனிடம், "நீங்கதான் ஆரம்பத்திலயே சொல்லி இருக்கீங்களே மாமா. நான் எதுக்கு அதை பார்க்கணும்? நீங்க என்னை நம்புற மாதிரி நான் உங்களை நம்பறேன்" என்றாள்.

அந்தப் பதிலில் முழுச் சமாதானம் அடைந்து விட்டான் தங்கவேலு. ஆனாலும் நீண்ட நேரமாக யோசனையில் அதை நோண்டியபடியே அவன் இருப்பதையும் பார்த்தாள். இரண்டு விஷயங்களும் உள்ளே போட்டி போட்டு மாங்காயைத் துண்டு போடுவதைப் போல அவளது இதயத்தை நறுக்கிக் கொண்டிருந்தன. உப்புப் போட்டு அதைத் தின்கிற வேலையைத்தான் தங்கவேலு அவளுக்குச் செய்து கொண்டிருப்பதாக நினைத்தாள். ஆனால் முகத்தில் எதையும் காட்டிக் கொள்ளாமல் அவனுடன் சகஜமாகவே இருந்தாள்.

காலையில் அவள் வேலைக்குக் கிளம்பும் போதே, "இன்னைக்கு ரெம்ப முக்கியமானவர் ஒருத்தர் வீட்டுக்கு வர்றார். உன்னோட ட்ரீட்மெண்டுக்குதான்" என்றான். "ட்ரீட்மெண்ட்னா ஆபிசுக்கு வரச் சொல்லுங்க. எதுக்கு வீட்டுக்கு?" என இயல்பாகவே கேட்டாள். "இல்லை ரெம்ப முக்கியமானவரு. பெரிய பணக்காரரு. இப்ப மாமாவோட ஒரு முக்கியமான டீலிங்க்ல இருக்கார்" என்றான். அவளுக்கு ஏனோ அதை அவன் சொன்ன விதத்தில் பிடிக்காமல் போனது.

வேறுவழியில்லாமல்தான் விடுமுறை போட்டுவிட்டு வீட்டில் இருந்தாள். கருப்பு நிற நீளமான காரில் வந்திறங்கினார் அவர். ஆள் பார்ப்பதற்கு நல்ல மாதிரியாகத்தான் இருந்தார். ஐம்பது வயதிற்குப் பக்கத்தில் இருக்கலாம் எனக் கணித்தாள். தண்ணீர் கொண்டு போய்க் கொடுத்த போது பாந்தமாக, "வணக்கம்மா. உங்களை தொந்தரவு பண்ணிட்டேன். வலது முட்டியில பயங்கர வலி. அப்பத்தான் உங்க வைத்தியம் பத்தி உங்க வீட்டுக்காரர் சொன்னார். வீட்டையும் வந்து பார்த்த மாதிரி ஆகிக்கிடட்டும்ணு

வந்துட்டேன். உங்களுக்குப் பிரச்சினைன்னா வேணாம்'' என்றார் கண்களைக் கூர்மையாகப் பார்த்து.

“சே அதில என்னங்க. வாங்க. மருத்துவம்தானே பண்ணப் போறேன்?'' என்றாள் ஆரோக்கியமேரி. பொருட்களை எடுத்துக் கொண்டு வந்த போது, “அது எதுக்கு? சும்மா கையிலயே பாயிண்ட பாத்து எனக்கு அன்னைக்கு பண்ணிவிட்டமாதிரி பண்ணி விடு. சொகமா இருந்துச்சு'' என்றான் தங்கவேலு. “அவங்க என்ன பண்ணனும்னு அவங்க முடிவெடுத்துக்கிடட்டும் தங்கவேலு. நீ எதுக்கு எல்லாத்தையும் முடிவு பண்ற. நீ இருந்தா எனக்கு ஒருமாதிரியா இருக்கு'' என்றார் அவர். அதற்குத்தான் காத்திருந்தான் என்பதைப் போல வீட்டிலிருந்து வெளியேறினான் தங்கவேலு.

“உங்களோட பேரென்ன?'' என்று கேட்டதற்கு “பரமேஸ்வரன். உங்க வீட்டுக்காரர் சொல்லலீயா?'' என்றார். அந்தப் பெயரைக் கேட்டதுமே தங்கவேலுவுக்கும் அவருக்கும் நடக்கும் பணப் பரிவர்த்தனை சம்பந்தப்பட்ட விஷயம் அவளுக்கு நியாபகம் வந்தது. அதை அழுத்தமாக ஊன்றிப் படித்து இருந்தாள் அப்போது. புகைப்படத்தில் இருந்த அவரது முகம்கூட நன்றாக நினைவில் மீண்டது. “என்ன ட்ரீட்மெண்ட்? என்ன பண்ணப் போறீங்க?'' என்றார். “அதெல்லாம் பயப்படாதீங்க சார்'' எனச் சொல்லிவிட்டு அவரைப் பார்த்துச் சிரித்தாள். “உங்களுக்கு நல்ல சிரிப்பும்மா. யார்க்குமே அமைஞ்சு வராதது'' என்றார் அவர்.

அவள் சிப்பாயை எடுத்து அவரது உள்ளங்காலுக்குள் கொடுத்து மெதுவாக நீவிவிடத் துவங்கினாள். அவர் இடுப்பைத் தூக்கிக் காலையாட்டி, ஒருக்களித்துப் படுத்து கூச்சத்தில் நிலைதடுமாறிக் கொண்டு இருந்தார். உள்ளங்கால் ஏந்தும் அதிகப்படியான கூச்சங்கள்கூட வலியைத் தற்காலிகமாக மறக்கச் செய்துவிடும். அவர் உற்சாகமாக உணர்ந்து எழுந்தமர்ந்து. “மருத்துவம்னா அதுக்குரிய காசைக் கொடுக்கணும். அதுதான் தர்மம்'' என்றார். “நான் வேணும்ங்கறப்ப கேட்கறேன் சார். எனக்குமே ஒரு உதவி இருக்கு. உங்க போன் நம்பர் தாங்க'' என்றாள்.

அவர் போனபிறகு தங்கவேலுவுக்கு அவளது கண்ணைப் பார்க்கவே தயக்கமாக இருந்தது. என்ன செய்ய நினைத்துவிட்டான்? அவனுக்கே நெஞ்சுக்குள் சங்கடம் வந்தது.

சிகரெட் பிடிக்கையில் அதிகமும் இருமினான். ஆரோக்கியமேரி அவனருகில் நின்று, "அதெல்லாம் சந்தோஷமாதான் போனார்" என்றாள் ஒருவார்த்தையில். என்ன சந்தோஷம்? எனக் கேட்க அச்சமாக இருந்தது தங்கவேலுக்கு. இரவு முழுவதும் ஆரோக்கியமேரிக்குத்தான் மனம் ஆற்றாமல் அடித்து அழுதபடியே இருந்தது. உட்கார்ந்து சாப்பிட வந்துவிட்டால், என்ன வேண்டுமானாலும் செய்வானா அவன்?

நான்கைந்து நாள் கழித்து பரமேஸ்வரனுக்கு "வணக்கம் சார். எனக்கு ஒரு உதவி பண்ண முடியுமா?" என்று செய்தி அனுப்பினாள். அவர் உடனடியாகவே, "சொல்லும்மா என்ன உதவி?" என்றார். "நான் பேசறது எங்க வீட்டுக்காரருக்கு தெரியக்கூடாது. ப்ளீஸ் சொல்லிடாதீங்க. கொன்னே போட்டுருவாரு" என்று பதில் அனுப்பினாள். "நான் என்ன சின்னப் பையனா? இதையெல்லாம் போய் சொல்றதுக்கு?" என்றார். "நாளைக்கு சொல்றேன்" எனப் பதில் அனுப்பிவிட்டு அமைதியாக இருந்து விட்டாள்.

மறுநாள் என்ன விஷயம் என அவரே தொடர்பு கொண்டார். பத்தாம் வகுப்புப் படித்தால் எங்கேயாவது அரசு வேலை கிடைக்குமா எனக் கேட்பதற்காக அழைத்தேன் என்று சொன்னாள். அவரும் அது சம்பந்தமான நிறைய விஷயங்களைச் சொன்னார். பின்னர் அடிக்கடி அவரோடு பேசத் துவங்கினாள். வேலை முடித்துவிட்டு வீட்டுக்கு வரும் வழியில் நின்று நிதானமாகப் பேசிவிட்டே வீட்டிற்கு வருவாள்.

அவர் ஏதாவது சொல்லி இருக்கிறாரோ எனச் சந்தேகத்தில் தங்கவேலுவின் முகத்தைப் பார்ப்பாள். அவர் ஒன்றும் சொல்லவில்லை என்பது போலத்தான் தோன்றியது. அவளுடைய போனுக்காக அவர் ஏங்கிக் கொண்டிருந்த கட்டமும் வந்தது. "உன் சிரிப்பு என்னம்மோ செய்யுது மனுஷங்களை" என்றார். மேலும் வசீகரம்கூடிச் சிரித்துக் காட்டினாள் அவரிடம்.

அப்போது அவரிடம், "உங்கட்ட ஒண்ணு சொல்லணும். என்னால மறைக்க முடியலை. ஆனா உயிர்போனாலும் இதை யார்கிட்டயும் நீங்க சொல்லிடக்கூடாது" என்றாள். "உன் கள்ளம் கபடம் இல்லாத சிரிப்பு மேல சத்தியமா சொல்றேன். சொல்ல மாட்டேன்" என்றார் நெக்குருகி.

"எங்க வீட்டுக்காரர் உங்களை ஏமாத்திக்கிட்டு இருக்கார். இதுமாதிரி நிறையப் பேரை ஏமாத்திட்டார். பேங்க்ல அப்படி எல்லாம் கடன் தரலை. அந்த லெட்டர்லாம் டூப்ளிகேட்" என்றாள்.

அவர் உடனடியாகத் தொலைபேசியைத் துண்டித்து விட்டார். அந்த இடைப்பட்ட நேரத்தில் அவள், தங்கவேலு ஜெயிலுக்குக்கூட போய்விடலாம். திரும்பவும் பிறந்த வீட்டிற்கே அவள் போகவேண்டிய நிர்பந்தம் ஏற்படலாம். ஆனாலும் என யோசித்துக் கொண்டிருந்த போது மறுபடி அழைத்தார் பரமேஸ்வரன்.

"இப்ப ஒரு பெரிய பேமெண்ட் ட்ரான்ஸ்பர் ஆகறதா இருந்துச்சு. அதை உடனடியா நிறுத்தறதுக்காகத்தான் கட் பண்ணிட்டு போனேன். நீ கோவிச்சுக்காதீம்மா. உன் வீட்டுக்காரர் விட்டுட்டாலும் உனக்கு ஹெல்ப் பண்றேன். அவன் நிச்சயம் மாமியார் வீட்டுக்குத்தான் போவான். என்னை மாதிரி யாரும் ஏமாறக்கூடாது" எனப் பேசிக் கொண்டே இருந்தார்.

"இருங்க. இருங்க. அதை விடுங்க. அன்னைக்கு ஒருநாள் உங்கட்ட வேணும்ங்கறப்ப கேட்பேன்னு சொன்னேனே?" என்றாள் குரலில் குழைவைக் காட்டி.

"ஆமாம் நல்லா ஞாபகம் இருக்கு. கொள்ளை பணத்தை காப்பாத்திக் குடுத்துட்ட. உனக்கு தனியா பங்கே தரலாம்" என்றார்.

"பணத்தை விடுங்க. வேற ஒண்ணு" என்றாள்.

"என்னன்னு சொல்லு. என்னன்னு சொல்லு" என ஆர்வமானார்.

"ஒரு ஐ லவ் யூ சொல்லுங்க" என்றாள் ஆரோக்கியமேரி.

சிப்பாயின் வழுவழுப்பான முனை நுனியைத் தடவியபடி இருந்தாள் அப்போது.

◉

பருத்திப்பூ

முனியாண்டி சேர்வை தன்னுடைய நண்பரான சாலப்பட்டி ராசுவிடம், "நானும் கவனிச்சு பாத்திட்டேன்பா. அஞ்சு தலை ஒண்ணா சேந்துருது. ஆனா நாலு மொலை என்னைக்குமே சேர மாட்டேங்குது" என்றார் காதைக் கோழி இறகை வைத்துச் சுழற்றிக் கிண்டியபடி. "புரியலையே நீ சொல்ற பக்குவம்" என்றார் ராசு. "அதில்லப்பா ஐஞ்சு ஆம்பளையாளுக கடைசி வரை ஒண்ணா இருந்துருவாங்க. ரெண்டு பொம்பளைக ஒண்ணாவே சேர மாட்டாங்க. அதைச் சொன்னேன்" என்று சொல்லிவிட்டு, இது தெரியாதா என்கிற மாதிரி ஏளனமாகப் பார்த்தார் முனியாண்டி. அவருக்குத் தெரியாததா? வாழ்வில் அதில்தானே கட்டி உருண்டு கொண்டிருக்கிறார்? "அதெல்லாம் வாங்கி வர்ற வரம்ப்பா" என்றார் ராசு.

முனியாண்டி யோசித்துப் பார்த்தார். அவருடையது பொங்கு கரிசல் காடு. ஒரு காலத்தில் எப்பேர்ப்பட்ட பேர் வாங்கியது. செங்காட்டுக்காரனுக்குப் பெண் தந்தால், தண்ணீர் சுமந்து ஊற்ற முடியாது என்று சொல்லி அந்தக் காலத்தில் மறுத்து விடுவார்கள். கரிசல்காட்டுக்காரனாகப் பார்த்துத்தான் பெண்ணை ஒப்படைப்பார்கள். செங்காடு ரத்தம் குடிப்பதைப் போல நீரை உடனடியாக உறிஞ்சிக் குடித்து முடித்துப் பின் காய்ந்தும் விடும். இன்றைக்கு மழை அடித்துப் பெய்தால்கூட நாளைக்கு கட்டாந்தரையைப் போலக் காட்சியளிக்கும் செங்காடு. கரிசல்தான் அதை உறிஞ்சி உள்ளுக்குள் பாதுகாப்பாக வைத்துக் கொள்ளும். அதனாலேயே கரிசல் காட்டுக்காரனுக்குப் பெண் கொடுக்கப் போட்டியே நடக்கும்.

அவருடைய இந்தக் காலத்தை யோசித்துப் பார்த்தார். ஆங்காங்கே வீட்டு மனை என வருகையில் செங்காட்டிற்குத்தான் மதிப்பு. கரிசல் காட்டில் கட்டிடம் கட்டமுடியாது என்று அதைக் கைவிட்டனர். ஒரேடியாக வாழ்க்கைதான் எப்படித் தலைகீழாக மாறிவிட்டது? என யோசித்தார் முனியாண்டி. தன்னோடு செங்காடு வைத்திருந்தவர்கள் எல்லாம் நல்ல விலைக்கு விற்று கார், வீடு என்று வளர்ந்து விட்டார்கள். முனியாண்டியின் கரிசல்நிலம் ஊருக்குள்ளே மூன்று மைல்தள்ளி இருக்கிறது. விதைக்க வேண்டும் என்று விருப்பம் இருப்பவர்கள் மட்டுமே அங்கு பூமியை வாங்கிக் கொண்டிருந்தனர். செங்காடு விலைக்கெல்லாம் அது போக இன்னும் முப்பது வருடமாவது ஆகும் என நினைத்துக் கொண்டார் முனியாண்டி.

ஒருகாலத்தில் பேர்பெற்ற கரிசல் காட்டு விவசாயியாக முனியாண்டி இருந்த போது தாளக்குளத்தில் இருந்து, ஆதரவு எனப் பெற்றோர் இல்லாத அவருக்குப் பெண் தர முன்வந்தார்கள். ஐந்து மக்களைப் பெற்ற வீடு. மக்காச் சோளமும் சூரியகாந்தியும் என மாறிமாறி நிலத்தில் விதைத்துக் கொண்டு இருக்கிற முனியாண்டிக்கு, அத்தனை நல்லபேர் இருந்தது விவசாயிகளிடத்தில். “ஆளு நல்ல உழைப்பாளி. காடே கதின்னு கெடப்பான். நம்பிக் குடுக்கலாம். பிள்ளைக்கும் வீட்டில எந்த பிக்கல் பிடுங்கலுமில்லை” என்று பெண்வீட்டில் சொன்னார்கள்.

பாப்பாத்தியைப் பெண்கேட்க அவருடைய ஊரில் இருந்து மாட்டுவண்டி கட்டிக் கொண்டு சொந்தக்காரர்கள் எல்லோரும் கிளம்பிப் போனார்கள். சம்பிரதாயத்திற்குத்தான் போனார்கள். அதற்கு முன்னமே பாப்பாத்தியைக் கட்டிக் கொள்வது என முனியாண்டி முடிவு எடுத்து வைத்திருந்தார். காடுகரையில் அவரோடு பாடுபட ஒரு ஆள் இருந்தால், நன்றாக இருக்கும் என்று தோன்றியது. சமையல் உட்பட எல்லா வேலைகளையும் அதுவரை தனியாகவே செய்து அயர்ந்தும் விட்டார்.

அவர்களுடையதுமே தாயில்லாவிட்டாலும் பெரிய குடும்பம். அடுத்த அறுப்பு முடிந்ததும் கல்யாணத்தை வைத்துக் கொள்ளலாம் என முடிவு செய்தார்கள். அந்த வருடம் சூரியகாந்தி முனியாண்டிக்கு நன்றாகக் கைகொடுத்தது. பருவம் தப்பாத மழையும் குளிரும் இருந்ததால் பூத்துக் குலுங்கி

விட்டது. கல்யாணச் செலவுகளுக்கு யாரிடமும் போய் நிற்கத் தேவையில்லை. முனியாண்டிக்கு என எல்லோரும் உறுத்தாக நின்று தடபுடலாகவே எடுத்துச் செய்தார்கள். வந்தவர்களுக்கு எல்லாம் வயிராற அரிசிச் சோறும் குழம்பும் போட்டார்கள்.

பாப்பாத்தி கொஞ்சம் தடித்துதான் இருந்தாள் என்றாலும், முதல் ராத்திரி முனியாண்டிக்கு மறக்க முடியாததாக இருந்தது. மறுநாள் காலையில் தண்ணீர்கட்டப் போகச் சீக்கிரமே எழுந்து விட்டார். மண்வெட்டியை எடுத்து வைத்துக் கிளம்புகிற அவசரத்தில் இருந்த முனியாண்டிக்கு, அப்போதும் குப்புறப்படுத்துத் தூங்கும் பாப்பாத்தியைக் கண்டு சந்தேகம் வந்தது. காடுகழனிக்கான பெண்ணா அவள்? திரும்பி வந்து பேசிக் கொள்ளலாம் என கிளம்பிப் போனார்.

இலையில் சோறு வைத்து நல்லெண்ணை மிதக்கிற கத்தரிக்காய்ப் புளிங்குளம்பு விட்டாள் பாப்பாத்தி. அந்தச் சுவையில் சொக்கிப் போய்விட்டார் முனியாண்டி. “ஏயாத்தா இந்த மாதிரி ருசியை என் வாழ்நாள்ள தின்னதே இல்லையே? குழம்பைத் தனியா குடிக்கலாம் போல இருக்கு” என்றார். அன்றைக்கு இருமடங்கு சாப்பிட்டு விட்டு, கயிற்றுக் கட்டிலைத் தூக்கிக் கொண்டு வேப்பரமர நிழலடிக்குப் போனார். அமைதியாய்ப் பல்லைக் குத்தியபடி அமர்ந்து யோசித்தார். அவருக்கு நன்றாகப் புரிந்துவிட்டது.

பாப்பாத்திக்குச் சமையல் மட்டுமே நன்றாக வருகிறது. மற்ற சோலிகளுக்கெல்லாம் அவள் லாயக்குப்பட்டு வர மாட்டாள். சீமையில் வளர்க்கிற மாதிரி வளர்த்திருப்பார்கள் போல. அவளுக்கும் சேர்ந்து காட்டில் தான் உழைத்துக் கொள்ளலாம் என முடிவிற்கு வந்தார். அதற்கப்புறம் அதுகுறித்து ஒரு சொல் அவர் வாயில் இருந்து வரவில்லை. பாப்பாத்தி வீட்டில் இருக்கிற மாடுகளுக்கு எல்லாம் தண்ணீர் காட்டி, சாணத்தைச் சுத்தம் செய்தெல்லாம் வைத்து விடுவாள். ஆனால் கரிசல் காட்டிற்கு உழைக்க வர மாட்டாள்.

அவள் வீட்டைவிட்டே வெளியேறப் பிரயத்தனம் இல்லாதவளாகவும் இருந்தாள். முனியாண்டி வேலை அழுத்தத்தில் இருந்தார். அவசரப்பட்டு விட்டோமோ என்றுகூடத் தோன்றியது அவருக்கு. ஆனால் மற்ற காரியங்களில் நீக்குப் போக்காகவே

இருந்தாள். சொகுசு கண்டவள் என்று மட்டும் நினைத்துக் கொண்டார். யாரிடமும் அதுகுறித்து எல்லாம் வாய்திறந்தே பேசமாட்டார். “என்ன முனியாண்டி உன் பொண்டாட்டி கவர்மெண்ட் வேலைக்கு மட்டும்தான் போவாளாமாம்” என்றார் முனியாண்டியின் சித்தி. “ஏங்க சித்தி. நாக்குக்கு செத்து கெடந்தேன். இப்ப வயிராற சாப்பிடறேன். அது போதாதா? எந்த வேலையா இருந்தா என்ன? அதை ரசிச்சு செஞ்சா பார்க்கவே சந்தோஷமாத்தானே இருக்கு? அவ பாட்டுக்கு இருந்துக்கட்டும்” என்று பதில் சொன்னார் முனியாண்டி.

பாப்பாத்தியிடம் கதையாடக்கூட யாராலும் போக முடியவில்லை. அவளுக்கு வீடே கதி என்றாகிப் போய்விட்டது. வெளியில் வந்து அவளுமே யாருடனும் உறவாடவும் விரும்பவும் இல்லை. எல்லோரும் அவரவர் வேலையில் இருந்தார்கள். ஒருநாள் அதிகாலை காட்டிற்குக் கிளம்ப சட்டையை மாட்டி முனியாண்டி நின்ற போது, வாசலில் மாசுமரு இல்லாத வெள்ளை மாட்டோடு ஒரு பெண் நிற்பதைப் பார்த்தார். கொஞ்ச நிதானத்திற்குப் பிறகுதான் அவளை அடையாளமும் கண்டார். பாப்பாத்தியின் அக்காள் காந்திமதி.

அவள் ஏன் இந்தக் கருக்கலில் மாட்டைக் கையில் பிடித்துக் கொண்டு இங்கே வந்து நிற்க வேண்டும்? அவர் தன்னையறியாமல், “ஏய் பாப்பாத்தி. இங்க வந்து என்னன்னு பாரு” எனக் கூச்சலிட்டார். படுக்கையில் இருந்து எழுந்து அவசரகதியில் ஓடிவந்தாள் பாப்பாத்தி. படலைத் திறந்தபோது காந்திமதி உள்ளே வந்தாள். முனியாண்டி வெளியே கிளம்பிப் போனார்.

திரும்பி வந்து அவர் பார்த்த போது, வீட்டிற்குத் தெற்காக இருந்த இன்னொரு குடிசையில் காந்திமதி அமர்ந்து வெங்காயம் உரித்துக் கொண்டிருந்தாள். பாப்பாத்தியிடம் போய் கேள்வியோடு நின்ற போது, “இங்கயே இன்னொரு சீவனா இருந்துட்டு போகட்டும்” என்றாள். அதற்குப் பிறகு அது பற்றியும் ஒரு வார்த்தைகூடக் கேட்டதில்லை முனியாண்டி. யாரும் எதையும் பேசிக் கொள்ளவே இல்லை. அதுபாட்டிற்கு நகர்ந்தது வாழ்வு.

வந்ததில் இருந்தே கவனித்துப் பார்த்தார் முனியாண்டி. சகோதரிகள் இருவரும் பேசிக் கொள்ளவே இல்லை. அவள்

குழம்பு வைக்க வேலையை ஆரம்பித்தால், இவள் வெங்காயம் பூண்டு உரிக்க ஆரம்பிப்பாள். இருவரும் தூரத்தில் நின்று பார்த்துக் கொள்வார்கள். ஆனால் நெருங்கிப் போய்ப் பேசுவதே இல்லை. அது என்னவிதமான உறவு என்கிற குழப்பம்தான் வந்தது முனியாண்டிக்கு. சின்ன வயதில் சண்டையிட்டு ஏதாவது ஆறாத காயத்தை உள்வாங்கி வைத்து இருக்கிறார்களா? இந்த வயதில் பழையதையா தூக்கிச் சுமப்பார்கள்? அதுவுமே தெரியவில்லை முனியாண்டிக்கு. இது ஒருவகையான பெறப்புகள் என்கிற முடிவிற்கு வந்தும் சேர்ந்து விட்டார்.

ஏதோ ஒரு வரப்பை வெட்டி அதன் வழியாகத் தண்ணீரைப் பாய்ச்சித் தன் நிலத்தில் விட்டுவிட்டதாக உணர்ந்தார் முனியாண்டி. ஆரம்பத்தில் அவள்மீது விலக்கம் இருந்தது அவருக்கு. "ரெண்டு பொம்பளைகளுமே உழைப்புக்கு ஆக மாட்டாங்க" என மனதிற்குள் நினைத்துக் கொண்டார். ஒருநாள் காட்டிற்கு அவர் கிளம்பியபோது, கூடவே களைக் கொத்தியையும் கூடையையும் தூக்கிக் கொண்டு வந்து நின்றாள் காந்திமதி. முனியாண்டி முன்னால் நடக்க அவருக்குப் பின்னால் நடந்து போனாள்.

காட்டிற்குப் போவதற்கு முன்பு இருந்த வளைவில் நின்று திரும்பிப் பார்த்தார். எதிர்காற்றிற்கு அவளது தலைமுடி பருத்திப் பூவைப் போல விரிந்து பறந்தது. அவளுக்கு முடிநரைத்தால் முற்றிலும் பருத்திப் பூ போலவே அவளது தலையில் வெள்ளை படர்ந்துவிடும் எனத் தோன்றியது முனியாண்டிக்கு. காற்றை எதிர்த்துக் கொண்டு தன்னை நோக்கி வரும் காந்திமதியைப் பிடித்து விட்டது முனியாண்டிக்கு. அவளுடைய முன்கதை என எதையும் கேட்கவேகூடாது என முடிவெடுத்தார். அந்தக் கரிசல் நிலத்தில் இருந்து துவங்கியது அவர்களது வாழ்க்கையும். அவர்கள் நின்ற இடத்தில் பருத்தி நட்டிருந்தார்கள்.

அவர் தோட்டத்தில் வேலை செய்து கொண்டிருந்த போது, தூரத்தில் அவரைக் கேட்காமலேயே களைகளைச் சுத்தம் செய்யத் துவங்கினாள் காந்திமதி. அதேமாதிரி அடுத்தடுத்து தன்னால் செய்யக் கூடிய வேலைகளை அவரைக் கேட்காமலேயே செய்தாள். அவளே பேசட்டும் எனக் காத்துக் கிடந்தார் முனியாண்டி. காந்திமதி அவரை நிமிர்ந்துகூடப் பார்க்கவில்லை.

என்ன மாதிரியான பெண்கள்? எனச் சிரித்துக் கொண்டார் முனியாண்டி.

காந்திமதி வேலை பார்க்கையில் தூரத்தில் நின்று முனியாண்டி. அவளை உற்றும் பார்ப்பார். ஆனால் அவள் அப்படி ஒரு மனிதன் நிற்கிறான் என்பதையே மறந்து தன் வேலையில் கவனமாக இருப்பாள். அவளுக்கு விதைப்பும் அறுப்பும் நன்றாகவே தெரிந்திருந்தது. அவள் வந்த வருடத்தில் பருத்தி போட்டார் முனியாண்டி. அந்த வருடம் முனியாண்டியின் காட்டில் ஏக்கருக்கு கூடுதலாக நான்கு மூட்டைகளை அறுவடை செய்தார். "முனியாண்டிக்கு வந்த அதிர்ஷ்டத்தை பாருங்கப்பா. வீட்டுக்கு ஓராள். காட்டுக்கு ஓராள். ஆனா ரெண்டு பேரும் சேந்த மாதிரியும் தெரியலை. அந்த பொண்ணு மொகம் கனியலையே? இன்னும் கடுகடுன்னுதானே இருக்கு" என்றார்கள் ஊரில்.

பாப்பாத்திக்கு முதல் ஆண்குழந்தை பிறந்த போது பிரசவம் பார்க்கிற இடத்திற்கு வெளியேயே நின்றாள் காந்திமதி. பிறந்து கொஞ்ச நேரத்திலேயே உள்ளே போய்த் தூக்கிக் கொண்டு வந்து, சூரிய ஒளியில் காட்டி, "எங்குழந்தை" என்றாள் தூரத்தில் பார்த்து. அதுவரை அவள் ஊமையாக இருப்பாளோ என்றுகூட நினைத்துக் கொண்டிருந்தார் முனியாண்டி. பிள்ளைப் பால்குடிக்கிற நேரங்களில் மட்டுமே பாப்பத்தியிடம் இருக்கும். அதைத் தூக்கிக் கொண்டு தன்னுடைய குடிசைக்குப் போய் அதனோடு தனியாகப் பேசிக் கொண்டிருப்பாள் காந்திமதி. அதற்கடுத்து இரண்டு பையன்களும் இரண்டு பெண்களும் பிறந்தார்கள். அப்போதும் அதையே செய்தாள் காந்திமதி. அந்தப் பிள்ளைகளோடு பேசிக் கொண்டிருப்பது மட்டுமே அவள் வாழ்க்கை என்றானது.

பிள்ளைகளின் மத்தியில் அவளுக்கு வளத்தம்மா எனப் பெயர் வந்தது. அதுவே பிற்பாடு கடைசி வரை அவளுடைய பெயராகவும் நிலைத்து விட்டது. எல்லோருமே வளத்தம்மா எனத்தான் அவளைக் கூப்பிடுவார்கள். "எப்படியும் தங்கச்சிக்காரி மேல் நோவாம இருப்பா. அதுக்காக நாம போயி இருந்து வாழ்க்கையை ஓட்டிக் கொடுத்திடலாம்ணு வந்திட்டா போல" என ஒருதரப்பும், "முனியாண்டியை பிடிச்சு போயி வந்திட்டாப்பா. தங்கச்சிக்காரியும் மேல் வேலைகளுக்குப் பயந்து

ஒத்துக்கிட்டா. இப்படி சுருக்குனு பேசி முடிங்கப்பா” என இன்னொரு தரப்பும் பேசியது. ஊருக்குள் அந்த மூவரைப் பற்றி இத்தனை வருடங்களில் எத்தனையோ கதைகள் வந்துவிட்டன.

ஆரம்பத்தில் எல்லோருக்கும் பதில் சொல்லவேண்டும் என முனியாண்டி நினைத்தார். ஆனால் வானத்தையே தட்டாகக் கொண்டாலும் ஊர்வாயை மூட முடியாது என்பதையும் உணர்ந்தார். மூவருமே ஒன்றும் பேசாமல் கமுக்கமாக இருந்து கொண்டனர். வளத்தம்மா காடு வீடென உழைத்துக் கொண்டே இருந்தாள். ஆயிரம் ரூபாய்க்கு வாங்கிய மாடுகூட அப்படி உழைத்துக் கொட்டவில்லை. காட்டிற்கு ஓடிப் போய் வேலைகளை முடித்து விட்டு, வீட்டிற்கு ஓடிவந்து பிள்ளைகளின் மூக்குச் சளியைத் துடைத்துக் கொண்டிருப்பாள். அப்போதெல்லாம் சமையல் வேலைகளைக்கூட சங்கடத்துடன்தான் செய்து கொண்டிருந்தாள் பாப்பாத்தி. கிராமத்தில் அவளை மாதிரி பருத்துப் போன பெண்ணைப் பார்க்கவே முடியாது.

வளத்தம்மாதான் எல்லா பிள்ளைகளையும் தலைவாரி எண்ணெய் தேய்த்து பாப்பாத்தியிடம் அனுப்பி வைப்பாள். அவள் குழந்தைகளை மடியில் போட்டுக் கொஞ்சிக் கொண்டிருப்பாள். குழந்தைகள் அனைவருமே பாசத்தில் வளத்தம்மாவை விட்டுக் கொடுப்பதே இல்லை. அம்மா, வளத்தம்மா இதற்கு மேல் மறுவார்த்தை பேச மாட்டார்கள். பெரிய பையனின் பள்ளியில் இன்னொரு பையன், “உங்கப்பாக்கு ரெண்டா?” என்று கேட்டதாக வந்து சொன்னான்.

வளத்தம்மா அப்போது தென்னங்குச்சியை உருவியபடி தூரத்தில் அமர்ந்து அதைப் பார்த்தாள். பாப்பாத்தி வீட்டு வாசலில் வைத்து மகளுக்கு ஈர் உருவிக் கொண்டு இருந்தாள். பையனிடம், “ஆமா அப்பாவுக்கு ரெண்டு பொண்டாட்டி” என்றார் முனியாண்டி. காந்திமதி குனிந்து தன்வேலையைப் பார்க்கத் துவங்கினாள். பாப்பாத்தி அங்கே இருந்தபடி குறுகுறுவென முனியாண்டியையே பார்த்தாள். வளத்தம்மாவுக்கு அந்த இடத்தைக் கொடுக்க வேண்டுமென முனியாண்டிக்குத் தோன்றியது. அவர்களுக்குள் என்ன மாதிரியான உறவு என்பது யாருக்குமே தெரியாது. இருவருமே அதற்கடுத்து கப்பென வாயை மூடிக் கொண்டனர். மானசீகமாக ஒருத்தருக்கு ஒருத்தர் சத்தியம் செய்து கொண்டனர்.

பாப்பத்தியின் தொண்டையில் அன்று முதல் மீன்முள் சிக்கிக் கொண்டது. அவளது தொண்டையில் இருந்து வளத்தம்மா குறித்த விபரீத ஓலங்கள் வரத் துவங்கின. “நம்பித்தானே ஆம்பிளைகிட்ட பாதுகாப்பா ஒருத்தியை ஒப்படைக்கிறோம். அதையும் சேத்து பெண்டாள நினைப்பீயா?” என்றாள் பாப்பாத்தி முனியாண்டியிடம். “நீ எதுக்கு அவளை இங்க வச்சுக்கிட்ட” என்றார் முனியாண்டி. “அக்கா தங்கச்சிக்குள்ள ஆயிரம் இருக்கும். அதை நான் சொல்லத் தேவையில்ல” என்றாள்.

கொஞ்சம் கோபமான முனியாண்டி அவளை முறைத்துப் பார்த்துவிட்டு, “உன் பழமையை எல்லாம் உன் வீட்டில வச்சுக்கணும். நீயும் அவளை பயன்படுத்திக்கிட்ட. நானும் அவளை பயன்படுத்திக்கிட்டேன். இத்தோட ஒரு சொல் உன் வாயில இருந்து விழக் கூடாது. அவ காதிலயும் எதுவும் விழக் கூடாது” என எச்சரித்து விட்டுச் சென்றார் முனியாண்டி.

தென்னைமரத்திலிருந்து விழுந்து வலது காலை உடைத்துப் படுத்துக் கிடந்தார் முனியாண்டி. அப்போது விதைப்பு தொடங்கி அறுப்பு வரை பொறுப்பெடுத்து வளத்தம்மாதான் பார்த்துக் கொண்டாள். முனியாண்டியைவிடக் கூடுதலாக நல்ல வெள்ளாமையை எடுத்துக் காட்டினாள். “நல்ல தாட்டியமான பொம்பளைப்பா. ஒத்தை ஆளா மொத்த நிர்வாகத்தையும் பாத்துக்கறா. முனியாண்டி அதிர்ஷ்டக்காரன்தான். சொகத்துக்கு சொகம். ஒழைப்புக்கு ஒழைப்பு” என்றார் லட்சுமணன்.

ஒருநாள் நொண்டிக் கொண்டு படலைத் திறந்து கொண்டு வெளியே வந்து பார்த்தார் முனியாண்டி. தூரத்தில் புங்க மரத்தினடியில் அமர்ந்து தலையை விரித்துப் போட்டுச் சொறிந்து கொண்டிருந்தாள் வளத்தம்மா. அங்கே நின்று பார்த்த போதே அவளது தலையெங்கும் வெள்ளை முடிகள் தென்பட்டன. ஒரு மனுஷிக்கு அத்தனை சீக்கிரம் மொத்தமும் நரைத்துப் போகுமா என்ன? கண்மூடித் திறப்பதற்குள் அவள் முடி எல்லாம் நரைத்து தலைக்கு மேலே ஒரு பருத்திப் பூவை வைத்தமாதிரி ஆகிவிட்டது. திருவிழாவில் விற்கும் பஞ்சு மிட்டாய்கூட அப்படித்தான் இருக்கும் என முனியாண்டி நினைத்தார்.

அவளது நரை முகத்தில் அடித்த மாதிரித் தட்டுப்படத் துவங்கிய போதிலிருந்து ஊர் அவர்கள் இடையிலான உடல்சுகம் குறித்துப்

பேசுவதை நிறுத்திக் கொண்டது. பாப்பாத்தியுமே அவ்வாறான சிந்தனைகளில் இருந்து விடுபட்டு விட்டாள். ஆனாலும் நெருப்பு ஒன்று அவளுக்குள் கனன்றபடியேதான் இருந்தது. அப்போதெல்லாம் காந்திமதியின் முகத்தைக் கூடத் திரும்பிப் பார்ப்பதில்லை அவள்.

“எந்நேரமும் எதுக்கு அங்க போயே கெடக்குறீங்க? இங்க அம்மாவோட இருங்க” எனப் பிள்ளைகளிடம் சொல்லிப் பார்த்தாள். யாரும் அவள் சொல்லை மதிக்கவே இல்லை. பிள்ளைகளை அடித்துப் பார்த்தாள். ஆனாலும் மீறிக் கொண்டு அங்கேதான் ஓடினான்கள். வளர வளரப் பெண்பிள்ளைகள் மட்டும் அம்மாவோடு ஒட்டி இருந்து கொண்டார்கள். வளத்தம்மாவுமே அதற்கடுத்து பெண்பிள்ளைகளைத் தொந்தரவு செய்யவில்லை. பிள்ளைகள் அனைவரும் அடுத்தடுத்து படித்து வளர்ந்து கொண்டே இருந்தார்கள். அவர்களுக்காகச் சுழற்றிச் சுழற்றி வேலை பார்த்தது வளத்தம்மாதான்.

அவள் இல்லாவிட்டால் அந்த நொண்டிக்காலை வைத்துக் கொண்டு முனியாண்டியால் இப்படியெல்லாம் முன்னேறி வந்திருக்கவே முடியாது. ரேஷன் கார்டு வந்த போது பாப்பாத்திக்கு தெரியாமல் அவளையும் சேர்த்துக் கொண்டார். பெயரை வளத்தம்மா என்றே கொடுத்திருந்தார் முனியாண்டி. முதல் பையனுக்குத் திருமணம் வைத்த போது, வளத்தம்மா மணமேடையில் வந்து நிற்கக் கூடாது என்றாள் பாப்பாத்தி. செய்தி அவளது காதிற்கு போனதும் வீட்டை விட்டு வெளியேறாமல் அங்கேயே இருந்து கொண்டாள். அதுமாதிரியே எந்தக் குழந்தைகளின் திருமணத்திற்கும் வளத்தம்மா வரவில்லை.

பையன்கள் மட்டும் ஆசிர்வாதம் வாங்க மறக்காமல் வந்தார்கள். பெண்பிள்ளைகளைப் போகவிடாமல் தடுத்து விட்டாள் பாப்பாத்தி. பிள்ளைகளின் திருமணம் முடிந்ததும் தன் யுத்தத்தைத் துவங்கினாள் அவள். எல்லோரும் ஓய்ந்து படுத்துக் கொண்டு இருக்க வேண்டிய வயதில் அவள் ஓலமிடத் துவங்கினாள். பிள்ளைகள் யாருமே வீட்டில் இல்லை. மூவர் மட்டுமே அங்கே இருந்தனர். வளத்தம்மாவை கண்டபடி ஏசத் துவங்கினாள் பாப்பாத்தி. முனியாண்டி உள்ளே போய் மிரட்டவும் செய்தார். “என்னைய உன்னால ஒண்ணும் செய்ய முடியாது. எம்பிள்ளைக

இருக்காங்க. இது அவங்க எடுத்துக் கெட்டின வீடு. முடிஞ்சா இரு. இல்லாட்டி அவளையும் கூப்டுகிட்டு வெளிய போயிரு" என்றாள் ஆங்காரமாகப் பாப்பாத்தி.

அவளுடைய ஆங்காரத்தைக் கண்டு அரண்டு போய்விட்டார் முனியாண்டி. அதுவரை ஒருசொல்கூட எதிர்த்துப் பேசாமல் இருந்த அவளா? எனத் திகைத்தும் போய்விட்டார். அவள் வருடக் கணக்கில் நஞ்சைத் துப்புவதற்காகச் சேகரித்துக் காத்து இருந்ததைப் போல, வளத்தம்மாவை நாவினால் தீண்டிக் கொண்டே இருந்தாள். அத்தனை கொத்துகளையும் வாங்கிக் கொண்டு அமைதியாய் அலைந்தாள் வளத்தம்மா. பெண் பிள்ளைகளிடம், "அவ உங்கப்பாவோட வப்பாட்டிதான். தாலியா கட்டியிருக்காரு. அதெப்படி உங்களுக்கு அம்மாவா ஆக முடியும். வளத்தம்மாவாம். ஆளும் மண்டையும். அவளை நினைச்சாலே எனக்கு பத்திக்கிட்டு வருது" என்றாள் பாப்பாத்தி.

பிள்ளைகள் ஒரு சண்டையில் வளத்தம்மா முன்னிலையிலேயே அதைச் சொல்லவும் செய்துவிட்டனர். அவள் நிமிர்ந்து முனியாண்டியை ஒரு பார்வை மட்டுமே பார்த்தாள். பிள்ளைகளின் வாயை முனியாண்டியால் அடக்கவே முடியவில்லை. மெதுவாக மருமகள்களின் காதிலும் இந்த நஞ்சை ஊற்றினாள் பாப்பாத்தி. எல்லோருமே படித்த பிள்ளைகள் என்பதால் இங்கத்திய பழங்காலப் பழக்கம் எல்லாம் அவர்களுக்கு ஒத்துக் கொள்ளவில்லை. "என் பிள்ளைகள் என்னன்னு கேட்டா. அது உங்க தாத்தாவோட ரெண்டாவது பொண்டாட்டி, வப்பாட்டின்னு சொல்லவா முடியும்? இந்தக் காலத்தில் இப்படீலாம் நினைக்கவே அசிங்கமா இருக்கு" என்றாள் இரண்டாவது மருமகள். பையன்களாலுமே ஒன்றும் செய்ய முடியவில்லை.

மனம் கேட்காமல் பாப்பாத்தியிடம் போய் நின்றார் முனியாண்டி. "இது அவளுக்கும் எனக்கும் நடக்கிற பலகாலத்துச் சண்டை" என்றாள் முகத்தை இன்னொரு பக்கம் திருப்பிக் கொண்டு. அதைக் கேட்டபிறகுதான் சாலப்பட்டி ராசுவிடம் அதைச் சொன்னார் முனியாண்டி. பேரப்பிள்ளைகள் எல்லாம் வந்து விட்டார்கள். அப்போதெல்லாம் அவருக்கு நெஞ்சின் இடதுபக்கம் அடிக்கடி சுருக் சுருக்கென வலிக்கவும் செய்தது.

ராசுவிடம், “எப்டீயும் அவங்க எல்லாரும் வளத்தம்மாவை கைவிட்டிருவாங்க. நான் இருக்கிற வரைக்கும் தாக்குப் பிடிச்சிருவா. அடுத்து என்ன செய்யப் போறாளோ? உண்ட்ட என்னைக்காச்சும் வந்து நின்னா ஏதாச்சும் குடுத்து உதவு” என்றார் முனியாண்டி. அடுத்த ஆறு மாதங்களில் முனியாண்டி காட்டில் தண்ணீர் பாய்ச்சிக் கொண்டிருந்த போது அப்படியே மண்ணில் சரிந்து விழுந்து இறந்தார். ஊர்க்காரர்கள் போய்ப் பார்த்தபோது தலை முழுக்க மண்ணிற்குள் புகுந்து குப்புற விழுந்து செத்துப் போயிருந்தார். “குப்புற விழுந்து உடம்பைக்கூட நகட்ட முடியலை பாரு. மூச்சு முட்டியே செத்துருப்பாரு. கண்டிப்பா வலிப்பாத்தான் இருக்கணும்” என்றார் அருகில் நின்ற ஒருத்தர்.

பிள்ளைகள், ஊர்க்காரரர் என எல்லோரும் சேர்ந்து அவரைத் தூக்கிக் கொண்டு போய்ப் புதைத்தார்கள். “ஒரு காலத்தில விவசாயத்தில எப்பேர்பட்ட பேர் எடுத்தவரு. அக்ரி ஆபிஷருங்களே அவர்ட்ட கைகட்டி நிப்பாங்க. நல்லா வெகுசிறப்பா வழி அனுப்பி வைக்கணும்ப்பா” என அவருடைய பையன்களிடம் சொன்னார்கள். அதன்படியே ஆட்டம் பாட்டம் என முனியாண்டியின் கல்யாணச் சாவு ஊர்வலம் வீட்டில் இருந்து புறப்பட்டது. முச்சந்திக்குப் பாப்பாத்தி மட்டுமே வந்து நின்று அழுதாள். “என்ன இருந்தாலும் காந்திமதியையும் வர வச்சுருக்கணும்ப்பா. அவளும் கூட வாழ்ந்தவதானே?” என்றனர்.

முனியாண்டியின் சவ ஊர்வலம் போய்க் கொண்டிருந்த போது தனது குடிசையில் தலையை முழங்காலிற்குள் புதைத்து அமர்ந்திருந்தாள் வளத்தம்மா. அவளுடையதை மட்டுமே குடிசையாக விட்டு வைத்து இருக்கிறார்கள். பாப்பாத்தி இருக்கிற இடத்தைப் பிள்ளைகள் எடுத்துக் கட்டி விட்டனர் ஏற்கனவே. அங்கே அமர்ந்து எல்லோரும் வளத்தம்மா இருக்கிற இடத்தை நோக்கிப் பார்த்தார்கள்.

மூத்தவன் எழுந்து, “வளத்தம்மாவை பார்த்திட்டு வந்திர்றேன். வந்ததில இருந்து பேசவே இல்லை” என்று கிளம்பினான். அவனது மனைவி “அது பாட்டுக்கு இருக்கும். நீங்க எதுக்கு போறீங்க?” என்றாள். “அப்பிடியே செவுள்ள ஒண்ணை வச்சிருவேன். மனுஷங்களோட சந்தோஷத்தில கூட இல்லாட்டின்னாலும் துக்கத்தில இருக்கணும்” என்று சொல்லிவிட்டுப் போனான்.

நிழல் வந்து விழுவதைப் போல உணர்ந்ததும் தலையைத் தூக்கிப் பார்த்தாள் வளத்தம்மா. வந்து நின்ற மூத்தவனைக் கண்ணைச் சுருக்கிப் பார்த்தாள். அவனை கீழே அமரச் சொல்லிச் சைகை காட்டினாள். அவனுமே அமர்ந்து வளத்தம்மாவின் கையைப் பற்றிக் கொண்டான். அப்போது வளத்தம்மா, "ஏன் ராசா வளத்தம்மா சொல்றதை நம்பணும். நான் உங்கப்பாவுக்கு பொண்டாட்டியும் இல்லை. வப்பாட்டியும் இல்லை" என்றாள்.

மூத்தவன் போய்ச் சொன்ன போது, "ஆமாம் இதை பத்தி மேற்கொண்டு விசாரிக்கணும்னா. குழியைத் தோண்டி உங்கப்பாவை எழுப்பணுமா? சாகப் போற நேரத்தில எதுக்கு அந்தம்மா திடீர்னு பத்தினி வேஷம் போடுது?" என்றாள் மூத்த மகள். பாப்பாத்தியுமே, "அவளுக்கு உடம்பெல்லாம் பொய்யி. உங்கட்ட ஒட்டிக்கணும்னு அப்படிப் பேசறா" என்றாள். யாருமே வளத்தம்மா சொல்வதை நம்பத் தயாராக இல்லை. இரண்டு பெண்களுமே அம்மாவின் வீட்டருகே குடிபுகுந்தார்கள்.

அவர்களுக்குள்ளாகவே போய் வந்து கொண்டார்கள். மூத்தவன் மட்டும் அடிக்கடி வந்து வளத்தம்மாவிற்குச் செலவிற்குக் காசு கொடுத்துவிட்டுப் போவான். அதை வைத்துக் கொண்டு தன்னால் முடிந்தளவிற்குப் பொங்கிச் சாப்பிடத் துவங்கினாள் வளத்தம்மா. ஊரில் இருந்த இன்னொருத்தர் பரிதாபப்பட்டு முதியோர் உதவித் தொகையை வாங்கிக் கொடுக்க முன்வந்தார். அதில் இன்னார் சம்சாரம் எனப் போடவேண்டிய நிலை வந்தபோது, பாப்பாத்தி வாசலில் நின்று அவரை அசிங்கமாக ஏசினாள். அவர் கோபித்துக் கொண்டு கிளம்புவதற்கு முன்பு, "பாப்பாத்தி பழைய காலத்தை மறந்திராத. அவ உங்க காட்டில பாடுபடாட்டி இன்னைக்கு நீங்க இப்படி உக்காந்திருக்க முடியாது. செய்ற பாவம் திரும்பி வந்திரப் போகுது" எனச் சொல்லிவிட்டுப் போனார்.

வளத்தம்மாவிற்கு அப்போது தனது வைராக்கியம் எல்லாம் உடலில் இருந்து உதிரும் முடியைப் போல ஆகிக் கொண்டிருப்பதாகத் தோன்றியது. பிள்ளைகள் வளர்ந்து விட்டார்கள். ஆனால் பேரப் பிள்ளைகளைப் பார்த்தால் தூக்கி வைத்துக் கொஞ்சலாம் என ஆவலாதியாக இருந்தது. வெளியில் விளையாடிய பேரனைத் துக்கிக் கொஞ்சினாள் ஒருதடவை.

தூரத்தில் இருந்து அவனுடைய அம்மா இதைப் பார்த்தாள்தான், ஒன்றும் சொல்லவில்லை. ஆனால் அதற்கடுத்து குழந்தையை அதிகம் அவள் வெளியே விடவே இல்லை.

அப்போதெல்லாம் தடுமாறி நிற்கிற நிலைக்கு வந்து இருந்தாள் வளத்தம்மா. மழை வந்தால் ஒழுகுகிறது என்று மூத்தவன் ஆஸ்பெட்டாஸ் கூரை போட்டுவிட்டான். செங்கல் வைத்துத்தான் கட்டிக் கொடுக்க நினைத்தான். அவனுடைய பொண்டாட்டி, “பிள்ளைகளுக்கு ஒண்ணும் சேத்து வைக்கலை. உங்கப்பாவோட வப்பாட்டிக்குச் செய்யணும்னு என்ன இருக்கு? வளத்தம்மாண்ணே வச்சுக்கிட்டாலும் எல்லாரும் செய்யணும்ல. நீங்க மட்டும் எதுக்கு செய்யணும்?” என்றாள்.

“கையில காலல விழுந்து கேட்கறேன். இந்த ஒரு விஷயத்தை மட்டும் என்னை செய்ய விட்டிரு. காடே கதின்னு அலைஞ்ச பொம்பளை. கடைசி காலத்தில நிம்மதியான ஒரு கூரையாவது இருக்கட்டும்” என்றான் மூத்தவன். அப்போது போனபோது அவனைக் கட்டிக் கொண்டு அழுத வளத்தம்மா, “நான் உங்க எல்லாருக்கும் நல்லதுதானே செஞ்சேன். எதுக்கு என்னை கைவிடறீங்க. என் தங்கச்சி ஒருத்தி நம்பிட்டா போதும். நம்பி அவதான் வீட்டுக்குள்ள விட்டவ” என்றாள். மூத்தவனுக்கு அதைக் கேட்கும் போது எரிச்சல்தான் வந்தது. தன் மனைவி, தன் பிள்ளை என வந்துவிட்டவனிடம், இன்னமும் இந்த வளத்தம்மா பழங்கதையைப் பேசுகிறதே என வருத்தம்.

நாளுக்கு நாள் வளத்தம்மாவின் நிலை மோசமாகிக் கொண்டே போனது. அவளால் சமைக்கவே முடியாத நிலையும் ஏற்பட்டு விட்டது. ஊரில் இருக்கிற ஹோட்டல்களில் போய் காசைக் கையில் வைத்துக் கொண்டு நிற்பாள். அவளுக்கு அங்கே எதைக் கேட்கவேண்டும் எனக்கூடத் தெரியாது. அவள் வாழ்க்கை முழுக்கவே கரிசலிலும் அந்தக் குடிசையிலும் கழிந்து விட்டது. அந்த ஊருக்கு வந்த நாளில் இருந்து, வெளியே வேறு எங்குமே சென்றதில்லை. அதிகம்போனால் ஆஸ்பத்திரிக்கோ மருந்துக் கடைக்கோ மட்டும் போவாள்.

ஹோட்டல் வைத்திருந்தவன் அவர்களுடைய பங்காளிதான். இரண்டாவது மகளுக்கு அழைத்து, “சித்தப்பன் பேசறேன்ம்மா. வளத்தம்மாவை இப்படி நீங்க விடறது ஞாயமே இல்லை. அது

வெளியில கையேந்தி அலைஞ்சா உங்களுக்குத்தான் அசிங்கம்'' என்றார் சுருக்கென. மகள் கிளம்பி வந்து அம்மாக்காரியிடம் ஒப்பாரி வைத்தாள். இருவரும் வாசலில் நின்றபடி வளத்தம்மாவை வைதனர்.

அவர்கள் வைதது எல்லாம் கேட்கவே முடியாத அளவிற்கு காது பூஞ்சையாகி விட்டது வளத்தம்மாவிற்கு. மூத்தவன் வேலைக்காக பம்பாய் கிளம்பிப் போனபிறகு மற்ற யாருமே ஒழுங்காகக் கவனித்துக் கொள்ளவில்லை அவளை. இரண்டாவது மகன் ஒருதடவை வந்து தலைமாட்டில் பணத்தை வைத்து விட்டுப் போனான். ''ஒருநாளாச்சும் வளத்தம்மா கூட இருந்துட்டு போ ராசா'' எனக் கெஞ்சினாள்.

பொங்கல், தீபாவளி அப்போதுகூட ஒரு சீலைத் துணி எடுத்துக் கொடுக்கவில்லை அவளுக்கு. பக்கத்து வீட்டில் இருந்த சொந்தக்காரி ஒருத்திதான் எடுத்துக் கொடுத்தாள். ''எதுக்கு அவங்க தங்கச்சிக்காரிக்கு இவ்ளோ வீம்பு. அப்படி என்ன பண்ணிருச்சாம் வளத்தம்மா. நெஞ்சு கல்லு மாதிரி இருக்கலாம். ஆனால் நெஞ்சே கல்லா இருக்கக் கூடாது. வெஷம் ஊறி போயிருச்சு உள்ளுக்குள்ள'' என்று பாப்பத்தியைப் பார்த்து வைதுவிட்டே போனாள். பாப்பாத்திக்கும் அது காதில் விழத்தான் செய்தது.

அவள் போன பிறகு வாசலில் அமர்ந்து மரவள்ளிக் கிழங்கு தோலை உரித்துக் கொண்டிருக்கிற அக்காவை சன்னல் வழியாகப் பார்த்தாள். ஒடிந்து போய் அமர்ந்திருந்தாள் காந்திமதி. அப்படியே இறங்கிப் போய் அவளது முன்னால் நிற்கலாமா என யோசித்தாள் பாப்பாத்தி. ஆனாலும் ஏதோவொரு வீம்பு அவளைப் போகவிடாமல் தடுத்தது. அதற்குப் பிறகு பிள்ளைகளிடம் வளத்தம்மா குறித்த எதிர்ப்பேச்சுக்களை நிறுத்திக் கொண்டாள். ''எங்க உக்கக்காவை பத்தின பேச்சையே காணோம்'' என்ற மகளிடம், ''பேசிப் பேசி சலிச்சிருச்சு. எனக்கே இப்ப காடு போகிற வயசு வந்திருச்சு'' என்றாள்.

''உங்க அக்காவுக்குத்தான் உன்னவிட பன்னெண்டு வயசு மூப்பு. உனக்கென்ன நல்லாத்தானே இருக்க. என் பிள்ளைகளுக்கு உன்னைவிட்டா வேலை பார்க்க யாரு இருக்கா? இப்டீல்லாம் பேசிப் பழகாதம்மா'' என்றாள் மகள். பெருமூச்சு விட்டு அதைக்

கேட்டுக் கொண்டாள் பாப்பாத்தி. பிள்ளைகள் கழுத்திலும் காதிலும் தங்கமாகப் போட்டு அழகு பார்த்து இருக்கிறார்கள். காந்திமதி ஒருபொட்டுத் தங்கம்கூட இல்லாமல் அலைந்து கொண்டிருந்தாள். தாங்கள் ஒருகாலத்தில் எப்படி இருந்தோம் என எண்ணிக் கொண்டாள் பாப்பாத்தி.

அவர்களது வீட்டில் மூத்தவள் காந்திமதிதான். அதற்கடுத்து நான்கு பெண்கள். ஆரம்பத்தில் அவர்களுடைய அப்பா கஷ்ட ஜீவனம்தான் செய்தார். "ஐந்து பெத்தவன் கண்டிப்பா ஆண்டியாயிடுவான்ப்பா" என்றுதான் ஊர்க்காரர்கள் சொன்னார்கள். அதையே வைராக்கியமாக எடுத்துக் கொண்டு வெறிபிடித்த காளை மாதிரி உழைக்க ஆரம்பித்தார். அவருடைய மனைவி ஜன்னிகண்டு சீக்கிரமே செத்துப் போனாள். கடைசிப் பிள்ளை பாப்பாத்தி. ஐந்தாவது பிள்ளையால் அதிர்ஷ்டம் போய்விட்டது என ஊர்க்காரர்கள் சொல்லிவிடக்கூடாது என்பதால், பாப்பத்தியைத் தூக்கிக் கொஞ்சிக் கொண்டே இருப்பார். மூத்தவளான காந்திமதியுமே, தன்னப்பனைப் போல அவளைக் கைக்குள் வைத்துப் பொத்தி வைத்து அலைகிறவள்தான்.

அப்பா காட்டு வேலைக்குச் சென்றுவிடுவதால், பிள்ளைகளுக்கு எல்லாம் காந்திமதிதான் பொறுப்பு. வளர வளர பாப்பாத்தியை அதிகச் செல்லம் கெடுத்துக் கொண்டிருப்பதாகக் காந்திமதிக்குத் தோன்றியது. உடம்பு வளையாமல் நோகாமல் தின்றபடியே ஒருமாதிரியான மெதக்கத்துடன் சுற்றிக் கொண்டிருக்கும் பாப்பத்தியைக் கண்டு வருத்தமும் ஏற்படும். அப்பாவிடம், "அவளை இப்படியே விட்டீங்கன்னா எதுக்குமே வளையாம மரம் மாதிரியே ஆயிருவா" என்பாள். "ஏங்கண்ணு அதான் அவளை பார்த்துக்க நீ இருக்கீல்ல" என்றார் அவளுடைய அப்பா. அந்த வயதில் அது அவளது மனதில் ஆழமாகப் பதிந்தும் விட்டது.

எல்லோருக்கும் சோறு போடுகிற போது கவனமாக, பாப்பாத்தியின் தட்டில் மட்டும் குறைவாகப் போடுவாள். பாப்பாத்தி அப்பாவிடம், "இல்லை நீங்க நம்ப மாட்டேங்குறீங்க. அவ அப்படித்தான் செய்யுறா" என்றாள். அப்பா நம்பவே இல்லை. தொடர்ச்சியாகப் பாப்பாத்தி கவனித்த போது

அதைத்தான் காந்திமதி செய்து கொண்டு இருந்தாள். ஒருதடவை தட்டில் விழுந்த கறித் துண்டுகளை எண்ணிப் பார்த்த போது, நாலைந்து குறைவாகவே கிடந்தன. அன்றுமுதல் அடியாழத்தில் இருந்து காந்திமதியை வெறுக்கத் துவங்கினாள் பாப்பாத்தி. வெளியில் யாரிடமும் சொல்லாமல் மனதிற்குள்ளேயே பொத்தி வைத்துக் கொண்டாள் அதை.

அவளுடைய அப்பாவிற்கு ஒரு பெரு விளைச்சலில் பணம் கிடைத்த போது, எல்லோருக்கும் கம்மல் வாங்கிக் கொண்டு வந்தார். அதில் ஒன்று மட்டுமே பெரியது. பாப்பாத்தி தனக்காக வாங்கப்பட்டதுதான் அது எனக் காத்திருந்தாள். அப்பா சொல்வதற்கு முன்னமே நடந்து வந்து தனக்கென அதைத் தூக்கிக் கொண்டாள் காந்திமதி. பாப்பாத்தியால் அதைப் பொறுத்துக் கொள்ளவே முடியவில்லை. அப்பாவிடம் கேட்ட போது, "உனக்குண்ணுதான் கண்ணு வாங்கினேன். அக்கா எடுத்திட்டா. எடுத்தவளை வைய்யின்னு சொல்ல முடியாதில்ல. உனக்கு நான் இதை விட பெரிசா ஒண்ணை வாங்கித் தர்றேன்" என்றார்.

அந்தச் சமாதானத்தைப் பாப்பாத்தியால் பொறுத்துக் கொள்ளவே முடியவில்லை. ஆயிரம் கம்மல்கள் பிறகு வரலாம். அப்பா வாங்கிக் கொடுத்த முதல் கம்மல் அதுவல்லவா? என அந்த வயதில் இருந்தே மனதில் சஞ்சலத்துடனேயே இருந்தாள். காலவோட்டத்தில் அந்தக் கம்மல் அவளுக்குள் விஸ்வரூபம் எடுத்துப் பெருகியபடியே இருந்தது. அது ஒவ்வொரு சுற்றும் பெருகப் பெருக அவள் காந்திமதியிடம் இருந்து விலகத் துவங்கினாள். சின்னப்பிள்ளைகளின் வெள்ளாமை, இளம்குருத்தாய் வன்மம் என்கிற இந்த விஷயத்தில் வீடு வந்து சேர்ந்து விட்டது.

ஒரே வீட்டிற்குள்ளேயே எதிரும் புதிருமாக அலைந்தார்கள். காந்திமதி தங்கைக்காக எந்த எல்லைக்கும் இறங்கி வரத் தயாராகவே இருந்தாள். பாப்பாத்தி அவளுடனான உறவை கிட்டத்தட்ட முறித்துக் கொண்டாள். அப்பா ஒருநாள் காந்திமதியை அழைத்து, "மகளே அந்த கம்மலை மட்டும் நீ போட்டிராத. பாப்பா மனசு ஒடைஞ்சிடுவா" என்றார். பாப்பாத்தி திருமணமாகிப் போகையில் அவளுக்குத் தெரியாமலேயே

பையில் போட்டு அந்தக் கம்மலையும் அனுப்பிவிட வேண்டும் எனக் கோபத்தில் உறுதி பூண்டாள் காந்திமதி.

ஒரு சண்டையின் போது, "சோத்தில உப்புப் போட்டுத் திங்கறவளா இருந்தா, நானா பேசாம எண்ட்ட நீ பேசவே கூடாது" என்றாள் பாப்பாத்தி. சுருக்கென அந்த வார்த்தை காந்திமதியின் நெஞ்சில் தைத்து விட்டது. பசுமரத்தில்தான் ஆணி அத்தனை சீக்கிரமாக ஆழமாக இறங்கவும் செய்கிறது. மற்ற தங்கைகளுமே பாப்பத்தியுடன் இணைந்து கொண்டார்கள். எல்லோருக்குமே அந்தப் பெரிய கம்மலின் மீது கண் இருந்தது. அந்த வீட்டில் காந்திமதியைத் தவிர இருந்த மற்ற பெண்கள் எல்லோருமே அசமஞ்சமாக இருந்தார்கள். இருந்ததிலேயே எதற்கும் உதவாத அசமஞ்சம் பாப்பாத்திதான்.

எல்லோருக்கும் திருமண வயது வந்த போது அப்பாவிடம், "அப்பா ஊரு ஆயிரம் சொல்லும். ஏத்துக்காதீங்க. அம்மாவும் இல்லை இப்ப. நம்ம குடும்ப நிலவரம் நமக்குத்தான் தெரியும். மொதல்ல இவளுகளைக் கரை சேர்த்திட்டு நான் கல்யாணம் பண்ணிக்கறேன்" என்றாள். கொஞ்சம் சிந்திக்கிற மனிதர் அவர் என்பதால் அதற்கு ஒத்துக் கொண்டார். சொத்துபத்துக்களில் ஒன்றும் குறையில்லை என்பதால் வேகவேகமாக எல்லோருக்குமே மாப்பிள்ளை தேடத் துவங்கினார். பாப்பாத்தி உட்பட எல்லோரும் போய் அவரவர் இடத்தில் வசதியாக அமர்ந்தபிறகு மிச்சமானது அவரும் காந்திமதியும் மட்டும்தான். இருவருமே சோர்வின் உச்சியில் இருந்தார்கள் அப்போது.

அப்பாவும் உடலளவில் தெம்பாகத்தான் இருந்தார். காந்திமதிக்கும் முடித்துவிடலாம் எனத்தான் ஆரம்பத்தில் நினைத்தார். காந்திமதி ஒற்றைக்காலில் தனக்குத் திருமணம் வேண்டாம் என மறுத்துவிட்டாள். "எல்லாத்தையும் பாத்ததில திகட்டி போயிருச்சுங்கப்பா. தயவு செஞ்சு என்னை விட்டிருங்க. எல்லா பொறுப்பையும் என் தலையிலதான போட்டீங்க. மிச்சம் இருக்கற காலத்துக்கு என்பாட்டுக்கு வாழ்ந்துட்டு போயிடறேனே?" என்றாள். "என் மகளே என்ன இப்படி ஒரு வார்த்தையை சொல்லிட்ட" என மருகினார் அவளுடைய அப்பா.

“நான் சொன்னா சொன்னதுதான். இனி என் போக்கில என்னை விட்டிருங்க. குடும்பத்துக்கு அவமானமா மட்டும் நான் இருக்கவே மாட்டேன்” என்றாள் காந்திமதி. எதையும் போராடி நிறுவுகிற அளவிற்குத் தெம்பில்லை அப்போது அவரிடம். சித்தன் போக்கு சிவன் போக்கு என அவளிடம் பிறகு தலையாட்டிக் கொண்டே மட்டும்தான் இருந்தார். மாட்டிற்கான முக்கணாங்கயிறு என்னும் பொறுப்பைக் கைவிட்டு விட்டார் அவளுடைய அப்பா.

அப்படியொரு நாளின்போதுதான் காந்திமதி அப்பாவின் முன் போய் நின்று, “பாப்பாத்தி வீட்டோட போயிடலாம்ணு நெனைக்கேன். அவளால தனியா இந்த வாழ்க்கையை வாழ்ந்திர முடியாது. மத்தவக எப்படியோ பிழைச்சுக்குவாங்க” என்றாள். நிமிர்ந்து அவளைப் பார்த்துவிட்டு, “உம்மனசுக்குள்ள எதுவோ குடைய ஆரம்பிச்சிருச்சு. சொன்னாலும் கேட்க மாட்ட. அவளுக்குத்தான் நீன்னாலே ஆகாதே” என்றார்.

பதிலுக்கு காந்திமதி, “என்னை பார்த்தா அப்படியே வந்து கட்டிப் பிடிச்சுக்குவா. அப்படியே இல்லாட்டியும் நான் தூக்கி வளர்த்த பிள்ளை இல்லையா? உங்களுக்குமே பிடிச்ச பிள்ளை அவ. நம்ம வீட்டு லட்சுமியை கூப்டுட்டு போறேன்” எனச் சிரித்துக் கொண்டே சொன்னாள். காந்திமதி கடைசியாய் அவரிடம் மட்டுமே அப்படிச் சிரித்தாள். “நீயும் நல்லா இரு. பாப்பாத்தியையும் நல்லா பாத்துக்கோ. அவரும் நல்ல மனுஷந்தான். இனி உங்க விதி விட்ட வழி” என்று சொல்லி விட்டு எழுந்து போய் வேப்ப மர நிழலில் அமர்ந்தார். அவருக்குமே அந்த முடிவு சரியானதாகப் படவில்லை. அவர் ஆற அமர தான் கிளம்பி வந்த பாதையை அசைபோடவே அப்போது விரும்பினார். எந்தக் கயிற்றையுமே பொறுப்பாக பிடித்துக் கொள்ள முடியாதளவிற்கு மனதளவில் சோர்ந்தும் போயிருந்தார். அவருக்குமே எல்லாமும் திகட்டிப் போய்விட்டது.

அப்படித்தான் பாப்பாத்திக்குப் பிடித்த வெள்ளை மாடான லட்சுமியைக் கையில் பிடித்துக் கொண்டு கிளம்பினாள் காந்திமதி. பின்னர் அந்த வீட்டின் வளத்தம்மாவாக மாறிய கதையெல்லாம் தெரியாமல் செத்துப் போனார் அவளுடைய அப்பா. பாப்பாத்தி தனக்குத் துணையாக இருப்பாள் எனக்

கணக்கிட்டு உடன் வைத்துக் கொண்டாள் என்றே சாவதற்கு முன்பு நினைத்தார்.

இதையெல்லாம் சுற்றி யோசித்தாள் பாப்பாத்தி. எதிரே தன்னுடைய அக்கா, தளர்ந்து உருகுவதைப் பார்க்கையில் கொஞ்சம் துளிர்ப்பு அவளுக்குள்ளும் வந்தது. வளத்தம்மாவின் உடல் எழக்கூட முடியாதளவிற்கு நைந்து போனது. அவள் பழைய அழுக்குப்படிந்த, கிழிந்த கம்பளிப் போர்வையைப் போலவே மாறிப் போனாள். சன்னல் வழியே பாப்பாத்தியின் கண்கள் அக்காவைத் தேடின. தட்டுப்படவில்லை அவள். மெதுவாகத் தனது பருத்த உடலைத் தூக்கி நடந்து வீட்டு வாசலுக்கு வந்து எட்டிப் பார்த்தாள். அப்போதும் பார்வைக்குத் தட்டுப்படவில்லை. மூங்கில் தடி ஒன்றை எடுத்து ஊன்றியபடி அக்காவின் குடிசையை நோக்கி நடந்தாள் பாப்பாத்தி.

உள்ளே வளத்தம்மாவின் நெஞ்சுக்குழி ஏறி இறங்கிக் கொண்டிருந்தது. பார்த்தவுடன் பாப்பாத்தியால் அழுகையை அடக்க முடியவில்லை. அதுவரை உள்ளுக்குள் சேகரித்து வைத்திருந்த விஷமெல்லாம் மரணத்தின் முன் தோற்று ஓடியதை உணர்ந்தாள். கஷ்டப்பட்டு அமர்ந்து அக்காளைத் தூக்கி மடியில் போட்டுக் கொண்டாள். கட்டுப்படுத்த முடியாத அழுகை அவளுள்ளிருந்து பீறிட்டது. எதை எதையோவெல்லாம் சொல்லியபடி ஏங்கி அழத் துவங்கினாள். அதில் கால்வாசிதான் வளத்தம்மாவின் காதில் விழுந்தது. அழுது அரற்றி முடித்த பின் அக்காவின் முகத்தைப் பார்த்து, “ஒரு வார்த்தை எண்ட்ட பேசலைல. கல்நெஞ்சக்காரி” என்றாள்.

கண்ணில் ஈரத்தோடு, “நீதானே சொன்ன” என்றாள் வளத்தம்மா “எதுக்கு இங்க வந்து உன் வாழ்க்கையை அழிச்சுக்கிட்ட?” என்றாள் தேம்பி. “அப்பாதான் உன்னைக் கடைசி வரைக்கும் பாத்துக்க சொன்னார்” என்று சொன்னாள். அதைக் கேட்டவுடன் பாப்பாத்தி ஏங்கி ஏங்கி அழுதாள். “பாப்பா இப்டலாம் அழுதா அப்பாவுக்கு பிடிக்காது. கடைசியா பூமித்தாய் மேல சத்தியமா சொல்றேன். உங்க வீட்டுக்காரருக்கு நான் பொண்டாட்டியும் இல்லை. வப்பாட்டியும் இல்லை” என்றாள் வளத்தம்மா.

“எந்தெய்வமே என்னை மன்னிக்க மாட்டயா?” என வானத்தை நோக்கிச் சொல்லிவிட்டு தடுமாறி எழுந்து வீட்டிற்கு

நொண்டியபடி வேகமாக நடந்து போனாள் பாப்பாத்தி. உள்ளே போய்த் தட்டில் சோற்றைப் போட்டுக் குழம்பை ஊற்றியபின் அதை எடுத்துக் கொண்டு ஓடிப் போகிற உத்வேகத்துடன் எட்டுவைத்து நடந்து அக்காவைப் போய்ப் பார்த்தாள். அதற்குத்தான் காத்திருந்தேன் என்பதைப் போல, முன்பே செத்துப் போயிருந்தாள் வளத்தம்மா. அம்மாவே அழைத்ததால் எல்லோரும் ஓடிவந்து விட்டார்கள் விஷயத்தைக் கேட்டு.

“எங்கக்கா உங்கப்பா போன மாதிரி பூப்பல்லக்குளதான் போகணும்” என்றாள் மகன்களிடம் பாப்பாத்தி. “செத்த பிறகுதான் மனுஷங்க மேல பாசம் அப்படியே பாயுது” என்றான் மூத்தமகன் முகத்திற்கு நேராகவே. ஒன்றும் பேசாமல் குனிந்து அழுதபடியே இருந்தாள் பாப்பாத்தி.

நீர்மாலை எடுத்து வளத்தம்மாவைத் தூக்கிக் கொண்டு கிளம்புகையில், தன்பையனை அழைத்துக் கையில் பை ஒன்றைக் கொடுத்து, “எங்கக்காவை புதைக்கிறதுக்கு முன்னாடி இதை போட்டு விட்டிரு” என்று கொடுத்தாள். மயானத்தில் போய் நின்று அதைப் பிரித்துப் பார்த்த போது, கம்மல் ஒன்று இருந்தது. அப்பாவிற்காக அக்கா விட்டுக் கொடுத்த கம்மல் அல்லவா அது? அம்மாவின் சொல்படி வளத்தம்மாவிற்கு அதை அணிவித்துப் புதைத்தார்கள். பதினாறாம் நாள் காரியம் செய்யப் போயிருந்த போது அதைப் பார்த்தார்கள்.

வளத்தம்மாவின் தலைமாட்டில் இருந்த செடியில் கம்மலைப் போலவே பருத்தி பூத்திருந்தது.

⊙

பொம்மை

அடுப்பில் வைத்திருக்கிற பால் அடக்கமாட்டாமல் பொங்குவதைப் போல, ஆத்திரம் ஆத்திரமாக வந்தது விமலாவிற்கு. அவளை எங்கே இருந்தெல்லாம் வந்து பெண் கேட்டிருக்கிறார்கள் தெரியுமா? தஞ்சாவூரில் கல்லூரிகள் நிறைய வைத்து நடத்தும் குடும்பத்தில் இருந்துகூட வந்து கேட்டார்கள். ஆனால் அதெல்லாம் வேண்டாம், பிரகாஷ்தான் வேண்டுமென, அவளது வீட்டின் புழக்கடையில் வசிக்கிற, அந்த உடும்பின் பிடிமானத்தைப் போலப் பிடிவாதமாக நின்றாள். அதற்கான பலனை இப்போது அனுபவித்துக் கொண்டிருப்பதாகவும் உணர்ந்தாள்.

விமலாவும் பிரகாஷூம் ஒரே கல்லூரியில் ஒன்றாக மேற்படிப்புப் படித்தவர்கள். தென்கோடி மீனவ குடும்பத்தைச் சேர்ந்தவன் அவன். நெல்வயல் சூழ்ந்த தஞ்சையைச் சேர்ந்தவள் அவள். கடலுக்கும் நிலத்துக்கும் தனித்தனிக் குணங்கள் இருக்கின்றன அல்லவா? எப்போதும் அலையடித்துக் கொண்டிருக்கிற கடலின் மடியில் இருந்து வந்த பிரகாஷ், அதற்கு நேர் எதிர்மாறாக அமைதியாக இருப்பான். இவளோ அமைதியின் பள்ளத்தாக்கில் இருந்து வந்துவிட்டுக் கடல் வந்து மோதும் கரையைப் போலக் கொந்தளித்துக் கொண்டிருப்பாள். எதிரெதிர் முனைதான் எப்போதும் ஈர்க்கும் என்பது விதியல்லவா?

விமலாவைப் பொறுத்தவரை செல்வச் செழிப்பில், நிலத்தில் எப்போதும் தேங்கியிருக்கும் நீரைப் போல மிதப்பவள். தென்னையே போதும் போதுமென வயிறு நிறைந்து மிதப்பில் வளர்கிற நிலமது. பிரகாஷூம் ஒன்றும் இல்லாதவன் இல்லை.

அவனுடைய அப்பா பெரிய மீன்பிடிப் படகு ஒன்றுமேகூட வைத்திருக்கிறார். ஆரம்பத்தில் இருந்து இரு குடும்பங்களும் ஒத்துக் கொள்ளவே இல்லை. “ரிஜிஸ்டர் மேரேஜ் பண்ணிக்கலாமா? யாராலயும் ஒண்ணும் செய்ய முடியாது” என்றாள் விமலா. அதற்கு அவன், “சொத்துக்காக உடனடியா அடாவடியா பண்ண மாதிரி இருக்கும். காத்திருக்கலாம். அப்புறம் இன்னொன்னு என்னை விட்டு நீ எப்பன்னாலும் போலாம்ங்கற ஆப்ஷனும் இருக்கணும்” என்றான். அதைக் கேட்டவுடன் சப்பென இருந்தது விமலாவிற்கு. கூடவே எப்போது வேண்டுமானாலும் போகலாம் என்கிற வார்த்தை காய்ந்துதிர்ந்த நெருஞ்சியாய்க் குத்தியது. அதற்காகவா வருகிறேன்? என நினைத்துக் கொண்டாள். அப்புறம் வேறு சிந்தனையும் வந்தது.

அந்தக் காலத்து ராஜாக்களைப் போலக் குதிரையில் வைத்துத் தூக்கிக் கொண்டு போயிருக்க வேண்டாமா இந்நேரம்? ஏன் இப்படித் தொம்மென இருக்கிறான்? என யோசித்தாள் விமலா. அவள் காத்திருந்தது வீண் போகவில்லை. விமலாவின் அப்பா, “ஏதோ எங்களால முடிஞ்சதை செஞ்சிர்றோம். நீங்க போய் கல்யாணம் பண்ணிக்கோங்க. நாங்க வரலை. பிற்பாடு என்னைக்காச்சும் மனசு மாறினா வர்றோம்” என்று தெளிவாகச் சொல்லி விட்டார். அதற்கு மேல் தள்ளிப் போடமுடியாது என்கிற கட்டத்தில் விமலாவுமே அரை மனதுடன்தான் திருமணத்திற்கே வரச் சம்மதித்தாள்.

“எங்கப்பாம்மா கல்யாணத்திற்கு வரலைல்ல. அத மாதிரி உங்க அப்பா அம்மாவும் வரக்கூடாது” என்றாள் விமலா. யாரோ பின்னால் இருந்து பொடணியில் அடித்த மாதிரி இருந்தது அவனுக்கு. “என்ன பேசற விமலா? தெரிஞ்சுதான் பேசறீயா? எங்கப்பாம்மாவ எப்டீ வர வேண்டாம்னு சொல்ல முடியும். ரெம்பக் கொடூரமா இருக்கு. எனக்கு இந்த கல்யாணமே வேண்டாம்” என்றான் பிரகாஷ். “உனக்காக நான் எல்லாத்தையும் விட்டுட்டு வருவேன். நீ ஒரு சின்ன விஷயத்தைக்கூட விட்டுத்தர மாட்ட?” என்றாள். “எது சின்ன விஷயம்?” என்று எக்கி முன்னேறினான் பிரகாஷ்.

அவர்களுடன் இருந்த நண்பர்கள்தான் சமாதானப்படுத்தினார்கள். “அவ சொல்றதுலயும் ஒரு பாயிண்ட் இருக்கு. அவ உங்கப்பா

அம்மாவை முழுக்கவா விடச் சொல்றா? கல்யாணத்துக்கு அவங்க வீட்டில வரலை. இவள் இன்னொரு வீட்டோட நின்னு சிரிச்சிக்கிட்டு இருக்கறதை அவங்க பார்த்தா எப்டீ இருக்கும்? உனக்கும் வேண்டாம் அவளுக்கும் வேண்டாம். பேசாம ரெண்டு பேரும் ரிஜிஸ்டர் மேரேஜ் பண்ணிக்கோங்க. ரிசப்ஷன் அது இதுன்னு எந்த எழவும் வேண்டாம். காசுக்குப் பிடிச்ச கேடு. ஒருவகையில அதுவும் நல்லதுக்குத்தான்" என்றான் பிரபு.

அவன் சொல்வதே சரியென்று எல்லோருமே முடிவாக எடுத்தார்கள். பிரகாஷிற்குத்தான் அவனுடைய குடும்பத்தைச் சரிக்கட்ட மூச்சு முட்டிப் போய்விட்டது. "என்னைக்காச்சும் கண்ணைக் கசக்கிட்டு இந்தப்பக்கம் வா. அன்னிக்கி உன் காலை ஒடைச்சு அடுப்பில வைக்குதேன்" என்றாள் அவனுடைய அம்மா. அவள் சொன்னால் செய்துவிடுவாள், கடற்கரை வைராக்கியம் அது. அதனால்தான் அப்பாவே அவள் முன்னால் அடங்கிப் போய் அமர்ந்திருக்கிறார். எத்தனையோ புயல்களைப் பார்த்தவர், ஆழத்தில் அச்சமூட்டிப் பொங்கும் கடல்களைப் பார்த்தவர். ஆனால் விரித்தால் அதிகப்பட்சம் நான்கு அங்குலம் விரியக்கூடிய ஒரு வாயைக் கண்டு அப்படி அஞ்சுவார்.

விமலாவின் குடும்பத்தில் எப்படி? என ஒருதடவை யோசித்துப் பார்த்து இருக்கிறான். எந்நேரமும் ஏதோ கொண்டாட்டத்தில் இருப்பதைப் போலவே இருக்கும் அவர்களது வீடு. சொந்தம், பந்தம் என ஆட்கள் நடமாட்டம் இருந்தபடியே இருக்கும். அந்த ஊரிலேயே மிகப் பெரிய குடும்பமும். அங்கே இருந்து தன்னை நம்பி விமலா வருகிறாள் என்பதே அவனை ஆரம்பத்திலேயே பதற்றத்தில் தள்ளி விட்டது.

அவர்களது சொத்துக்கள் மீதெல்லாம் அவனுக்கு ஆசை இல்லை. அது அவளுக்குமே நன்றாகத் தெரியும். அவளையுமே அவனுக்கு அடியாழத்தில் இருந்து பிடிக்கும்தான். ஆனால் தனியாக அவளை மேய்த்துவிட முடியுமா? என்கிற கவலைதான் அவனுக்கு. குடும்பத்தோடு ஒட்டியிருந்தால் அவர்கள் என்ன ஓட்டை இருந்தாலும் தட்டிப் பெருக்கிச் சரிசெய்து, ஓரளவிற்குச் சமைப்பதற்குத் தோதாக, அந்தப் பாத்திரத்தைக் கையில் கொடுத்து விடுவார்கள். தன்னால் தனியாக அவளைச் சமாளிக்க

முடியாது என்கிற சிந்தனையில் இருந்த போதுதான், பதிவுத் திருமணம் என எல்லோரும் முடிவு செய்தார்கள்.

மகிழ்ச்சியின் உச்சத்தில் இருந்தாலும் உள்ளுக்குள், திருமண விருந்தில் இலையின் ஓரத்தில் அமர்ந்திருக்கும் உப்பைப் போலச் சிறுவச்சமும் அவனுக்குள் இருந்தது. அதற்கப்புறம் எல்லாமுமே சுகப்படி, அவன் நினைத்த மாதிரியே நடந்தன. இரண்டு பக்கமும் போக்குவரத்து அடியோடு நின்று விட்டது. தொலைபேசியில் அவ்வப்போது மட்டுமே பேசிக் கொள்வார்கள். அந்த நேரங்களில் சண்டை சச்சரவுகள் பற்றியெல்லாம் சொல்லக்கூட முடியாது. வேண்டி விரும்பி முகத்திலேயே துப்பி விடுவார்கள் என்பது பிரகாஷிற்குத் தெரியும்.

அவள் வீட்டில் இருந்து ஒருத்தர்கூட அவனிடம் பேசவில்லை. பேசியிருந்தால், “நீங்க என்னமோ நினைக்கிறீங்க. உங்க பொண்ணு தங்கம்தான். அதுக்காக தங்க ஊசியை வச்சு கண்ணைக் குத்திக்கிட்டே இருக்க முடியுமா? தயவுசெஞ்சு நல்லது கெட்டதை எடுத்துச் சொல்லுங்க. உலகத்திலயே அவள் சொல்றது மட்டும்தான் கரெக்டுங்கறா. இவளெல்லாம் நல்லவேளை நீதிபதி ஆகலை. இல்லாட்டி வர்றவனுக்கு எல்லாம் தூக்குத் தண்டனை கொடுத்திருவா” எனச் சொல்லி இருப்பான்.

ஆனால் உள்ளுக்குள்ளேயேதான் குமுறிக் கொண்டிருந்தான். இம்மாதிரியான குமுறல்கள் அவள்மீதான பாசத்திற்கும் எந்த விதத்திலும் தடை போடவுமில்லை. ஒருமாதிரியான இரண்டும்கெட்டான் மனநிலையில் ஒரு புழுவைப் போலத் துடித்துக் கொண்டிருந்தான். அவளோ முழுவதுமாய் அவனைத் தூக்கி இடுப்பில் வைத்துக் கொண்டாள். பெரிய வேலையில் இருந்தவள், இனி அந்தப் பக்கமெல்லாம் போகவே மாட்டேன் என்றாள்.

“உனக்குன்னு ஒரு கெரியர் இருக்குல்ல. அதை விட்டுட்டு என்ன பண்ணப் போற? நிச்சயமா பைத்தியமாயிடுவ” என்றான் பிரகாஷ். “ஆமா உன் பைத்தியம்” என்று சொல்லிக் கண்சிமிட்டினாள். அவனுக்கு உடனடியாகச் சிரிப்புதான் வந்தது. “என்னம்மோ பண்ணு. ஆனா என்னைக்காச்சும் இந்த முடிவுக்கும் என் மேல

பழியை போட்டிராத” என்றான். அவளுக்குப் பொக்கென இருந்தது. எந்த நேரத்தில் எதைப் பேசுகிறான்?

அவன் வேலையில் இருக்கிற சமயத்தில், முதன்முறையாக வீடியோ அழைப்பில் வந்தாள். அதைக்கூடப் பதறிப் போய்த்தான் எடுத்தான். என்ன சொல்லப் போகிறாளோ? என ஒரு யோசனை பின் மண்டையில் ஓடியது. எடுத்ததுமே எங்கே இருக்கிறோம் என்கிற எண்ணமே இல்லாமல், “உன்னைக் கட்டிக்கலாம் போல இருக்கு. எனக்கு ஒரு முத்தம் தர்றீயா?” என்றாள் கைகளை விரித்துக் காட்டி. “எங்கே?” என்றான் பிரகாஷ். “இங்கே” என இடத்தைக் காட்டினாள். “போன்ல எப்படிக் கட்டிக்க முடியும்? லூஸா நீ. ஒண்ணு அந்த எண்ட்ல இரு. இல்லாட்டி இந்த எண்ட்ல இரு. நடுவில ஒரு பாதை போகுதே அது உனக்குத் தெரியவே தெரியாதா? அதுதான் இருக்கறதுலயே நல்ல பாதை” என்று சொல்லிவிட்டு போனை அணைத்து விட்டான் பிரகாஷ். அதற்குப் பிறகு அவள் அம்மாதிரியான அழைப்பை அவனுக்கு தொடுக்கவே இல்லை.

வீட்டுக்குப் போகும் போது அது சம்பந்தமான குற்றவுணர்வு அவனுக்கு இருந்தது. அன்பாகத்தானே அழைத்தாள்? சண்டையிடவா அழைத்தாள்? எதற்காகத் தன்னால் அதை மிகச் சரியாகப் புரிந்து கொள்ள முடியவில்லை, அந்த நேரத்தில்? என பிரகாஷ் யோசித்தபடி வண்டியை ஓட்டிக் கொண்டு போனான். முகத்தைத் திருப்பி வைத்துக் கொண்டுதான் அமர்ந்திருந்தாள். ஆனால் அதெல்லாம் அவளைத் தொட்டுத் தூக்குகிற வரைதான் என்பது அவனுக்குத் தெரியும்.

அவள் கோபத்தில் திமிறத் திமிற அவளைத் தூக்கிக் கட்டிலில் போட்டு. “எங்கே?” என்றான். இங்கேயென அவள் தொட்டுக் காட்டிச் சொன்ன இடத்தில் முகத்தைப் புதைத்துக் கொண்டான். “ஏன் நேர்ல பண்ணலீயா? போன்ல எப்படி பண்ண?” என்றான் மூச்சு வாங்கி. “மீ டூன்னு சொன்னா போதும் லூஸூ. உனக்கு எதையுமே சாதாரணமாவே எடுத்துக்க தெரியலை. எல்லாத்துக்குமே முன்ன பின்ன யோசிக்கிற” என்றாள். பிறகும் நிறையப் பேசினாள். அமைதியாய் ம்ஹ்ஹ்ம் போட்டுக் கேட்டுக் கொண்டிருந்தான்.

எல்லா தேனிலவுகளுமே ஒரு காலத்தில் முடிவுக்கு வந்துவிடும்தானே? காலம் என்றாலே முடிவதற்குமானதுதானே? ஒரே இடத்திலேயே குட்டையைப் போலத் தேங்கி நிற்கிற இயல்புடையதா அது? "இப்பல்லாம் உண்ட்ட பேசறதுக்கே எரிச்சலா இருக்கு. மன அழுத்தம்தான் கூடுது. சுத்த வேஸ்ட்டு. அதுக்கு உண்ட்ட பேசாமயே அந்த மன அழுத்தத்திலயே இருந்திடலாம்ணு தோணுது. தேவையில்லாம வந்து உண்ட்ட மாட்டிக்கிட்டேன்" என்று அவள் எதற்காகச் சொன்னாள் தெரியுமா? வீட்டில் பிளம்பர் வரவில்லை. "ஏன் அவருக்கு அடிச்சு உன்னால பேச முடியாதா? எந்நேரமும் உங்க வீட்டில வெட்டிக்கதைதானே பேசிக்கிட்டு இருக்க?" என்று சொன்னதற்காக அதைச் சொன்னாள் விமலா.

இப்படித்தான் இந்த முனையிலும் அந்த முனையிலும் உரையாடல்கள் கொடியில் தொங்கும் துணிகளைப் போலக் காற்றிலாடிக் கொண்டு இருந்தன. உலத்திலேயே யாருக்கும் இல்லாத பழக்கமொன்று திடீரென அவளை ஒட்டிக் கொண்டது. அவள் எல்லாவற்றையுமே அங்குலம் அங்குலமாக அவனிடம் சொல்லத் துவங்கினாள். வேலையின் நடுவே அழைத்து, "இன்னைக்கு சமையல்காரம்மா என்ன செஞ்சாங்கன்னா. என்னால முடியலை. ஆத்திர ஆத்திரமா வருது. எல்லாம் உன்னால" என்று அவள் சொல்லிக் கொண்டிருக்கும் போதே, "வேலைக்கு வர்றவங்களை எதுக்கு இப்ப குற்றவாளி கூண்டில நிறுத்தி விசாரிச்சுக்கிட்டு இருக்க? காலையில எந்திரிச்சதும் கையில இருக்க சுத்தியலை வைச்சு யாரயாவது அடிச்சிக்கிட்டு விசாரணை பண்ணிக்கிட்டே இருக்கணுமா உனக்கு?" என்றான்.

"இப்பக்கூட உனக்கு என்னை சப்போர்ட் பண்ணனும்னு தோணலை. ஏன் எதுக்குன்னு கதையை சொல்ல ஆரம்பிக்கறப்பயே நாந்தான் குற்றவாளின்னு நீயா முடிவு எடுத்திட்ட? ஆனா கேட்டா நான் விசாரணை பண்றேம்ப" என்றாள். தொலைபேசியை அவள் துண்டித்த பிறகுதான், வேறுமாதிரியாக எதிர்வினை ஆற்றி இருக்கலாமோ என அவனுக்குத் தோன்றியது.

சமையல் விஷயம் என்றில்லை, அவளைச் சுற்றி நடக்கிற சின்னச் சின்ன விஷயங்களில்கூட அவனிடம் தீர்வு கேட்டு

வந்து நின்றாள். “பை நிறைய பணத்தை வச்சு எண்ணிக்கிட்டு இருப்பேன் எங்க வீட்டில. இன்னைக்கு பால்க்காரர் வந்து நிற்கிறார். ஒரு ஆயிரம் ரூபாயை தேடறேன். தரித்திரியம் பிடிச்ச மாதிரி பர்ஸே காலியா இருக்கு. என் நிலை எப்படி ஆயிருச்சு பாத்தீயா? எல்லாம் உன்னாலதான்” என்றாள் ஒருதடவை. இத்தனைக்கும் அவளுடைய வங்கிக் கணக்கில் தேவைக்கு அதிகமாகவே பணமும் இருக்கிறது. இப்போதெல்லாம் தட்டு இட்லிக் கடையில்கூட மின்பரிவர்த்தனை இருக்கிறது. அதற்கெல்லாம் முயற்சியே செய்து பார்த்திருக்க மாட்டாள். எடுத்த எடுப்பில் பழி போடுவதற்கு ஒரு வாய்ப்பு அல்லவா? அதைப் பயன்படுத்தாமல் இருக்கவே கூடாது என்கிற வெறியில் தொலைபேசியைத் தூக்கி விட்டாள் விமலா என நினைத்துக் கொண்டான். தொலைபேசியை வைக்கையில், “உன்னை யாரு பதில் சொல்லச் சொன்னா? சும்மா கேட்டுக்க வேண்டியதுதானே? அதுகூட முடியாதா?” என்று அவள் சொன்னது அடிக்கடி நினைவில் வந்தது அவனுக்கு.

அன்றிரவு பணத்தை வங்கியில் இருந்து எடுத்துப் போய் அவளது கைப்பையில் சொருகிய போது, “பதட்டமாயிடுச்சு. வா வந்து என்னைக் கட்டிக்கோ” என்றாள் கட்டிலில் இருந்தபடியே. வேண்டா வெறுப்போடுதான் கட்டிலில் போய் விழுந்தான். ஆனால் அதற்கடுத்து நடந்தது எல்லாம் அவனது விருப்பத்தின் பேரில்தான். இறுதியில் அவள், “உனக்கு ட்ரெஸ் எடுக்க போகலாமா? அங்க வந்து ஊருக்கே கேட்குறாப்பில சத்தம் போடக் கூடாது. சண்டை போடக் கூடாது. சத்தியம் பண்ணிக் குடு” என்றாள்.

அவனுக்கு அந்தச் சமயத்தில் எரிச்சல் வந்து விட்டது. “இங்க பாரு. எடுத்த சட்டைகளையே இன்னமும் போடாம வச்சிருக்கேன். இப்ப எதுக்கு போயி தேவையில்லாம வாங்கிக் குமிக்க நினைக்கிற. உனக்கு ஷாப்பிங் போகணும்னா வா கூப்டு போறேன். உனக்கு பண்ணிக்கோ. என்னை எதுக்கு எல்லாத்துலயும் தூக்கி முன்ன போடற? எனக்குப் பிடிக்கலை. ஆனாலும் பண்ணனும். வேண்டாம்னா உன் மூடை கெடுத்திட்டேன்ப” என்றான் படுத்த வாக்கிலேயே. “வேண்டாம்டா சாமி. ஷாப்பிங்கே வேணாம். உன் திருவாயை மூடு. தரித்திரியம் பிடிச்ச மாதிரி இருக்கு

வாழ்க்கையே” எனச் சொல்லி விட்டுத் திரும்பிப் படுத்துக் கொண்டாள்.

என்ன தவறாகச் சொல்லிவிட்டேன்? அவளுக்கு வேண்டியவற்றை வாங்கிக் கொள்ள அழைத்துப் போகிறேன் என்றுதானே சொன்னேன்? கையில் பணத்தைப் பார்த்ததும் செலவழித்தே ஆகவேண்டுமா என்ன? அவளுக்குச் செலவு செய்தாலும் பரவாயில்லை. எதற்காக அங்கேயும் கொண்டு போய் என்ன நுழைக்க வேண்டும்? என்றெல்லாம் குழப்பங்கள் கூடின அவனுக்குள். கடையில் போய் நின்று கொண்டு பதினைந்து சட்டைகளை எடுத்துக் கொண்டு வந்து போட்டு பார்க்கச் சொல்வாள். “ஒரு சட்டைதானே எடுக்க வந்திருக்கோம்? எதுக்கு இத்தனைய போட்டு பார்க்கணும்?” என்பான். “சும்மா போட்டுப் பாரு. உனக்கு என்ன பிரச்சினை? என்னைக்காச்சும் ஒருநாள் இந்த காசை நான் திருப்பித் தந்திடறேன்” என்பாள். இங்கே காசு எங்கே வந்தது? எதற்காக அதையும் இதையும் முடிச்சுப் போட்டுப் பார்க்கிறாள்? என்று தோன்றும் அவனுக்கு.

வேறு வழியில்லாமல் ஒவ்வொன்றையும் கழற்றி மறுபடி போட்டு, உடைமாற்றும் அறையில் இருந்து வெளியேறி ஒவ்வொரு முறையும் காட்ட வேண்டும். வாசலில் நின்று பார்த்துக் கொண்டிருக்கும் போதே அவளுடைய கைகளில் மேலும் பத்துச் சட்டைகள் இருக்கும். அந்த நேரத்தில் அவனுக்கு எரிச்சல் மண்டிக்கொண்டு வரும். உள்ளே இருந்த கண்ணாடியில் அவனது முகத்தைப் பார்த்தே த்தூ எனத் துப்பி இருக்கிறான் ஒருதடவை. கடைசியில் அதிலும் இருப்பதிலேயே அவனுக்குப் பிடிக்காத சட்டை என ஒன்று இருக்குமே? அதைத்தான் மிகச் சரியாகத் தேர்ந்தெடுப்பாள் விமலா. அதை அவன் வலுக்கட்டாயமாகப் போட்டுக் கொண்டு அலைய வேண்டும்.

இதை ஒரு புகாராகவே முன்வைத்த போது, “உனக்கு என்னை குத்தம் சொல்லணும். அதான? பிடிக்காட்டி அன்னைக்கே சொல்லி இருக்கலாம்ல?” என்றாள். பிறகு அவளாகவே தனியாகப் போய்ச் சட்டைகளை எடுக்கத் துவங்கினாள். இறுக்கமாக இருந்தது இல்லாவிட்டால் தொளதொளவென. ஒவ்வொரு முறையும் கடையேறிப் போய் அதை மாற்றக் கொள்ளவென ஏகப்பட்ட அலைச்சல். “தயவு செஞ்சு விட்டிரு.

எனக்கு வேணும்னா நானே உண்ட்ட கேட்கறேன்" என்றான். "இனி ஜென்மத்துக்கும் உனக்குச் சட்டை எடுக்கவே மாட்டேன்" என்றாள் அழுதபடி.

என்ன சாப்பிடப் போகிறாய்? அதை எப்படிச் சாப்பிடப் போகிறாய்? எங்கே போகிறாய்? எங்கே இருக்கிறாய்? என்ன செய்கிறாய்? எனத் தினமுமே கேள்விக் கணைகளால் துளைத்தபடியே இருந்தாள். எண்ணையில் பொறித்ததைச் சாப்பிடவே கூடாது என்றாள். அவள் மட்டும் அதை அடிக்கடி வாங்கித் தின்றாள். கேட்டதற்கு, "நான் சாப்பிடுவேன். நீ சாப்பிட்டிராத. உடம்புக்கு கெட்டது" என்றாள். இதென்ன நியாயம்? என்றுதான் தோன்றியது அவனுக்கு.

ஒருதடவை அவளிடம் கொஞ்சம் கோபமாகவே, "ஒரு கட்டம் வரைக்கும்தான் கணவன் மனைவி எல்லாம். அடிப்படையில பார்த்தா எல்லா உயிருமே தனித்தனிதான். நீ கொஞ்சம் தனியாவும் வாழ ட்ரை பண்ணு. எல்லாத்திலயும் என்னைப் போட்டுக் குழப்பாத. எங்க வாழ்க்கையை எங்களை வாழவிடு. காலையில எந்திச்சதும் என் வாழ்க்கையையும் தூக்கி உன் பொறுப்பில வச்சுக்காத" என்றான். "இதென்ன பைத்தியக்காரத்தனமா இருக்கு. எனக்கு நடக்கறது எல்லாத்துக்கும் நீதான் பொறுப்பு. உன்னை நம்பித்தான நான் என் வீட்டை விட்டு வெளியே வந்தேன். எவ்வளவு பணக்கார வீட்டுல இருந்தெல்லாம் பொண்ணு கேட்டு வந்திருக்காங்க. அதையெல்லாம் வேணாம்னு சொல்லிட்டு நீதான் வேணும்னு வந்தேன் பாரு. என் புத்தியை செருப்ப கழட்டி அடிக்கணும். என் வாழ்க்கையையே நாசம் பண்ணி வச்சுட்டு இப்ப வந்து உக்காந்துகிட்டு தத்துவம் பேசற" என்றாள் பதிலுக்கு.

வேறு எப்படித்தான் அவளுக்குப் புரிய வைப்பது என்கிற குழப்பத்தில் ஆழ்ந்தான் பிரகாஷ். மேலும் மேலும் அவளது பிடி அவன்மீது இறுகிக் கொண்டே இருந்தது. அவனை நம்பி வந்தாள்தான். அதில் மாற்றுக் கருத்தேயில்லை. ஆனால் அப்படி வந்த ஒரு காரணத்திற்காகவே அவள் செய்வது எல்லாவற்றிற்கும் தான் எப்படிப் பொறுப்பாளி ஆவது என்பது உண்மையிலேயே அவனுக்கு விளங்கவில்லை. அவளுக்குள் இருக்கிற வெறுமையை

இட்டு நிரப்பிக் கொள்ள அவனைப் பயன்படுத்திக் கொள்கிறாள் என்றுகூடத் தோன்றியது அவனுக்கு.

அவளைச் சமாதானப்படுத்தி அமர வைத்தபிறகு, “யார் தயவுமில்லாம நீயா ஒரு விஷயத்தை ஸ்டார்ட் பண்ணு. ஆனா நான் கூட இருப்பேன்” என்றான் தயக்கமான குரலில். “நான் எதுக்கு ஸ்டார்ட் பண்ணனும்? அதான் நீ இருக்கீல்ல?” என்றாள். “நான் இல்லாட்டி என்ன பண்ணுவ? நாளைக்கே திடீர்னு ஹார்ட் அட்டாக்ல செத்துட்டா என்ன பண்ணுவ?” எனச் சுருக்கெனக் கேட்டான். “பார்த்தியா எவ்ளோ செல்பிஷ்ஷா இருக்க. அதெப்படி உன்னை நம்பி வந்தவளை விட்டுட்டு போயிடுவேன்னு சொல்ற? உனக்கு ரெஸ்பான்ஸிபிலிட்டியே இல்லை. உன்னையும் நம்பி வந்தேன் பாரு” என்றாள். தலையைப் பிடித்துக் கொண்டு அமர்ந்து விட்டான் பிரகாஷ். “காபி போடவா? டீ போடவா?” என்றாள் விமலா.

வேலையில் ஒருநாள் மும்முரமாக இருந்த போது அழைத்து, “எனக்கு ஒரு வேலையும் செய்ய முடியலை. தலை சுக்கு நூறா வெடிச்சிரும் போல இருக்கு. அவ்ளோ பாரமா இருக்கு. பைத்தியமே ஆயிடுவேன். எதுக்கு வந்து இதுக்குள்ள மாட்டிக்கிட்டேன்னே எனக்கு தெரியலை. எல்லாம் உன்னாலதான்” என்று முடித்த போது வெடித்து விட்டான். “ஆமா இன்னைக்கு காலையில உனக்கு ஒண்ணுக்கும் பீயும் வராம போனதுக்குக் கூட நாந்தான் காரணம்” என்றான் கோபமாக. “சீ எப்டீ அசிங்கமா பேசற? நல்ல குடும்பத்தில இருந்து வந்தா இப்படி பேசுவாங்களா?” என்று சொல்லி விட்டுத் தொலைபேசியைத் துண்டித்து விட்டாள்.

ஒருநாள் அவன் சம்பந்தப்படாத, அவளது குடும்பம் சார்ந்த தவறு ஒன்றைச் செய்து அதனால் கிடைத்த பின் விளைவுகளை ஏற்று அமர்ந்து அழுது கொண்டிருந்தாள். அதுபற்றி அரற்றியவாறும் இருந்தாள். அப்போது போய் நின்று, “எதுக்கு இவ்வளவு போட்டு அலட்டிக்கிற? எல்லாத்துக்கும் காரணம் நாந்தான்னு தலையில தூக்கி போட்டுக்கிட்டு போய்ட்டே இருக்க வேண்டியதுதானே? அதான் எல்லாத்துக்கும் ஒரு எளிமையான முடிவு உண்ட்ட இருக்குதுல்ல” என்றான். நிமிர்ந்து பார்த்த அவள் கண்களைத்

துடைத்து விட்டு எழுந்து அவளுடைய அறைக்குள் போய்க் கதவைச் சாத்திக் கொண்டாள்.

அவர்கள் இருவருக்கும் இடையிலான பேச்சு முற்றிலும் குறையத் துவங்கியது. அதை இருவரும் அறிந்தே இருந்தார்கள். ஆனால் இருவராலும் இருவரையுமே முற்றிலும் கைவிடவும் முடியவில்லை. மேற்பூச்சில் இதுமாதிரியான நெருடல்கள் இருந்தாலும், முட்களுக்கு இடையில் பதுங்கியிருக்கும் இலந்தைப் பழம் போலக் கொஞ்சம் இனிப்பும் அவர்கள் மனவடுக்குகளில் கலந்தே இருந்தது. இருவருமே திரும்பி அவரவர் வீட்டிற்குச் செல்ல முடியாது என்பதையும் அறிந்தே இருந்தனர்.

பெரும்பாலும் பிரகாஷ்தான் எப்போதும் முகத்தைத் தூக்கியபடி அமர்ந்து இருப்பான். ஏதாவது சொல்லப் போய் ஏதாவது நடந்து, எதற்கு வம்பு என அமைதியாக இருந்து கொள்வான். அப்படி காரில் ஒருநாள் போய்க் கொண்டு இருந்த போது, “சிரி பார்ப்போம். சிரி பார்ப்போம். மூஞ்சை இஞ்சி தின்ற குரங்கு மாதிரி வச்சுக்கிட்டு ஓவ் ஓவ்னு கத்திக்கிட்டே இருக்கறான். கத்திக்கிட்டே இருக்கறான்” என அவள் பேசும் சத்தம் கேட்டது. தலையைத் திருப்பிப் பார்த்த போது அவள் கண்ணாடி வழியாக வெளியே பார்த்துப் பேசிக் கொண்டிருப்பதைப் பார்த்தான்.

வண்டியை நிறுத்தி, “ஏய் யார்ட்ட நீ லூஸூ மாதிரி பேசிக்கிட்டு வர்ற?” என்றான். “ஏன் உண்ட்டதான். மூஞ்சிக்கு நேரா பேசினா முறைப்ப. அதுக்காகத்தான் திரும்பிக்கிட்டு பேசறேன்” என்று குழந்தை மாதிரி முகத்தை வைத்துக் கொண்டு சொன்னாள். கூர்ந்து அவளது கண்களையே பார்த்து விட்டு உதட்டில் முத்தமிட்டுச் சிரித்து, “போதுமா சிரிச்சது. இல்லை இன்னும் வேணுமா” என்றான். அவனது கழுத்தைக் கட்டிக் கொண்டாள் விமலா.

இரவு முழுவதுமே பிரகாஷிற்கு யோசனையாகவும் வேதனையாகவும் இருந்தது. அவள் தனியே பேசியதை அவன் பார்த்தான். ஆனால் அதை அவள் படக்கென மாற்றிச் சொன்னது ஏன்? என்பது குறித்தும் யோசித்தான். அவளுக்கு என்னதான் வேண்டும்? உண்மையிலேயே அவனுக்குத் தன்னுடைய குலசாமி சத்தியமாய்ப் புரியவில்லை. ஏற்கனவே ஒருதடவை

அவள் வேண்டாம் என்று சொன்னபிறகும் அவளை நெருங்கிப் போய்க் கட்டிப் பிடிக்க முயன்ற போது, வெறிபிடித்த நாயைப் போல உருமிப் பலத்தைத் திரட்டித் தள்ளியும் விட்டிருக்கிறாள். சினிமாக்களில் வருவதைப் போலப் பின்மண்டைச் சுவற்றில் மோதி செத்துப் போய்விட்டால் என்னாவது? என்கிற பயம் அப்போதிலிருந்து அவனுக்கு இருக்கவும் செய்கிறது.

அவள் வீட்டில் யாரையாவது அழைத்துச் சொல்லி விடலாமா? என உள்ளம் அந்தநாளில் பரபரத்தது. நகைக் கடைக்குச் சென்ற போதும் அப்படி நடந்தது. கணக்கு வழக்குகளை முடித்து அவளை நோக்கிச் சென்ற போது, "இப்ப போயி என்ன பண்ண? பேசாம எங்க போகலாம்? அங்க போகலாமா?" எனத் தனக்குள் தலையாட்டியபடி பேசிக் கொண்டு நின்றிருந்தாள். "இதென்ன கெட்ட பழக்கம். இப்பல்லாம் பொது இடத்தில வச்சுக்கூட தனியா பேச ஆரம்பிச்சிட்ட" எனப் பல்லைக் கடித்தான்.

"ஏன் என்கூட பேசிக்கிட்டு இருக்கேன். பேசினா என்ன? உண்ட்ட பேசுனாலும் நீ பேச மாட்ட" என்றாள். அப்போது களையிழந்து, கண்களில் தூக்கக் கலக்கம் மிகுந்து கண்ணைச் சுற்றிக் கருவளையம் தாங்கி அவள் நின்ற காட்சி அவனைக் கலங்கடித்தது. எப்படி வந்தாள் அவனிடம்? கல்லூரியில் அவனது கைக்குள் கிடந்த பறவையா அவள்? என அக்கணத்தில் அக்கேள்வி எழுந்தது பிரகாஷிற்குள். அவளை எத்தனை எத்தனையோ கோணங்களில் பார்த்து இருக்கிறான். ஆனால் அந்தக் கோணத்தில் அவள் நின்ற காட்சி அவன் உள்ளத்தைத் தைத்தது. வாழ்வில் ஒருகாட்சி மட்டும்கூட, நெஞ்சில் ஓங்கி உதைத்துவிடும் போல.

அவன் கண்களில் நீர் திரண்டது. "ஒருவேளை அவள் சொல்வதுபோல என்னாலதானோ?" என அந்தக் கேள்வி முதன்முறையாக அவனுக்குள் வந்தது. "ஏய் லூஸூ. ஏன் அழுகுற? நான் அப்டீ பேசுனது தப்புத்தான். என்னமோ தெரியலை. இப்பல்லாம் திடீர்னு இப்படி பேசிக்கிறேன். வா போகலாம்" என்று சொல்லிவிட்டு அவனது கைகளைப் பற்றிக் கொண்டாள். "நடந்து போகலாமா" என்றாள். அவனுக்கு அப்படித் தெருவிற்குள் புகுந்து நடப்பதே பிடிக்காது என்பதை அவள் மறந்தே போயிருந்தாள்.

நெரிசல் மிகுந்த அந்தத் தெருவில் நடப்பதற்கு முன்பு அந்த யோசனை வந்தது. இந்த ஒருநாள் மாலை மட்டும் அவள் போக்கில் போய்ப் பார்த்தால்தான் என்ன? அப்புறம் இன்னொரு விஷயமும் தோன்றியது. மனதைக் கல்லாக்கிக் கொண்டு ஏதோ தவம் போல எல்லாம் அதைச் செய்யக் கூடாது. எந்தக் கட்டுப்பாடுகளும் இல்லாமல் முன் முடிவுகளும் இல்லாமல் அவளது நடையோடு ஒழுகிப் போய்விட வேண்டும் என்கிற முடிவையும் எடுத்தான்.

சிறிது நேரத்திற்கு அந்தச் சிக்கல் இருந்தது அவனுக்குள். அவனுக்குப் பிடிக்காத செயல் ஒன்றைச் செய்து அவள் குதுகலித்த போது, அதைச் சுட்டிக் காட்ட உள்ளமும் நாக்கும் பரபரத்தது. தன்னைக் கட்டுப்படுத்திக் கொண்டு அமைதியாக இருந்தான். இரண்டொரு தடவை அப்படி நடந்து, பின் அந்த எண்ணமும் இல்லாமல் போனது. ஏன் அதைத் தின்றால் செத்தா போய்விடுவோம்? என்கிற எண்ணம் வந்த போது அவன் அதுவரை உண்ண மறுத்து வந்த பானிபூரியை வாங்கி உண்டான். ஏனோ முன்பிலிருந்தே அது பிடிக்காமல் இருந்தது அவனுக்கு. அந்த முறை நன்றாக அது இருப்பதைப் போலத்தான் அவனுக்குப் பட்டது. அதை மொறுமொறுவென கடித்து முடித்து அந்த நீர் கலந்த பிறகு பிரத்தியேகமான சுவை வருவதைப் போலவும் தெரிந்தது.

அதை மறுபடியும் உணர, இன்னொன்று தாருங்கள் எனக் கேட்ட போது, "பாத்தியா பாத்தியா நான் சொன்னதை கேட்காம போயிட்டல்ல" என்று குழந்தையைப் போலக் குதித்தபடி, கடைப்பையன் கொடுத்த ஒன்றை அவள் வாங்கி பிரகாஷிற்கு ஊட்டி விட்டாள். அப்போது அவளது கையிடுக்கில் இருந்து வந்த மணம் அவன் நாசியில் படர்ந்தது. அவளது முடி மென்காற்றிலாடி அவனது முகத்தில் விழுந்தது. ஒரு கையால் அதை விலக்கி விட்டாள். அதை வாயில் வாங்குகையில் அனிச்சையாகக் கண்களை மூடிக் கொண்டான் பிரகாஷ்.

ஏனோ அவளை அணைத்துக் கொள்ள வேண்டுமெனத் தோன்றியது அவனுக்கு. அதைச் செய்ய ஏன் அவ்வளவு யோசனை? என்கிற கேள்வி எழவும், வலதுகையால் இடுப்பிற்கும் முதுகிற்கும் நடுவில் மெல்ல அணைத்துக் கொண்டான். உடனடியாகவே

திரும்பி அவனுடைய முகத்தைப் பார்த்தாள் விமலா. "நம்மூரா இருக்கறதால இதைச் செய்றேன். இதுவே பாரினா இருந்தா லிப் கிஸ் குடுத்திருப்பேன். இப்ப இருக்கற மனநிலைக்கு" என்றான்.

ஒன்றும் பேசாமல், அந்தக் கையை விடுவித்து அதில் அவளது கைகள் இரண்டையும் கோர்த்துக் கொண்டு புதுவிதமான கோணத்தில் நடந்து வந்தாள். வேட்டியைப் பிடித்துத் தொங்கிக் கொண்டே வரும் குழந்தையைப் போல. இடையில், "எப்பவும் இப்படியே நல்லவனாவே இரு" என்றாள். மென்மையாகச் சிரித்துக் கொண்டான் பிரகாஷ். அவள் எதையாவது வாங்கப் போகிறாளா? என்பதைக் கூர்ந்து கவனித்தான். அவளுக்கு உண்மையில் எதையுமே வாங்க வேண்டும் என்கிற எண்ணமே இல்லை. அவனது கையைப் பிடித்துக் கொண்டு உலகின் அந்தக் கடைசி வரை நடக்கச் சொன்னால்கூட நடப்பேன் என்கிற உணர்வு மட்டுமே அவளிடம் இருந்தது என்பதையும் உணர்ந்தான்.

அதைக் கண்களால் பலமுறை காட்டியும் அவன் புரியத் தவறி விட்டான். அந்தமுறைகூட அடிக்கடி நிமிர்ந்து அவனது முகத்தைப் பார்த்தபடியேதான் வந்தாள். அதை வெறுமனே காதல் என்று மட்டுமே எடுக்கப் பழகியிருந்தான் அதுவரை. ஆனால் அதனையும் தாண்டி உலகத்தின் அந்த முனைவரை என்கிற எல்லையை கண்கள் மினுங்கச் சொல்வதன் ஆழத்தை அவன் உணர்ந்தானா? அவள் மேலும் இறுக்கமாகக் கைகளைப் பிணைந்து கொண்டு நடக்கையில், "ஸாரிப்பா. என்னை மன்னிச்சிடு" என்றாள்.

"எதுக்கு ஸாரி?" என்றான் உடனடியாக. "தெரியலை. தோணுச்சு. ஸாரிப்பா" என்றாள் மறுபடியும். விட்டால் அழுதுவிடுவாள் என்கிற தோற்றத்தில் முகத்தை வைத்துக் கொண்டிருந்தாள். அவனுமே உணர்ச்சித் ததும்பலின் உச்சியில் நின்றான். நடுச்சாலை என்றுகூடப் பாராமல் அவளைக் கட்டிக் கொள்ளலாமா எனக் கூடத் தோன்றியது அவனுக்கு. அப்போது திடீரென அவள் அவனுக்குப் பின்புறம் பார்த்து, "ஹை பஞ்சு மிட்டாய்" என ஒரு துள்ளு துள்ளினாள். திரும்பிப் பார்த்த போது, முட்டை வடிவிலான பெரிய கண்ணாடிப் பேழைக்குள் வைத்து விற்கப்படும் சோன்பப்டி அது.

அவள் அதைப் பார்த்துவிட்டுத் தவ்விக் குதித்தாள். அதை வாங்கி நடந்த போது, "இது சோன்பப்டி" என்றான். "இல்லை பஞ்சு மிட்டாய்னு சொல்லு. பஞ்சு மிட்டாய்னு சொல்லு. அப்படிச் சொன்னாத்தான் சாப்பிடுவேன். பஞ்சு மிட்டாய்னு சொல்லு" என்று அடம்பிடித்தாள். அவனுக்குள் ஒருவிநோதம் வந்தடங்கிய பின் அவனையுமறியாமல், "ஆமாம் பஞ்சு மிட்டாய்தான். அதான் பஞ்சு பஞ்சா இருக்குல்ல" என இயல்பாகச் சொன்னான். "அய்யோ" எனச் சொல்லி விட்டு அவன் கன்னத்தைப் பிடித்துக் கொஞ்சினாள்.

அன்றிரவு படுக்கையில் அவளது முகத்தையே பார்த்துக் கொண்டிருந்தான். இரண்டு கைகளையும் கன்னத்தில் பதித்து, தலையணையில் முட்டுக் கொடுத்து கால்களை முன்னோக்கிக் குறுக்கித் தூங்கிக் கொண்டிருந்தாள். முகம் பன் ரொட்டி மாதிரி உப்பியிருந்தது. அதைப் பிடித்துக் கிள்ளலாமா என யோசித்தான்

அப்போது கண்விழித்து தன் பெரிய விழிகளை அகட்டிக் காட்டி அவள், "ஏய் பொம்மை எதுக்கு என்னையே பார்த்துக்கிட்டு இருக்க. வா வந்து கட்டிக்கோ" என்றாள்.

மறுநாள் கண்ணாடியில் பார்த்த போது, குலசாமி சத்தியமாக அவனது மூக்கு புடைத்திருந்தது, ஒரு பொம்மையைப் போலவே!

⊙

பொறுப்பு

அந்த மலாய் உணவகத்தில் வைத்து, “எதுக்குத் தயங்கறீங்க? இது ஒண்ணும் உங்க நாடு இல்லையே? எவனோ ஒருத்தனோட நாடு. இருக்கறதுக்குள்ள சம்பாதிச்சிட்டு ஓடிப் போயிடணும்” என்றான் விசாகன் குடிவெறியில். பிரிட்டனில் செட்டிலான தமிழன். ஒருகாலத்தில் வானத்தில் விமானங்களைப் பறக்கவிட வேண்டும் என்கிற எண்ணமெல்லாம் இருந்திருக்கிறது அவனுக்கு. அதற்கான நிறுவனத்தைத் துவங்க வேண்டுமென எங்கெங்கோ முட்டி மோதிப் பார்த்தும் இருக்கிறான். சரியான தொடர்பும் முதல்பணமும் அவனுக்கு அமைந்து வரவில்லை.

யாரையோ பிடித்து திமோருக்கு வந்து சேர்ந்தான். உடனடியாக அவனுக்கு அடைக்கலம் கொடுத்தது மலேசியாக்காரனான சத்தியநாதனே. ஐந்து வருடங்களுக்கு முன்பு வந்த சத்தி அப்போதுதான் அந்நிலத்தில் சிறுகச் சிறுக, நிதானமாக வேரூன்றிக் கொண்டிருந்தான். தொழில்சார்ந்து அடிப்படையிலேயே யார் மீதும் நம்பிக்கை வைக்கிற பழக்கமே இல்லாத சத்திக்கு, விசாகன் பிலிப்பைனீஸ் உணவகத்தில் வைத்துப் பேசிய முதல் பேச்சு முற்றிலும் பிடித்து விட்டது. எப்போதுமே குறைவாகப் பேசுகிற சத்திக்கு, ரொட்டியை லாவகமாகத் துண்டு போடுகிற மாதிரி, நேரிடையாகக் கண்ணைப் பார்த்துப் பேசும் விசாகனை கூடவே வைத்துக் கொள்ளலாம் எனத் தோன்றி விட்டது. அப்போது அவனுக்குமே அப்படியான ஒரு ஆள் தேவைப்பட்டது.

ஆனாலும் எடுத்த எடுப்பில் உடனடியாக வாவென அழைத்து விடவில்லை. சில பல சோதனைகளை வைத்தான் சத்தி. உயர்ந்த

விடுதிகளுக்கு அழைத்துப் போய் உணவுக் கட்டணத்தை அவன் தர முயல்கிறானா? என்பதைப் பார்த்தான். தன்னுடைய மறை காதலிகளிடம் தற்செயலாக அழைத்துப் போவதைப் போலச் சென்று, அவர்களை அவன் குறுகுறுவெனப் பார்க்கிறானா? என்பதைச் சோதித்தான்.

ஒருதடவை காருக்குள் வைத்து ஐந்து இலட்சம் டாலர் நோட்டுக்களைத் தற்செயலலாகச் சிதறடிப்பதைப் போல விசிறினான். கட்டுக்கட்டாக அங்கே இங்கே என மூட்டையில் இருந்து சிதறிய நெல்லிக் கனிகளென காருக்குள் கிடந்தன அவை.

அப்போது சத்தி அவனது முகத்தையே கூர்ந்து பார்த்தான். விசாகன் முகத்தில் துளிகூட ஆசை பொங்கி வரவில்லை. அவன் பதறக்கூடச் செய்யவில்லை என்பதை சத்தி உன்னிப்பாகக் கவனித்தான். கீழே விழுந்த டாலர் கட்டொன்று சத்தியின் காலடியில் கிடந்தது. அதை அவன் காலால் உதைத்து அந்தப் பக்கம் தள்ளினான். அப்போது மட்டும் ராகவன் ஒருகணம் திடுக்கிட்டு பெருமூச்சு விட்டான்.

“அது வெறும் பணம்தான். அது மேல தேவையில்லாதது எதையும் ஏத்தி வைக்கக் கூடாது. ஆஸ்கார் விருது வாங்குன டைரக்டர் ஒருத்தரே கேமரா மேல காலை போட்டு உக்காந்திருக்கார். நம்மூர்ல கேட்டா சரஸ்வதிம்பாங்க. கால்ல மிதிச்சிட்டா லட்சுமி ஓடிப் போயிடுவாளா? இல்லை வலுக்கட்டாயமா கையைப் பிடிச்சு இழுக்கறவண்ட்ட வந்திருவாளா?” என்றான். அதைக் கேட்டதும் விசாகனுக்கு உற்சாகமாக இருந்தது. பணம் அவனுக்கு வேண்டும்தான், ஆனால் பணத்திற்காக எதையும் செய்யமாட்டான் எனப் புரிந்து கொண்டான் விசாகன்.

மலேசியாவில் உள்ள ஓரளவிற்கு வசதியான குடும்பத்தில், எட்டு பிள்ளைகளில் மூத்தவன் சத்தி. அவனுக்கு அந்தக் குடும்பத்தில் இருந்த சத்தமும் கூச்சலும் சின்ன வயதிலிருந்தே பிடிக்கவில்லை. அவனுக்கு எங்கேயாவது போய் அமைதியாக அமர்ந்திருக்க வேண்டும் எனத் தோன்றும். காலைக் கட்டிக் கொண்டு அவனுக்குக் கீழேயிருக்கிற பொடிசுகள் எல்லாம்கூடி அவனது உயிரை வாங்கும். எதற்கெடுத்தாலும், “அண்ணன்காரன் நீதான் எல்லாரையும் கடைசி வரை பொறுப்பா பாத்துக்கிடணும்”

என்பார்கள். எதற்காக நான் அனைவருக்கும் பொறுப்பேற்க வேண்டும்? என மிகச் சின்ன வயதிலேயே சத்திக்குத் தோன்றி இருக்கிறது. பொறுப்பிற்கும் தனக்கும் காதமைல் தூரம் என்பது அப்போதே அவனுக்குத் தெரியும்.

வளரும் பருவத்தில் இருந்தே அவர்கள் அனைவரிடமிருந்தும் தள்ளியே இருந்தான் சத்தி. அந்த வயதில் புத்தகம் ஒன்றைப் படித்தான். பதினான்கு வயதான நிக்கோலா மனுச்சி என்கிற சிறுவன் ஒருத்தன் வியன்னாவில் இருக்கிற அவன் வீட்டை விட்டுக் கிளம்புகிறான். அவனது நோக்கம் ஒன்றே ஒன்றுதான். வாழ்நாளில் முழு உலகத்தையும் சுற்றிப் பார்த்து விட வேண்டும் என்கிற ஒற்றைக் குறிக்கோளுடன் வீட்டைவிட்டு வெளியே நிலத்தில் காலை வைத்தான். சிறுவன் ஒருத்தனின் கால் நிலத்தில் அடியெடுத்து வைக்கிற காட்சியை அடிக்கடி நினைத்துப் பார்த்துச் சிலிர்த்துக் கொள்வான் சத்தி.

எத்தனை வயதில் அது அவனுக்குத் தோன்றி இருக்கிறது? பதினான்கு வயதில் என தனக்குத்தானே சொல்லிக் கொள்வான். அவனது பதினான்கு வயதில் என்ன செய்தான் என யோசித்துப் பார்த்தான். கடலைமிட்டாய் சாப்பிட்டுக் கொண்டிருந்த நினைவுகளே அவனிடம் அதிகமும் இருந்தன. அந்தப் பதினான்கு வயது பையன் கப்பலில் கள்ளத்தனமாக ஏறி, அப்புறம் உலகமெல்லாம் சுற்றி வென்ற கதை அவனை உலுக்கியது. கிடைக்கிற பாத்திரத்தில் எல்லாம் அதன் வடிவத்தைப் போல நிறைகிற நீரையொத்து அவன் எல்லா நிலங்களிலும் அதனதன் அடையாளத்தோடு வாழ்ந்த விதம் சத்தியைத் தன்னுள்ளுக்குள் திருப்பிப் பார்க்கவும் வைத்தது. தன்னை நினைக்கையில் அவனுக்கே அசிங்கமாகவும் இருந்தது. அந்தக் கணத்தில் கப்பலில் வேலைக்குச் சேர்வது என முடிவெடுத்தான்.

அந்தப் பாதை வழியாகவே அவனது நோக்கம் முழுக்கப் பயணித்தது. ஒருநாள் பையை முதுகில் மாட்டிக் கொண்டு நின்ற தினத்தில்தான், அவன் கப்பலில் வேலைக்குச் செல்லப் போகிறான் என்கிற விஷயமே வீட்டிற்குத் தெரிந்தது. சத்தியின் குணம் எல்லோருக்கும் தெரியும் என்பதால், அவனுடைய இருப்பின்மை பெரும்பாலானவர்களுக்கு இழப்பாகவும் இல்லை. மகிழ்ச்சியோடுதான் எல்லோரும் இணைந்து வழியனுப்பி

வைத்தார்கள். ஒருத்தர்கூட அவன் போவது குறித்துக் கவலை தெரிவிக்கவில்லை. அந்தக் கூட்டு மகிழ்ச்சிக்குச் சத்தியின் மனம், துயரத்தின் சாயலை அளித்து, ஏனோ எடைகூடி ஏந்திக் கொண்டது. வீட்டிற்கும் தனக்குமான பந்தத்தை பறைசாற்றுகிற காட்சியாக இந்தக் கொண்டாட்டம் என்றைக்கும் இருக்கும் என சத்தி நினைத்துக் கொண்டான். ஒருபோதும் வீடு திரும்ப மாட்டோம் என்றுதான் அச்சமயத்தில் அவனுக்குத் தோன்றியது.

கடலில் மிதந்தபடி எல்லா தேசங்களுக்கும் போய்விட்டு வந்து விட்டான். கடலை விட அவனுக்கு நிலம்தான் பிடித்திருந்தது. அடுத்த நாட்டின் கடற்கரை நகரம் எப்போது வரும் எனக் காத்துக் கிடப்பான். சிறுவனான மனுச்சியைப் போலவே தன்னைக் கருதிக் கொண்டு நகருக்குள் இறங்கி ஓடுவான். ஆட்களை வெறிகொண்டு பார்ப்பான். அங்குள்ள பெண்களை மையலோடு நோக்குவான். அவனை நோக்கி வரும் வறியவர்களுக்குப் பணத்தை அள்ளிக் கொடுப்பான். காலார அந்த நகரத்தில் நடந்து அளந்தபடியே இருப்பான். மீண்டும் கப்பலுக்கு வந்தபிறகு அந்தக் காட்சிகளை ஓட்டிப் பார்ப்பான். எல்லாமும் அவன் நினைத்த மாதிரியே இருந்தது. ஆனால் ஒன்றுமட்டும் அதில் இல்லை என்பதை உணர்வான். ஒரு நிறைவின்மை வந்து ஒட்டிக் கொள்ளும் அவனுள்ளே.

இப்படி அடுத்த நகரம், அடுத்த நகரம் என்றெல்லாம் உலகமெங்கும் சுற்றிப் பார்த்து விட்டான். எல்லாமே கடைசியில் நிறைவின்மையைத்தான் அவனுக்குக் தந்தன. கடல் தண்ணீரை முற்றிலும் உறிஞ்சிக் குடித்தால்கூடத் தன் தாகம் அடங்காதோ? என்றெல்லாம்கூட யோசித்துப் பார்த்து இருக்கிறான். எதைத் தேடி ஓடுகிறோம்? இந்த நதி கடைசியாய் எந்தக் கடலில் கடக்கப் போகிறது? என்கிற தீராக் கேள்வி அவனிடம் இருந்தது. அடிக்கடி இதுகுறித்தெல்லாம் நினைத்துக் கொள்வான். வியன்னாவில் இருந்து கிளம்பிய சிறுவனை உலகெல்லாம் செலுத்திய விசை இதுதானா? நிறைவின்மையும் போதாமையும் ஒன்றா? தான் எதன் பக்கத்தில்? என்று யோசித்துக் கொண்டிருந்த போதுதான் பிலிப் அருகில் வந்து அமர்ந்தான்.

சத்தியைப் பற்றிய எல்லா விவரங்களுமே அவனுக்குத் தெரியும். இத்தாலியைச் சேர்ந்த பிலிப் நாசுக்கானவன்.

யாருடைய உலகத்திலும் அத்துமீறி நுழைய மாட்டான். முறையான தத்துவப் படிப்பும் அவனிடம் இருந்தது. அந்தப் புத்தகங்களைப் பற்றி சத்தியும் அவனும் மணிக்கணக்கில் உரையாடி இருக்கிறார்கள். சத்தியை அவன் பல சமயங்களில் அம்மணமாக நிற்கவைத்தெல்லாம் அவனது ஆழுள்ளம் குறித்து விசாரித்திருக்கிறான். சத்தி ஒரு நாடிலியாக எதைத் தேடுகிறான்? என்கிற கேள்வி பிலிப்பிற்குமே இருந்தது.

"உன் மனதில் என்ன இருக்கிறது என்று எனக்குத் தெரியாது. ஆனால் தோராயமாக ஆராய்ந்து பார்த்ததில் நீ தேடுகிற ஒன்று வரப் போகிற நாட்டில் கிடைக்கலாம் என்று தோன்றுகிறது. இது என் உள்ளுணர்வுதான். காரிய காரணங்களைக் காட்டி விளக்கச் சொன்னால் என்னால் முடியாது" என்றான். அதைக் கேட்டதுமே சத்திக்குள் அதுவரை அடங்கிக் கிடந்த அந்த விசை எழுவதைப் போல உணர்ந்தான். இரவு முழுக்கத் தூங்காமல் கப்பலின் மேற்தளத்தில் அமர்ந்து, தூரத்திலிருந்து தன்னை நோக்கி வரும் அந்த நாட்டை வைத்தகண் வாங்காமல் பார்த்துக் கொண்டிருந்தான்.

அவனது பாதுகாப்பை உறுதி செய்யும்படி அவனுக்குப் பின்னாலேயே காவலுக்கு இரண்டு பணியாளர்களையும் நிறுத்தி இருந்தான் பிலிப். இந்தியாவைச் சேர்ந்த, மலையாளம் என்கிற மொழி பேசுகிற முதிய கேப்டன் ஒருத்தர் பிலிப்பிடம் தான் படித்த புத்தகத்தில் இருந்து கதையொன்றைச் சொல்லி இருக்கிறார். அதில் திருடன் ஒருத்தன் சிறைச்சாலையில் இருந்து தப்பி விடுவான். தப்பியதற்காக மேலும் முப்பது நாள் சிறைத் தண்டனை கொடுத்து விடுவார்கள். அந்தச் சிறைச்சாலையின் பொறுப்பாளர் அவனிடம், "உனக்கு என்ன பைத்தியம் பிடித்து விட்டதா? நாளை ஜெயிலில் இருந்து உன்னை விடுவிக்கிற நாள் என்பது தெரியாதா? இருபத்தி நான்கு மணி நேரம் உன்னால் பொறுத்திருக்க முடியாதா?" என்று கேட்டு இருக்கிறார். அதற்கு அவன், "இருபத்து நான்கு மணி நேரத்தின் அருமை பற்றி உங்களுக்குத் தெரியாது எசமான்" என்று வெடுக்கெனச் சொன்னானாம்.

அந்தக் கதையைத்தான் சத்தி விஷயத்தில் பொருத்திப் பார்த்துக் கொண்டான் பிலிப். அவன் பாட்டிற்கு இருபத்து மணி நேர

அருமை என்று சொல்லி கடலில் குதித்து நீந்தியே போக முயன்றுவிட்டால் என்னாவது? என்கிற காரணத்திற்காகவே பாதுகாவலர்களை நிறுத்திவைத்தான். அதேசமயம் அடிக்கடி சத்தியை மேற்புறத்திற்கு வந்து நோட்டம் விட்டும் செல்வான். அன்றைக்குக் கீழடுக்குக் காற்று காரணமாகக் கடல் கொந்தளிப்பாக இருந்தது. கப்பலை பேரலைகள் வந்து மோதியபடியே இருந்தன. பிலிப் நின்று கூர்மையாக சத்தி அமர்ந்திருந்த இடத்தைப் பார்த்தான். அவன் எந்த அலைவுறுதல்களும் இல்லாமல் மிகச் சாந்தமாக அமர்ந்து கடலையே பார்த்துக் கொண்டிருந்தான்.

மனுச்சியைப் போல நினைத்து அந்த நிலத்திலும் காலைப் பதித்தான் சத்தி. சுற்றிலும் பார்த்தபோது, ஆள் அரவமற்று இருந்தது அந்தத் துறைமுக நகரம். ஆங்காங்கேதான் மனிதத் தலைகள் தென்பட்டன. ஒரு கூச்சல் இல்லை, ஒரு வியாபாரக் கைப்பிடி அழைப்பு இல்லை, அதுவது அதுபாட்டிற்கு அமைதியாக இயங்கிக் கொண்டிருந்தது. பாராளுமன்றக் கட்டிடம் என்றார்கள். அது பகலிலேயே அமைதியாய்த் தூக்கக் கலக்கத்தில் இருந்தது.

மெல்லிய கடற்காற்றில் அக்கட்டிடத்தின் உச்சியில் இருந்த கொடி ஆடியது. அந்தக் கொடியையே பார்த்துக் கொண்டிருந்தபோது தன்பதற்றம் அடங்கி மனம் சமாதானமடைவதை உணர்ந்தான். அந்த நிமிடத்தில் தன்வாழ்நாளை அங்கே கழிப்பது என முடிவு எடுத்தான் சத்தி. திரைகடலோடிய கப்பலொன்று தன் நங்கூரத்தை அங்கு பாய்ச்சி ஆசுவாசப்படுத்திக் கொள்ளத் தீர்மானித்தது.

அதைப் பற்றி அறிவிப்பதற்காக பிலிப்பிற்கு அவன் இரவு விருந்து ஒன்றை ஏற்பாடு செய்தான். அவனுக்குப் பிடித்த லாப்ஸ்ட்ரையும், ஜானி வாக்கரையும் முன்கூட்டியே வரவழைத்தும் இருந்தான். லாப்ஸ்டரின் கொடுக்கைப் பிடித்துத் தூக்கியபடி பிலிப், “அப்படி என்ன கிடைத்தது இங்கே?” என்றான். சத்தி தனது கண்களை மூடி, நெஞ்சை வலது கையால் தடவி விட்டபடி மூச்சை ஆழமாக இழுத்து விடுகிற மாதிரிச் செய்து காட்டியபோது, பிலிப் “அமைதியா? சியர்ஸ்” என்றான்.

அதற்கடுத்த ஆறுமாதங்களிலேயே முறைப்படி எல்லாவற்றில் இருந்தும் விடுபட்டு தன்னை ஈர்த்த அந்த நிலத்திலேயே

நிரந்தரமாகக் கால்வைத்தான் சத்தி. அவனது மனம் குதூகலித்துக் கொப்பளித்தபடியே இருந்தது அக்காலத்தில். அவன் அந்த ஊர் ஆற்றைப் போலவே இயல்பாக ஓடினான் நகரின் நடுவே புகுந்து. அந்த அரசின் மேல்மட்டப் பதவியில் இருந்த அதிகாரி மோசஸிற்கு, வியன்னாவில் இருந்து கிளம்பிய சிறுவன் என்கிற அந்தக் கதை மிகவும் பிடித்துப் போய்விட்டது.

அவருக்குமே அந்தச் சிறுவன் போலக் கிளம்பிப் போக ஆசைதான். ஆனால் வெகுகாலம் தன் வாழ்க்கையைப் போரிலேயே அதுவும் தரைப்படையிலேயே கழித்து விட்டார். குறைந்தபட்சம் விமானியாகவாவது இருந்திருக்கக் கூடாதோ? குறைந்தபட்ச தூரமாவது பறந்திருக்கலாமே? என நொந்து கொள்ளாத நாளே இல்லை, அவர் வாழ்வில். குடியிரவுகளில் இதைத்தான் விடியவிடிய பேசிக் கொண்டிருப்பார்கள் இருவரும்.

சத்தியை அறிமுகப்படுத்தி வைத்தவருக்கு மனதார நன்றி சொன்னார் மோசஸ், அன்றைக்கான அப்பத்திற்குச் சொல்வதைப் போல. அவனோடு நெருங்கிய தொழிற்பழக்கம் வைத்துக் கொள்ளச் சம்மதித்தார். அவனுக்கு அரசின் சார்பில் தொழில் ஏற்பாடுகளையும் உடனுக்குடன் செய்து கொடுத்தார். “ஏதாவது பெரிய அளவில் பணம் பண்ணுகிற மாதிரி காரியங்களை எடுத்து வாருங்கள்” என்றார். சத்தி உடனடியாகவே, “இங்கே எனக்கு வாழப் பிடித்து இருக்கிறது. அதற்கு எவ்வளவு பணம் தேவையோ அது போதும் எனக்கு” என்றான். அவனைக் கூர்மையாகப் பார்த்துவிட்டுப் பின் அமைதியானார் அந்த அதிகாரி.

அதற்கப்புறம் அவர் சத்தியை விட்டுக் கொடுக்கவே இல்லை. தன்னுடைய நெருக்கமான வளையத்திலேயே வைத்திருந்தார். நம்பகமானவன் என்று சொல்லி அவனைத் தனது பிற சகாக்களுக்கும் அறிமுகப்படுத்தி வைத்தார். “நம்முடைய நாட்டில் நாம் உணராத ஏதோ ஒன்றை இங்கு அவன் உணர்ந்து விட்டான். அவனோடு தைரியமாக நீங்கள் தொடர்பு வைத்துக் கொள்ளலாம்” என்றார் அதிகாரி மோசஸ். அவரது தொடர்பால் அந்த நாட்டின் எல்லா துறைகளுக்குள்ளும் சத்தியால் போய் வர முடிந்தது. சிக்கல் இல்லாமல் எல்லோருடனும் அவன் மிகச் சரியான உறவை மேற்கொண்டிருந்தான். எனினும் சந்தேகக்

கண் கொண்டு அவனது முதுகையே பார்த்துக் கொண்டிருப்பார் மோசஸ்.

ஒருதடவை சத்தி அவரிடம், "நீங்கள் உறுதியாய் நம்பித்தான் என்னை எல்லோருக்கும் அறிமுகப்படுத்தி வைத்தீர்கள் அப்புறமும் ஏன் உங்களால் என் மீதான சந்தேகத்தைக் கைவிட முடியவில்லை? அது உங்களது பிரச்சினையா? அல்லது என்னுடையதா?" என்றான். அதற்கு அவர் பைப் புகைத்துக் கொண்டு சிரித்தபடியே, "அது என் பொறுப்பு" என்றார் ஒற்றை வார்த்தையில். எதைச் சொல்கிறார் என்பதை வெகு சீக்கிரத்திலேயே புரிந்து கொண்டான் சத்தி.

அதற்கடுத்து அவன் எல்லா நாட்டுக்காரர்களுடனுமே தொழில் உறவு கொண்டிருக்கிறான். அவன் எல்லோருக்கும் முழுமுற்றான நம்பகமானவனாக இருப்பான். ஆனால் அவனது சந்தேகத்தின் நுனிக் கயிறை எல்லோரது இடுப்பிலும் அவர்களுக்குத் தெரியாமலேயே கட்டி விட்டிருப்பான்.

அங்கே அவனுக்கு உதவியாளர் போலக் கூடமாட வேலை செய்த பிலிப்பைன்ஸை சேர்ந்த பெண்ணையே திருமணமும் செய்து கொண்டு, திகட்டத் திகட்ட அவளோடு காதல் வாழ்க்கையிலும் இருந்தான் சத்தி.

அதற்காக அவன் ரெம்பக் கட்டுப்பெட்டியான ஆள் ஒன்றும் கிடையாது. வாய்ப்புக் கிடைத்தால் பல்வேறு தேசப் பெண்களோடும் படுக்கைக்குப் போகிற ஆள்தான். ஆனால் மனதை மட்டும் யாரிடமும் கொடுக்க மாட்டான். அந்த மாதிரி எல்லா விஷயங்களிலுமே மிக மிகக் கூர்மையான தூய்மை வாதங்கள் அவனுடையவை. சின்னஞ் சிறு விஷயங்கள் குறித்து முற்றிலும் அலட்டிக் கொள்ளவே மாட்டான். அவனுமே கொடுத்து வாங்குகிறவன்தான். ஆனால் அதற்குள் அமைதியான ஒரு ஒழுங்கு இருப்பதை மட்டும் உறுதி செய்து கொள்வான்.

அவன் எதையும் வெறிகொண்டு தேடிப் போவதே இல்லை. ஆனால் உலகில் உள்ள எல்லாமும் தக்கபடி தடையற அவனைத் தேடி வந்தபடியே இருந்தன. எது இப்போது இல்லை அவனிடம்? அதனால் போதும் என்கிற நிறைவின் புள்ளியை எட்டுகிற இடத்தில் நின்றான். கடல்வழியே தான் வந்த பாதையைத்

திரும்பிப் பார்த்து அசைபோடும் முனைப்பிலும் இருந்தான் அக்காலத்தில்.

அந்தச் சமயத்தில்தான் விசாகன் அவனது வளையத்திற்குள் எட்டு வைத்து இறங்கினான். "நான் தெளிவாகச் சொல்லி விடுகிறேன். பணத்திற்காகத்தான் இங்கே வந்தேன்" என்றான் முதல் சந்திப்பில். "தப்பில்லை. உலகம் முழுக்க எல்லோரும் அதைத்தான் தேடி ஓடுகிறார்கள்" என்றான் சத்தி. சிறிய இடைவெளி விட்டபிறகு, "திறமைதான் அதற்கான திறவுகோல். அதற்காகத் திறந்து பழகி விட்டோம் என்பதாலேயே எல்லா பெட்டிகளையும் திறந்து பார்க்க முயற்சித்து விடக்கூடாது. இறுதியாய்ச் சொல்கிறேன், யாரையும் அமைதியிழக்க மட்டும் செய்துவிடாதே" என்றான் விசாகனிடம். அவன் சொல்வதை ஆழமாக உள்வாங்கிக் கொண்டதைப் போலத் தலையை ஆட்டினான் பதிலாய்.

விசாகனுக்குச் சீக்கிரமே விமானச் சேவையைத் துவங்க வேண்டும். "என் நிறுவனத்தைச் சீக்கிரம் துவங்க வேண்டும் என்பதற்காகவே கடல்கடந்து வந்து உங்கள் முன்னே அமர்ந்திருக்கிறேன்" என்றான் "உனக்கு பத்து மில்லியன் டாலர் தேவை என்றால், அதை எட்டுவதற்கான பாதையைப் பல பாகங்களாகப் பிரித்துக் கொள். ஒரே நேரத்தில் அது உன் கைக்கு வரவேண்டும் என மட்டும் நினைத்து விடாதே. பிழைக்க வந்த இடத்தில் பிறருடைய அமைதியையும் உறுதி செய்" என்றான் சத்தி.

விசாகனுக்கு உடனடியாகவே வெளிநாடுகளுக்குப் பணப் பரிமாற்றம் செய்யும் துறையில் தொழில் துவங்குவதற்கான அனுமதியைப் பெற்றுத் தந்தான். அதுவுமே நல்ல வருமானம் ஈட்டக்கூடிய தொழில்தான். வளர்கிற நாடாக அது இருந்ததால் அருவியைப் போலப் பணம் அங்கு வந்து குவிந்து வேறு எங்கோ பொங்கிச் சென்று கொண்டிருந்தது. இடையில் துண்டை விரித்து நின்றால்கூடப் போதும், பொங்கிச் சிந்திவிடும் விளிம்பின் வழியாகப் பணம். விசாகனுக்கு எடுத்த எடுப்பிலேயே பணத்தோடு நெருங்கிச் செய்யும் தொழில் வாய்ப்புக் கிடைத்த வகையில் மகிழ்ச்சியும்.

சத்தியின் தனிப்பட்ட வாழ்வு எல்லைக்குள் வராமல் வெகுநேர்த்தியாக விலகி நடந்து கொண்டான் விசாகன். சத்தி அவனுக்கு இப்படி வலியப் போய்ச் செய்து தருவதற்கு

இன்னொரு காரணமும் இருந்தது. அதைப் பற்றி விசாகனே, "என்னை முழுக்க எப்படி நம்பினீர்கள்?" என்றான். "ஏன்னா நீ என்னோட மூணாவது தம்பி மாதிரி இருக்கற. தப்புப் பண்ண மாட்டன்னு கண்மூடித்தனமான நம்பிக்கை. அப்புறம் கொஞ்ச நாள் உன்னைக் கவனிச்சும் பார்த்தேன். என் கணிப்பு தப்பாது" என்றான் சத்தி. சொல்லி முடித்தவுடன் எழுந்து நின்று உடலால் பணிவைக் காட்டினான் விசாகன். அவனை அமரச் சொல்லி ஆறுதல்படுத்தினான்.

சத்தியின் மனைவிக்குமே விசாகனை பிடித்துவிட்டது. "உங்களுக்குத்தான் பேரண்ட்ஸ் யாரும் இல்லைன்னு சொல்றீங்களே? என்னோட சிஸ்டர் ஒருத்தி இருக்கா? கல்யாணம் பண்ணிக்கிறீங்களா? ஒரேடியா ஒரே வீட்டிலயே இருந்திடலாம்" என்றாள். ஒரு பெண் நேரடியாக இப்படிக் கேட்டதும் வெட்கமாகிப் போயிற்று விசாகனுக்கு. இத்தனைக்கும் வேற்று நாட்டுப் பெண். ஆனாலும் நாட்டுக்காரன் தன்மை சுடுகாடு போனாலும் விலகாது போல என நினைத்துக் கொண்டான் விசாகன்.

விசாகன் போன கொஞ்ச நாளிலேயே சத்தியின் வீட்டில் நற்காரியம் ஒன்றும் நடந்தது. சத்தியின் மனைவியான ரெகோமி கர்ப்பமானாள். "எதுலயுமே பட்டும் படாமல் பேசுவீங்களே? இப்ப குழந்தைன்னு வந்தவுடனேயே என்ன ஆட்டம் போடறீங்க? அதுக்கு என்ன விளக்கம் இருக்கு உங்கட்ட?" என்றான் விசாகன். ஒன்றும் பேசாமல் வெட்கப்பட்டுச் சிரித்தான் சத்தி. விசாகனுமே சத்தியைத் தட்டாமாலை போலத் தூக்கிச் சுற்றிக் கீழே இறக்கி மகிழ்ச்சியைப் பகிர்ந்து கொண்டான்.

சத்தி முழுநேரமுமே அந்தப் பெண்ணைக் கவனித்துக் கொள்வதிலேயே நேரத்தைச் செலவழிக்கத் துவங்கினான். சத்தி சார்ந்த தொழில்களையுமே பொறுப்பாய் மேலெடுத்துக் கவனம் செலுத்தினான் விசாகன். அந்த வகையில் அவன் மீது சத்திக்கு எந்த பிராதுகளுமே இல்லை. அதையுமே முன்கூட்டியே பரிசோதித்தான். ஒரு மனிதன் எதில் வீழ்வான் என்பது சத்திக்கு நன்றாகவே தெரியும். தனது மறைகாதலி ஒருத்தியை விசாகனை வசியம் செய்ய அனுப்பினான். அவளுமே அதன்படி விசாகனை இரவு விருந்திற்கு அழைத்தாள். ஆறடி உயரத்தில் அரபிக்

குதிரை மாதிரியே நடந்து வந்தாள். டக்டக்கென அவளது மிதியணி எழுப்பிய சத்தம் உணவகத்தில் இருப்பவர்களையே திரும்பிப் பார்க்கச் செய்தது. வந்தமர்ந்த வேகத்தில் அவள் மார்பின் துள்ளல் அடங்க சிறிதுநேரம் பிடித்தது. முனிவரே ஆனாலும் ஏறிவிட்டால், அவள் இடுப்பிலிருந்து இறங்க அடம்பிடிப்பார்கள் என்று தோன்றியது விசாகனுக்கு.

மூன்றாவது சுற்று அருந்திக் கொண்டிருந்த போது, "இங்கே இன்னும் பணம் சம்பாதிக்க நிறைய வாய்ப்பு இருக்கிறது. ஆனால் உன் பாஸ் அதை செய்வதே இல்லை. எப்போது பார்த்தாலும் அவனது மனைவியையே கட்டிக் கொண்டு அலைகிறான்" என்றாள். உடனடியாகப் பதில் சொல்லியே ஆகவேண்டிய கட்டாயம் இருக்கிறதா என்னவென யோசித்துக் கொண்டிருந்த போது, "அவனை பற்றி எதுவும் சொல்ல மாட்டாய் எனத் தெரியும். இருந்தாலும் அந்த வாய்ப்பை உனக்கு வாங்கித் தருகிறேன். மிக நல்ல வாய்ப்பு. எல்லோருமே இங்கே பணம் சம்பாதிக்கத்தான் வந்திருக்கிறோம். நாம் நினைத்ததை அடைய நேர்வழியில் போய் நீண்ட நாட்களை எடுத்துக் கொள்ளக் கூடாது. எப்போதுமே நேர்வழி அந்தக் கடலைக் காட்டிலும் தூரம்" என்றாள்.

அவனது பதிலுக்காகக் காத்திருந்தவளிடம், "நீங்கள் எதற்காக இங்கே வந்திருக்கிறீர்கள் என்பதும் எனக்குத் தெரியும். நான் என்ன செய்ய வேண்டும் என்பதும் எனக்குத் தெரியும். நாம் வெறுமனே நட்போடு இருப்போம்" என்று சொல்லிக் கையைக் குலுக்கினான். அதுகுறித்து அவன் சத்தியோடு இருந்தபோது, வாய் வார்த்தையாக ஒன்றும் சொல்லவில்லை. ஆனால் சத்தி அப்படி வேவு பார்க்க அனுப்பியது குறித்த சங்கடவுணர்வும் விசாகனிடம் தொடர்ச்சியாக இருந்தது. நானென்ன நாயா? பளிங்கு மாதிரி நடந்து வரும் எலும்புத் துண்டைப் பார்த்தால், நாக்கைத் தொங்கபோட்டுப் போய்விடுவேனா? தன்னை ஒருவகையில் கீழ்மகனைப் போல சத்தி நடத்தி விட்டதாகவும் உணர்ந்தான். கோபம் எழவில்லையே தவிர, ஒரு குமைச்சல் இருந்தபடியே இருந்தது விசாகனுக்கு.

சத்தியுமே அதை மோப்பம் பிடித்து விட்டான். விசாகனை அழைத்து காரண காரியம் இல்லாமல் உரையாடினான் அடிக்கடி.

விசாகனால் அதை வெளிப்படையாகக் கொட்டாமலும் இருக்கவே முடியாது என்பது சத்திக்குத் தெரியும். முகத்திலேயேதான் ஏந்தித் திரிகிறானே அதை? இன்னொரு வகையில் சத்தியால் ஒரு விஷயத்தை உணர்ந்து கொள்ள முடிந்தது. எவனொருவன் முகத்தில் தன் அகவுணர்வுகளைத் தேக்கி அதை அப்படியே பிரதிபலிக்கிறானோ, அவன் குறுக்குவழிகளுக்கு ஏற்றவனே இல்லை. போனாலும் மாட்டிக் கொள்வான். விசாகன் அந்த மாதிரியான அழுத்தத்தை எல்லாம் தாங்கிக் கொள்ளவே முடியாத முகவமைப்பு கொண்டவன் என்கிற உறுதியும் சத்திக்குக் கிடைத்தது.

ஒருநாள் இருவரும் சிவாஸ் ரீகல் அருந்திக் கொண்டிருந்த போது, “உன்னை நம்பிட்டேன்னு சொல்லிட்டு வேவு பார்க்கிறது தப்பு இல்லையா? சம்பந்தப்பட்டவங்களுக்கு அது அப்பட்டமாகத் தெரிந்த பின் வருகிற சங்கடம் எப்படி இருக்கும் தெரியுமா? அது ஊசியை வைத்துக் குத்துகிற மாதிரி வலியைக் கொடுக்கும். நிறைய நல்ல விஷயங்களைத் தெரிந்து வைத்திருக்கிறீர்கள். பிறகு ஏன் இப்படிச் செய்கிறீர்கள்?” எனப் பொங்கினான் விசாகன். அமைதியாய் அனைத்தையும் கேட்டு விட்டு, “அது என் பொறுப்பு” என்றான் சத்தி.

பிறகு எழுந்து விசாகனை எழுப்பி ஆறத் தழுவிக் கொண்டான். அந்தத் தழுவலில் மன்னிப்பு என்கிற ஊடுபாவு இருந்ததாக விசாகன் எண்ணிக் கொண்டான். விசாகனின் கன்னத்தைத் தட்டிச் சிரித்து, எதிரில் அல்லாமல் தன்னருகே அமரும் படி சொன்னான் சத்தி. பிறகு அவனது தோளில் அன்பாகக் கைகளைப் போட்டுக் கொண்டு, “உனக்குமே நாந்தான் பொறுப்பு. அதையும் நீ உணரணும்” என்றான். சொல்லி முடித்துவிட்டுத் தன்நாட்டில் இருந்த போது இந்தச் சொல்குறித்து தனக்கு அப்போது இருந்த உணர்வையும் எண்ணிக் கொண்டான் சத்தி.

விசாகன் உடனடியாகவே நெகிழ்ந்து விட்டான். சிரித்தபடி, “அதெல்லாம் சரிதான். அதற்காகக் கொஞ்சமாவது மெனக்கெடுங்கள். இந்த மாதிரி பெண்களை உளவாளியாக அனுப்புவது எல்லாம் அந்தக் காலத்து டெக்னிக். சின்னக் குழந்தைகள்கூட இப்போதெல்லாம் இதைக் கண்டுபிடிக்கத் துவங்கி விட்டன. அதனால் அடுத்தமுறை புதிதாக எதையாவது

செய்து பாருங்கள்'' என்றான். தலையைக் குனிந்து கண்களைச் சுருக்கி துப்பாக்கியால் சுடுவதைப் போலச் சைகை காட்டிச் சிரித்தான் சத்தி.

''நிஜமாகவே சுட்டு விடுவீர்களா?'' என்றான் விளையாட்டாய். ''உயிரே போனாலும் அதைச் செய்ய மாட்டேன். ஏதோ மனவுணர்வில் குடும்பத்தை விட்டு வெகுதூரம் வந்து விட்டேன். ஆனால் இப்போதெல்லாம் அதுகுறித்து அதிகமும் யோசிக்கிறேன். என் நெகிழ்வான பக்கமும் அடிக்கடி திறந்து கொள்கிறது. உன் தோற்றமும் அருகாமையும் அடிக்கடி அந்தப் புத்தகத்தின் பக்கங்களை விரித்துக் காட்டுகின்றன. நீ கிட்டத்தட்ட என் தம்பி மாதிரி. இல்லை என் தம்பியேதான்'' என்றான் நெகிழ்வாய் சத்தி. சத்தியம் செய்வதைப் போலக் கையைப் பிடித்துக் கொண்டான் விசாகன்.

அதற்குப் பிறகு விசாகனிடம் தொழில் சம்பந்தமான விஷயங்களில் நெகிழ்வைக் காட்டத் துவங்கினான். அவனுக்கு அதுவரை அறிமுகப்படுத்தி வைக்காத பலரோடு தொடர்பை ஏற்படுத்தித் தந்தான். இடையில் சத்தியின் பெல்ஜிய மறைகாதலி வந்து நின்று, ''அன்றைக்கு அனுப்பியது அவன்தான். ஆனால் நான் சொன்ன விஷயம் உண்மையானது. அந்தக் கதவை இன்னமும் நான் மூடவில்லை'' என்றாள். அதற்கும் சிரித்துக் கொண்டான் விசாகன். அந்த நேரத்தில் நாட்டில் அவசர நிலை போன்ற பிரச்சினை ஒன்றும் முளைத்தது. அதிகார மட்டத்தில் இருப்பவர்கள் இருதரப்பாக பிரிந்து நின்று மறைமுகமாக ஆட்சியைக் கவிழ்க்கக் கலகம் செய்து கொண்டிருந்தார்கள். நீறுபூத்த நெருப்பாக இருந்தது நிலைமை. நாட்டில் அதுவரை ஓடிய தெளிந்த நீரோடையைக் குலைக்கும் செயல்களைக் கண்டு மிகைபதற்றத்திற்கு உள்ளானான் சத்தி.

''பாலையும் நீரையும் பிரிச்சுப் பார்க்கிற அன்னப்பறைவையா இருக்கற நேரம் இது'' என்றான் விசாகனிடம். திடீரென எல்லாவற்றிற்குள் நுழைந்தும் சந்தேகத்தோடு கேள்விகளையும் எழுப்பினான். விசாகனுக்கு முதலில் எரிச்சல்தான் எழுந்தது. ''அண்ணே ஒரு கவலையும் இல்லாம இருங்க. அண்ணிக்கு இது ஆறாவது மாசம். நீங்க அதைப் பாருங்க. நான் பார்த்துக்கறேன்'' என்றான் போதையில் ஒருதடவை. சத்தி அவனது கண்களையே

கூர்மையாகப் பார்த்துக் கொண்டிருந்தான். இடக்காக எதுவும் தட்டுப்படவில்லை என்பதால் அமைதியாகவும் செய்தான்.

தனியாக ஒருநாள் அமர்ந்து கணக்கு வழக்குகளைப் பார்த்துக் கொண்டிருந்தான். ஒன்பது மாதக் கர்ப்பிணியான அவனது மனைவி பக்கத்தில் வந்து நின்று, "ஏதாவது சந்தேகப்படுகிறீர்களா?" என்றாள். இல்லையென்கிற மாதிரித் தலையாட்டி விட்டு, "ஆனாலும்..." எனச் சொல்ல ஆரம்பித்ததை அப்படியே நிறுத்திக் கொண்டான். அவள் அடுத்தமுறை வீட்டுக்கு வந்த விசாகனிடம், எந்த ஒளிவுமறைவுகளுமின்றி, "நீங்கள் சரியான பாதையில்தான் சென்று கொண்டிருக்கிறீர்களா? அதில் உங்களது அண்ணனுக்கு கவலை போல. இப்போதெல்லாம் இரவு அதிக நேரம் விழித்து இருக்கிறார்" என்றாள் வெகுளியான முறையில்.

அந்த முறை அதுகுறித்து விசாகன் எதையுமே சத்தியிடம் கேட்கவில்லை. மலாய் உணவகத்தில் வைத்து முதன்முறையாக இருவருக்குள்ளும் சூடான விவாதம் மூண்டது. "அடுத்து வேறு யாராவது ஆட்சிக்கு வந்து விட்டால், நம்மால் இதுபோல் எதையுமே செய்ய முடியாது. இந்த ஆட்சி இருப்பதற்குள் எதையாவது செய்து பெரும் பணம் ஈட்டிவிட வேண்டும்" என்றான் விசாகன். அவன் அதைச் சொன்ன தோரணை சத்திக்குச் சுத்தமாகப் பிடிக்கவில்லை. "நீ வெறியில இருக்க. அது வெறும் எலும்புத் துண்டுதான். புரிஞ்சுக்கோ. இப்ப என்ன சொன்னாலும் உனக்கு காதிலேயே ஏறாது" என்றான் சத்தி. அப்போதுதான் அவன், "எவனோ ஒருத்தனோட நாடு" என்கிற அந்த வார்த்தையை உச்சரித்தான்.

"அதுதான் இப்ப நீ வச்சிருக்க எல்லாத்தையும் கொடுத்துச்சு" என்றான் சத்தி. "நான் எங்க வச்சிருக்கேன்? உட்கார்ந்து செலவழிச்சா இரண்டு வருஷத்துக்குகூட இந்த தொகை வராது. உங்களை மாதிரியா நான் சம்பாதிச்சிட்டேன். நீங்க சம்பாதிச்சு முடிச்சுட்டு இப்ப இந்த மாதிரி பேசறீங்க. என் நிலைமை அப்படியா? என் கனவு என்னாகுறது? விட்டால் உங்களைவிட மேலே போய் விடுவேன் என்கிற பயம் உங்களுக்கு" என்றெல்லாம் பொரிந்து தள்ளினான். அதற்கும் மேல் அவனோடு எந்தத் தொடர்பும் வைத்துக் கொள்ளக்கூடாது என்கிற முடிவிற்கு வந்து சத்தி எழுந்தான்.

அப்போது விசாகன், "என்னிடம் ஒரு திட்டம் இருக்கிறது. அதற்கு நீங்கள் உதவி செய்ய வேண்டும். இல்லாவிட்டால் உபத்திரமாவது செய்யாமல் இருக்க வேண்டும்" என்றான் வேகமாக. கொஞ்சம் மென்மையான குரலில், "எதுவும் என்னிடம் சொல்லவே வேண்டாம். எல்லா உறவுகளிலுமே பிளவு என்பது இயற்கையானதுதான். வணிகத்தில் அது எப்போதும் நடப்பது. மற்றும் இயல்பானது. அதனால் இதைப் புரிந்து கொள்கிறேன். இனி என்னால் எந்த துயரும் உனக்கு நடக்காது. இனி உன் வழி தனி" எனச் சொல்லிவிட்டு மறக்காமல் உணவுக்கான பணத்தை வைத்து விட்டு நடந்தான்.

மனைவியிடம் இந்த விஷயத்தைச் சொல்லும் போது கொஞ்சம் கண்கலங்கி, "அவசரப்படுகிறான். ஆனால் அதுதான் அந்த வயதின் தன்மை" என்றான். "அவன்தான் அவசரப்படுகிறான். நீங்கள் ஏன் அவனைக் கைவிட்டீர்கள்? அவன் உங்களது தம்பியல்லவா?" என்று அவனது கண்ணைக் குறுகுறுவெனப் பார்த்துக் கேட்டாள். ஒன்றும் பேசாமல் அவள் வயிற்றிலிருந்த குழந்தையைத் தடவிக் காட்டி விட்டு வீட்டிற்குள் சென்றான் சத்தி. என்ன சொல்ல வருகிறான்? எனப் புரியாமல் தன் குறுவிழிகளைக் குறுக்கி நின்று யோசித்தாள்.

விசாகன் அவிழ்த்துவிட்ட மாட்டைப் போல சத்தி அறிமுகப்படுத்தி வைத்த கூட்டத்தினுள் தலைதெறிக்க ஓடினான். சத்தியின் சந்தேகத்தின் நுனி அவனைத் தொடரவில்லை என்றுதான் தோன்றியது. இல்லாவிட்டால் எப்படித் தட்டுவதற்கு முன்பே கதவுகள் படக்படக்கென திறக்க முடியும்? சத்தி குறுக்கே இருந்தால், அந்த மாதிரியான வாசல்களை, அவனால் மிதித்திருக்க முடியாது என்று விசாகன் உணர்ந்தான். அங்கே ஒரு டாலரில் துவங்கி ஐந்து டாலர் வரையிலான நோட்டுக்களே அதிகமும் புழக்கத்தில் இருந்தன. இந்தியாவில் அந்த நோட்டுக்களைக் கள்ள நோட்டுகளாக அச்சடித்து பர்மா வழியாக அங்கே கொண்டு வந்து புழக்கத்தில் விடுவது என்கிற திட்டத்திற்கு விசாகன் வந்து சேர்ந்து இருந்தான்.

அவனுக்கு அந்த வகையில் உதவுவதற்கு அரசின் உள்ளிருக்கும் செல்வாக்கான சிலரையும் கைக்குள் போட்டிருந்தான். மிக ரகசியமாய் அவர்கள் தங்களுக்குள் கூடிப்பேசிக் கொண்டார்கள்.

இரண்டு மூன்று நடையில் வேண்டுமென்கிற அளவிற்கு பணத்தை அள்ளிவிட்டு, நாட்டை விட்டு வெளியேறி விடலாம் எனத் திட்டமிட்டனர். உண்மையில் அது பணம்கொழிக்கக் கூடிய நல்ல மறைவியாபாரம்தான். ஆனால் பாலில் தண்ணீரைக் கலப்பதைப் போல. அரசு குழப்பமான சூழலில் இருக்கையில் யாருடைய கவனமும் இதில் குவியாது என எல்லோருமே கணித்தனர்.

அதன்படி முதல் நடை கள்ளப் பணத்தைக் கொண்டு குவித்து விட்டான் விசாகன். மறுபடி ஒருநடை போய்விட்டு வந்தபிறகு பதுக்கி வைத்திருக்கும் நோட்டுகளைப் புழக்கத்தில் விடலாம் எனவும் தீர்மானித்து இருந்தார்கள். மோப்ப நாய்க்குக்கூடத் தெரியாமல் மிக ரகசியமாக மேற்கொள்ளப்பட்டிருந்தது இந்தப் பணி.

இரண்டாவது முறை இந்தியாவிற்குப் போய்விட்டு பெரும்பணி ஒன்றை முடித்து விட்ட திருப்தியுடன் விசாகன் விமானநிலையத்தில் வந்து இறங்கிய போது ராணுவம் அவனைச் சுற்றி வளைத்துக் கைது செய்தது. இனி தன்னால் மீளவே முடியாது என்பதை உணர்ந்தான் விசாகன். விடுதலையே ஆனாலும் அடுத்த நிமிடம் நாட்டை விட்டுத் துரத்தி விடுவார்கள். எப்படி இது வெளியே கசிந்திருக்கும்? அவனது ஆட்கள் காட்டிக் கொடுக்க வேண்டிய தேவையே இல்லையே? யார் செய்திருப்பார்கள் அதை? என அந்தப் படபடப்பிற்கு நடுவிலேயும் அவனுக்குக் கேள்விகள் முளைத்தன.

அவன் கடுமையான விசாரணைகளுக்கு நடுவே இருந்த போது சுருட்டு பிடித்த அதிகாரி மோசஸ் ஒரு தொலைபேசியை அவன் பக்கம் தள்ளி விட்டார். அதன் திரையைப் பார்த்துவிட்டு அதற்குப் பின்னால் இருந்தது சத்தியநாதன்தான் என்பதை உணர்ந்தான் விசாகன். இதென்ன கீழ்த்தரமான வேலை என உடனடியாகத் தன்னைமீறி முணுமுணுத்தான் விசாகன்.

தொலைபேசியை எடுத்துக் காதில் பொருத்திய அவன், "துயரம் வராதுன்னு வாக்கு கொடுத்தீங்களே?" என்றான் சத்தியிடம்.

எதிர்முனையில் சிறிது நேரத்திற்குப் பிறகு, "இன்னொரு வகையில அது என் பொறுப்பு" என்றான் சத்தி.

அந்தத் துயர நிலையியிலும் விசாகனுக்கு அடக்க முடியாத சிரிப்பே முதலில் வந்தது. யாருக்கு யார் பொறுப்பு? எனக் கேட்டுவிட்டுச் சிரிக்கும் சத்தத்தைக் கேட்ட அந்த முனையில் பதிலேதும் சொல்லாமல் அமைதியாக இருந்தான் சத்தி. பிறகு அந்த இணைப்பு துண்டிக்கப்பட்டது.

விசாகனின் முன்னால் அமர்ந்திருருந்த அதிகாரி, "அவர் எப்போதும் அப்படித்தான். உன்னை சீக்கிரமே உன் சொந்த ஊருக்கு அனுப்பி விடுவோம். அவரும் அதைத்தான் வேண்டுகோளாகவும் வைத்திருக்கிறார்" என்றார். விசாகனுக்கு நிலவரம் மிகச் சரியாகப் புரிந்து போயிருந்தது. அவன் பதற்றங்கள் எல்லாம் அடங்கி விசாரணைக் கைதியாய் வாழ்வதற்கான ஆயத்தங்களை மனதளவில் செய்யத் துவங்கினான். சத்தியோடு அமைதியாக இருந்திருக்கலாம் என்கிற எண்ணம் இறுதியாக அவனுள் திரண்டு வந்தது. சத்தி தம்பியைப் போலக் கட்டியணைத்த காட்சிகளுமே வந்து போயின.

கூடவே குறுகுறுப்பான அந்தக் கேள்வியும். கடைசியாய்ச் சத்தியிடம் ஒரு கேள்வி கேட்க வேண்டும் என அனுமதி கேட்டான் அதிகாரியிடம். அவருமே அனுமதி கொடுத்தார்.

"என்னை எதற்காகச் சுட்டீர்கள்?" என்றான் விசாகன்.

எதிர்முனையில் ஒன்றும் பேசாமல், பதில் சொல்லும்விதமாகக் கண்களை மூடி வலது கையை நெஞ்சில் வைத்து மூச்சை ஆழமாக உள்ளே இழுத்து வெளியே விட்டான் அவன்.

சிறைப் பொந்தில் நுழைகிற எலியின் வாலைப் பார்த்தான் இவன்.

ப்ரெட் பஜ்ஜி

பஜாரில் பேருந்து நிலையத்திற்கு எதிரே, விஜயலட்சுமி தியேட்டரை ஒட்டி எதிர்வெயிலைப் பார்த்த மாதிரி, வரிசையாய்க் கடைகள் இருக்கும். ஒரு பேன்ஸி ஸ்டோர், அடுத்ததாக லக்கி செருப்புக் கடை. கடைசியில் நைனா டீக்கடை. செருப்புக் கடைக்கும் நைனா டீக்கடைக்கும் இடையில் சந்து மாதிரி ஒரு அமைப்பு இருக்கும். நூற்றம்பைது சதுர அடிதான். ஆனால் அது அகலமாக இல்லாமல், நீளமாக கதிரேசன் மலைக் கோயில்க் குகையைப் போல உள்ளே போகிற மாதிரி இருக்கும். எங்களுடைய தொழிலுக்கு ஏற்ற அமைப்புதான்.

அந்தயிடத்தில் ஜெராக்ஸ் கடை போட்டிருந்தார் அப்பா. பெருமாள் கணக்காய்ப் படுத்த வாக்கில் நீளமாக ஒரு ஜெராக்ஸ் மிஷின். ஒரு ஆள் நடந்து போய்விட்டு வருகிற மாதிரி ஒரு ஒற்றையடிப் பாதை. இது போதாதா எங்களுக்கு? செருப்புக் கடையைப் போல உள்ளே வந்து அமர்ந்து போட்டுப் பார்க்கவா போகிறார்கள்? வாசலில் வைத்தே எல்லா கொடுக்கல் வாங்கல்களும் அநேகமாக முடிந்து விடும். உதயா ஜெராக்ஸ் கடை எனக் கருப்பு மையினால் மஞ்சள் தட்டியில் எழுதிப் போட்டிருந்தார் அப்பா.

தொழில் என்று துவங்கினால் அந்தப் பெயரில்தான் என எப்போதோ முடிவு செய்து விட்டார். நான் பிறந்தபிறகில் இருந்தே அவருக்குக் கொஞ்சம் கௌரவங்கள் கூடிவந்தன என எப்போதும் சொல்லிக் கொண்டே இருப்பார். அதற்குமுன் இதே பஜாரில் வைத்தே அவரை, ஒருகோடை இடிமழையைப் போல வெளுத்து வாங்கி விட்டது வாழ்க்கை. அம்மா வந்தபிறகுதான்

வாங்கிய அடியின் வலியே அவருக்கு மரத்துப் போகத் துவங்கியது.

அதற்கு முன்பெல்லாம் மனதிற்குள் வைத்துக் கொண்டு நமைச்சலாகவே அலைவார். திருமணத்திற்குப் பிறகு புலம்புவதற்கு ஒரு ஆள் கிடைத்து விட்டது அவருக்கு. பொதுவாகப் புலம்பினாலே பாதிச் சங்கடங்கள் குறைந்து விடுகின்றன என்பதைக் கண்டுபிடித்தும் விட்டார். எனக்கடுத்து இரண்டு தங்கைகளும் இருக்கிறார்கள். பாக்கியாவையும் கமலியையும் நல்ல இடத்தில் கட்டிக் கொடுத்து விட்டால், தன் கடமை முடிந்துவிடும் எனச் சொல்லிக் கொண்டே இருப்பார் அப்பா.

"ஏன் நான் பண்ண மாட்டேனா?" என்பேன் அவரிடம். "பிள்ளைக விஷயத்தில யாரையுமே நம்பக் கூடாது. நாந்தான் அதுகளை இந்த பூமிக்கு கொண்டு வந்தேன். அதுக்கு நாந்தான் பொறுப்பு. அதை யார் தலையிலயும் சுமத்த மாட்டேன். என் காலம் முடியற வரைக்கும் உழைச்சிக்கிட்டே இருக்க முடியாதா என்னால? நீ உன் பொழைப்பை ஒழுங்கா பாத்து பிழைச்சிக்கிட்டேன்னா அது போதும் எனக்கு. உன்னாலயும்தான் எவ்வளவை சுமந்திட முடியும்? இந்த வருஷம்தான் படிப்பே முடியுது" என்றார். அப்புறம் என்ன நினைத்தாரோ, "பொறுப்புன்னா உன்னையும் சேர்த்துத்தான் சொல்றேன்" என்றார் மறுபடியும்.

நான் ஒன்பதாவது வகுப்புப் படிக்கையில்தான் அப்பா உதயா ஜெராக்ஸ் கடையைத் திறந்தார். திறப்பு விழா அன்றைக்குக் குடும்பத்தோடு அங்கிருந்தோம். அப்பா இந்த நெடிய சந்தை வாழ்வில் அவருக்குக் கிடைத்த நண்பர்கள் சிலரையும் அழைத்திருந்தார். நைனா டீக்கடையில் இருந்துதான் எல்லோருக்கும் பால் வந்தது. முன்னமே, "பால் குடுத்து ஒரு பொழைப்பை தொடங்கி வைக்கிறேங்கற திருப்தி போதும் அண்ணாச்சி. தயவுசெஞ்சு காசு வாங்கச் சொல்லி வற்புறுத்தாதீங்க" என நைனா சொல்லி விட்டார்.

நல்ல வட்டமான மஞ்சள் பூத்த முகம். எங்களது பக்கத்தில் அவர்கள் குடும்பத்தில்தான் இப்படி ஒரு நிறத்தைப் பார்க்கவே முடியும். நெற்றியில் குங்குமத்தினால் சின்னதாய் ஒரு பட்டை போட்டிருப்பார். வியர்வையில் அது வழிந்து முகத்தில் மேலும்

சிவப்பாய்ப் படர்ந்திருக்கும். தும்பைப் பூ மாதிரி வெள்ளை வேட்டி சட்டை. கடையில் வேறு ஆள் இருந்தும் அவரே புத்தம்புது சில்வர் தம்ளரில் எடுத்துக் கொண்டு வந்து தந்தார். என் தங்கைகளைப் பார்த்து விட்டு, “ஏயப்பா ரெண்டு மகள்களும் பூமா தேவிங்க கணக்கா அவ்ளோ அழகா இருக்குங்க” என்றார். என்னைப் பார்த்து, “மருகமனே இந்த பஜார் தூசுக்குள்ள ஒருநாள் இருந்து பாருங்க. அப்பத்தான் இதோட அருமை தெரியும். சீக்கிரம் வேலைக்கு போய் குறைஞ்சது மாசம் சொளையா அப்பாக்குத் தரணும்” என்றார்.

அந்த வயதில் அவர் மருமகனே என அழைத்தது எனக்குப் பிடித்து இருந்தது. பத்தாம் வகுப்புப் படிக்கையில் அடிக்கடி கடைக்குப் போக வேண்டிய தேவை எழுந்தது. அப்பாவுக்கு அப்போதெல்லாம் நிறையவே உடம்புக்கு முடியாமல் போனது. பள்ளி விடுமுறை தினங்களில் நான் போய் அமர்ந்து கொண்டு அவருக்கு ஓய்வளிப்பேன். கடையில் பொறுப்பாக அமர்ந்திருப்பதைக் கண்டு கூடுதலாக மகிழ்வார் நைனா. “பொறுப்புன்னா இதான் மருமகனே. பிள்ளைங்கன்னா இப்படித்தான் இருக்கணும். ஒழுக்கமா குடும்பத்துக்கு உபயோகமா இருக்கணும்” என்பார் என்னிடம்.

நான் கடையில் இருக்கும் நேரத்தில் நான் குடிப்பது, சாப்பிடுவது எதற்கும் காசு வாங்கவே மாட்டார். “என்னங்க மருமகனே நாமெல்லாம் ஒரே குடும்பம் மாதிரி. பக்கத்து பக்கத்தில தொழில் பார்க்கோம். நாளைக்கு ஒரு ஜெராக்ஸ் எடுக்கணும்னா ஒத்தை ரூபாயை நீட்டுவேனா என்ன?” என்று சொல்லி விடுவார். அப்பாவுமே, “அவர் போக்கில அவரை விட்டிருப்பா. அவரெல்லாம் மனசுக்காக தொழில் செய்யிற ஆளு” என்றார்.

ஆரம்பத்தில் சங்கடமாகத்தான் இருந்தது. என்னைக் கேட்காமலேயே எதைச் சுட்டாலும் ஒன்றைச் சுடச்சுட ஒரு காகிதத்தினுள் பொதித்துக் கொண்டு வந்து தந்துவிடுவார். ஒருநாளைக்கு நாலைந்து வடைகள் போடுவார். உளுந்த வடை முடிவதற்கு முன்னமே ஆமை வடை மாவை, மந்திரித்த பச்சைக் கயிறு கட்டிய கரிய கையால் பிசைந்து கொண்டிருப்பார் மாஸ்டர்.

புதிதாக இனிப்பு சுஸ்யம் போட்டார் நைனா. வெங்காய வடை, கீரை வடை, சாயந்திரம் ஆனால் வாழைக்காய் பஜ்ஜி.

கூட்டம் எந்த நேரமும் அவரது கடையில் மொய்க்கும். அப்பா கடையில் இருந்தால், அந்தமாதிரிச் சமயங்களில் நைனா கடை கல்லாவில் போய் அமர்ந்து காசை வாங்கிப் போட்டுக் கொண்டிருப்பேன். அவர்தான் ஒருதடவை என்னை அப்படி அமர வைத்துவிட்டு, “உங்கப்பாட்டயும் உண்ட்டயும் நம்பி கல்லாவை கொடுக்கலாம்” என்றார். அதேபோல் அங்கே போய் உதவி செய்ய வேண்டிய சூழல் ஏற்பட்டால், என் பையில் இருக்கிற காசை எல்லாம் எங்களுடைய கல்லாவில் போட்டு விட்டு, வெறும் ஆளாய் போய் அங்கு அமர்வேன். “என்னைக்காச்சும் நம்மளை மேலே தூக்கி உதறிப் பரிசோதனை போட்டாக்கூடா வெறும் தூசிதான் நம்ம மேல இருந்து கீழ விழணும்” என்றார் அப்பா.

கல்லூரி முதலாண்டு படித்துக் கொண்டு இருந்தேன் அப்போது. விடுமுறையில் வந்திருந்த போது, வழக்கப்படி நைனாவின் கல்லாவில் அமர்ந்திருந்தேன். ஏதோ யோசனையிலேயே திரிந்தார். அப்படித் திரிந்தால் அவர் முகமெங்கும் குங்குமப்பூ நிறம் படர்ந்திருக்கும். ஒட்டுமொத்த ரத்தவோட்டமும் முகத்தில் குவிந்திருக்கும். “ஒரு யோசனைங்க மருமகனே” என்றார் கடையில் கூட்டம் குறைந்தபிறகு.

“கோயமுத்தூருக்கு ஒரு சோலியா போயிருந்தேன். அங்க அப்ப ஒண்ணை பார்த்தேன். பிரெட் பஜ்ஜின்னாங்க. நல்லா புஷு புஷூன்னு. முக்கோணமா இருந்துச்சு. அங்கத்திய மக்கள் போட்டி போட்டு வாங்கித் திங்கறாங்க. அதான் இங்கயும் போட்டிராலாமான்னு யோசிக்கிறேன். பிரெட்டெல்லாம் இங்க யாரு திங்கறா? ஆஸ்பத்திரில கெடந்தா திம்போம். விலையும் சல்லீசுதான். கடைக்கு வர்ற லோடுமேனுகளுக்கும் பசி தாங்கும். என்ன இனிச்சுக் கிடக்கு. அதான் யோசனையா இருக்கு” என்றார்.

நான் அடுத்து என்ன சொல்லப் போகிறார் என ஆவலோடு காத்திருந்தேன். “அதுக்கு தனியா தக்காளிச் சட்டினியை காரமா வச்சு விட்டுரலாமாண்ணு யோசிக்கேன்” என்றார். நான் உடனடியாகவே, “தக்காளி வாங்கி கட்டுப்படியாகுமா?

இது ஒரு டேஸ்ட்டு. இதை பிடிச்சவங்க வாங்கி தின்னட்டும். நீங்களே புதுப் பழக்கத்தை ஒத்துக்கிட்டீங்க. அவங்க ஒத்துக்க மாட்டாங்களா?" என்றேன். "அட. இதுக்குத்தான் மருமகன் வேணும்ங்கறது. கலர் சட்டை போடுங்கன்னு புள்ளைக கால்ல விழாத குறையா கெஞ்சுதுக. ஆனாலும் இந்த வெள்ளை சட்டையை மாத்த மனசில்ல. ஆனா ஒரு நிமிஷத்தில இந்த பிரெட் பஜ்ஜி விஷயத்தில மாறிட்டேனே? ஒருவேளை வயசாயிருச்சா எனக்கு? என்னவோ நானே மாறிட்டேன்னா மத்தவங்களும் ஈஸியா மாறிருவாங்க. நாளைக்கு செஞ்சு பாத்திடுவோம் மருமகனே" என்றார் துள்ளலாய்.

மறுநாள் ஏதோ நாங்கள் சந்திரனுக்கு ராக்கெட் விடுவதைப் போல மும்முரமாக இருந்தோம். "நைனா மாவில ரெண்டு மடங்கு காரத்தை ஏத்திப் பாப்போமா? நாக்குக்கு நயமா இருக்கும்" என்று கேட்டார் வடை மாஸ்டர். "அதெல்லாம் வேண்டாம்டே. மருமகன் சொன்னதுதான் சரி. புது டேஸ்ட்டு. அதை வலியப் போயி சீரழிக்கக் கூடாது. ஆட்டுக்கறிக் குழம்பில கருவாட்டுக் குழம்பை கொண்டு போயி ஊத்துவியாலே பேப்பயலே" என்றார் நைனா.

"சொன்னா கேளுங்க. நம்ம ஆளுக புதுசை எல்லாம் ஒத்துக்கவே மாட்டாங்க. புதுசைக்கூட பழைய காரமான மாவுக்குள்ள முக்கி எடுத்துக் குடுத்தாத்தான் நம்புவாங்க. நைனா நாக்கு எப்பவும் பழசுதான். உப்பு உறைப்போடவே வாழ்க்கை முழுக்க கெடந்த நான் சொல்றேன் கேளுங்க" என்றார் வடை மாஸ்டர். நைனாவும் நானும் ஒத்துக் கொள்ளவே இல்லை. "அண்ணே அது உங்க காலம். புது டேஸ்டை விரும்புற எங்க காலமும் வந்திருச்சுல்ல" என்றேன் அவரிடம். "அப்படிச் சொல்லுங்க மருமகனே. தக்காளிச் சட்னின்னு எவ்வளவு தப்பா யோசிச்சிட்டேன். இயற்கையான டேஸ்ட்ல கையை வைக்க நாம யாரு?" என்றார் நைனா.

அதற்கு முன் நானுமே பிரெட் பஜ்ஜி சாப்பிட்டதில்லை. சும்மா சொல்லக் கூடாது. வடை மாஸ்டருக்கு திருஷ்டி சுற்றிப் போடவேண்டும். பிரெட்டை சுற்றி மொறுமொறுவென இருக்கிறமாதிரி ஒரு படலத்தை உருவாக்கிக் கொடுத்து விட்டார். சூடாய்ச் சாப்பிட்டால் பிஸ்கெட் பதத்தில் உள்ளே

பிரெட்டில் மெல்லினிப்பும் சேர்ந்து அட்டகாசமாக இருந்தது. உடனடியாகவே இன்னொன்றை எடுத்துத் தின்றேன். நைனாவுமே ஆஹா ஓஹோ எனப் புகழ்ந்தார். "இனிமே நம்ம கடையோட அடையாளமாவே இது இருக்கப் போகுது" என்றார்.

மாஸ்டர்தான், "காணாத கண்டவனுக்கு கண்டதெல்லாம் சீதேவியாம்" எனச் சலித்துக் கொண்டார். அப்பாவுக்கு ஒன்றை பேப்பரில் வைத்து எடுத்துக் கொண்டு போன போது, "நமக்கு அதெல்லாம் வேண்டாம்ப்பா. பசிச்சா ரெண்டு உளுந்தவடையை மென்னுக்கறது. அதுவே பழக்கமாயிருச்சுப்பா. ஆமை வடையில கூட பருப்பு பல்லுக்குள்ள சிக்குது" என்றார். எடுத்து வந்ததையும் நானே தின்று முடித்தேன்.

பிரெட் பஜ்ஜி என்கிற புதுப் பழக்கம் உடனடியாகவே ஊருக்குள் தொற்றிக் கொண்டது. ஊருக்குள் ஆங்காங்கே பலரும் பிரெட் பஜ்ஜி போடத் துவங்கினார்கள். ஆனாலும் வியாபாரத்தைப் பொறுத்தவரை முதலில் யார் துவங்குகிறார்களோ அவர்கள்தான் சந்தையின் முதல்வனாக இருப்பார்கள், அதற்கடுத்து ஆயிரம் பேர் வந்தாலும். என்ன முதல்நாள் கொடுத்த தரத்தை இறுதி வரை காப்பாற்ற வேண்டும். ஒரு காலத்தில் முதலில் அல்வா போட்டது ரத்னா சித்ரான்னம் கடையில்தான். ஆனால் இடையில் அவர்கள் தரத்தில் சுணங்கி விட்டனர். புதிதாய் வந்த ரமேஷ் ஸ்வீட்ஸ் அந்த இடத்தைத் தட்டிக் கொண்டு போய்விட்டனர். ஆனால் அதே ரத்னா சித்ரான்னம் கடை லட்டிற்கு மாற்றாக இன்னொன்று பஜாரில் வரவே இல்லையே?

நைனா கடையில் பிரெட் பஜ்ஜி தின்பதற்காகவே ஆட்கள் கூட்டம் குழுமுவதைக் கல்லூரி விடுமுறைகளின் போது வரும்போது எல்லாம் பார்ப்பேன். "மருமகன் கூட நின்னு தொடங்கி வச்சது. இப்ப பிரெட் கம்பெனிக்காரனே நேரடியா வந்து போட்டிர்றான்" என்றார் நைனா. ஆரம்ப விசாரிப்புகளுக்குப் பின்பு, "காலேஜ் முடிஞ்சதும் உடனடியா வேலைக்குப் போயிடலாம்ல. அந்த மாதிரி படிப்புதானே இது? அப்புறம் மருமகனே வீட்டில எனக்கு ஒரு உதவி. பாப்பாட்ட ஜெராக்ஸ் எடுக்கறதுக்கு கொஞ்சம் விஷயங்களை தந்திட்டு வந்திருக்கேன். தனித்தனியா எடுத்து அடுக்கி வச்சிருப்பா. நீங்க போயி வாங்கிட்டு வந்து எடுத்துக் குடுத்துடுங்களேன்" என்றார்.

அதுவரை அவரது வீட்டிற்குப் போனதே இல்லை. அவரது டி.வி.எஸ் வண்டியை என்னிடம் கொடுத்தும் விட்டார். ரயில் பாதையைக் கடந்து, தனபாக்கியம் மில்ஸ் இறக்கத்தில் இருந்தது அவரது வீடு. அவர்களுடைய வகையறா எல்லாம் அங்கேதான் கூட்டமாக வசித்தார்கள். தெருவிற்குள் இறங்கும்போதே செல்வச் செழிப்பு கண்ணை உறுத்திக் கொண்டு தெரியும். உஜாலா போட்ட வெள்ளை வெளேர் என வேட்டிசட்டை மாதிரி வீடுகள். ஒரு கறையிருக்காது அதில். போட்டிருக்கிற செருப்பில்கூட தூசு இருக்கும், ஆனால் சுவற்றில் இருக்காது.

செருப்பைக் கழற்றி விட்டு வீட்டுக்குள் நுழையலாமா என யோசனையில் நின்ற போது, அந்தப் பெண் இருளான பகுதியில் இருந்து வெளிச்சத்தை நோக்கி நடந்து வந்தாள். அப்படியே நைனாவின் முகத்தை வெட்டி ஒட்டவைத்த மாதிரி இருந்தது. அழகு என்றால் அப்படியொரு அழகு. ஒரு கரைகூட இல்லாத பளிங்கு மாதிரியான முகம். சிரிப்பு அவள் உதட்டில் எப்போதும் ஒட்டியே இருக்கும் போல. என்னுடைய கல்லூரியில்கூட இப்படி ஒரு அழகைப் பார்த்தது இல்லை. அழகு மட்டுமல்ல, அவளது உடல்தோற்றத்திலேயே மேற்தோலைப் போல ஒரு நளினமும் பவிசும் ஒட்டியிருந்தது. கிராமத்துப் பெண்களுக்கே உரிய வெட்கமும் அவளிடம் மிச்சமிருந்தது. அவளுடம்பில் இருந்து வெண்ணைய் மணம் எழுந்தது.

“மெட்ராஸில நீங்க படிக்கிற காலேஜ் பயங்கர பேமஸாமே?” என்றாள். வேறு எப்படிப் பேச்சைத் தொடர்வது என யோசித்தபடியே ஆமாம் என்பதைப் போலத் தலையை ஆட்டினேன். “நான் அடுத்த வருஷம் காலேஜு. ஆனா எங்கப்பா வெளியில எல்லாம் விட மாட்டாரு” என்றாள். “எல்லா காலேஜும் நல்ல காலேஜுதான். உங்க பேரு என்ன?” என்றதற்கு விஜி என்றாள். அதற்கு மேல் அங்கே நிற்கத் தயக்கமாக இருந்ததால், வெட்கப்பட்டுச் சிரித்துத் தலையை ஆட்டி விட்டுக் கிளம்பி வந்தேன்.

அப்பாவைக் கடையில் இருந்து வெளியே வரச் சொல்லி விட்டு, நானே போய் ஜெராக்ஸ் எடுத்தேன். ஏதோ சொத்து ஆவணங்கள் போல. எடுத்து முடித்ததும் நைனாவிடம் போய், “எடுத்திட்டேன். வீட்ல கொண்டு போயி குடுத்திடவா?” எனப்

போய் நின்றேன். “இங்க குடுங்க அதை. இங்க ஒருத்தருக்கு அதை கொடுக்கணும். நம்பிக்கையான ஆட்கள் கையிலதான் தாய் பத்திரத்தை தர முடியும். அதான் உங்களை அனுப்புனேன். வீட்ல தர வேண்டாம் மருமகனே” எனக் கையில் வாங்கிக் கொண்டபோது, எனக்கு ஏமாற்றமாக இருந்து.

அப்படியெல்லாம் அவர்களது தெருவிற்குள் சாதாரணமாக நடந்து போய்ப் பெண்களைப் பார்த்துவிட்டு வந்து விட முடியாது. கடந்த சில வருடங்களாகத்தான் சண்டை சச்சரவுகள் ஏதும் இல்லாமல் ஊர் அமைதியாக இருக்கிறது. வேறு எப்படித்தான் அவளைப் பார்ப்பது? என்கிற யோசனையில் அலைந்தேன். என்னுடைய நண்பன் ராஜாவிடம் மோட்டார் சைக்கிள் இருந்தது. அவனிடம் போய்ச் சொன்ன போது, “டேய் எந்த நேரமும் வீட்டுக்குள்ளயேவா இருப்பாங்க. ஸ்கூலுக்கு போக மாட்டாங்களா? கோவில் கொடைக்கு போக மாட்டாங்களா?” என்று நம்பிக்கை தந்தான்.

அவன் வண்டிக்கு பெட்ரோலை போட்டுக் கொண்டு அவர்களது குடியிருப்புப் பக்கம் சந்தேகம் வருகிற மாதிரி அலைந்து திரிந்தோம். நைனா எந்த நேரத்தில் கடையில் இருப்பார் என்பது எனக்கு அத்துப்படி. காலையில் கடையில் ஏறினால் ஒன்றரை மணி போலச் சாப்பிடப் போவார். மறுபடி ஆறு மணிக்கு மிகச் சரியாக வந்து விடுவார். அடுத்து கடை சாத்துகிற வரை இருந்து விட்டுத்தான் போவார். கடையில் அவர் இருக்கிறாரா எனப் பார்த்துவிட்டு, அங்கே இருவரும் கிளம்பிப் போய் விடுவோம்.

கிட்டத்தட்ட பத்துநாள் முயலைத் தேடுகிற மாதிரியான வேட்டைக்குப் பிறகுதான் கண்ணிலேயே தட்டுப்பட்டாள். நாங்கள் இருவரும் வருவதை மொட்டை மாடியில் நின்றபடி பார்த்தாள். தூரத்திலேயே வண்டியை நிறுத்தச் சொல்லி, இறங்கி ஒரு புதருக்குப் பக்கத்தில் ஒதுங்கி ஒளிந்து நின்றேன். மறுபடி பார்த்த போது மொட்டை மாடியில் அவளைக் காணவில்லை. திரும்பி ஒளிந்து மறுபடி பார்த்த போது, அவள் என்னை நோக்கி நடந்து வந்து கொண்டிருந்தாள். கையில் குப்பை மாதிரி இரண்டு பெரிய பைகளைத் தூக்கிக் கொண்டு வந்தாள்.

அந்தப் புதருக்குள்ளே அதை எறியும் போது, “வெள்ளிக் கிழமையான சாயந்திரம் ஐஞ்சு மணி போல பத்ரகாளியம்மன்

கோயிலுக்கு வருவேன்'' எனச் சொல்லிவிட்டுத் திரும்பிப் பார்க்காமல் நடந்தாள். "அதான் இடம் சொல்லிட்டாள்ள. இனிமே இந்த பக்கம் சுத்துனோம்னா கூப்டு வச்சு தலையில கொட்டி விட்டிருவாங்க'' என்றான் ராஜா.

வெள்ளிக் கிழமை நான்கு மணிக்கே கோவிலுக்குப் போய்க் காத்திருந்தேன். அவள் கூடவே இரண்டு பெண்களைக் கூப்பிட்டுக்கொண்டு வந்தாள். அவர்கள் பரிகாரத்தைச் சுற்றி வருகிற இடைவெளியில் என்னிடம் வந்து கையில் மடிக்கப்பட்ட ஒரு காகிதத்தைக் கொடுத்தபிறகு, "என் மனசில இருக்கறதை எழுதி இருக்கேன் அதில. காலேஜ் போனாலும் லெட்டர் போடறேன்'' என்று சொல்லிவிட்டு ஓடிவிட்டாள். தலையில் மல்லிகை சரத்துடன் அவள் கோவிலில் இருந்த விளக்கொன்றை நோக்கி ஓடினாள்.

ஆங்காங்கே திட்டமிடப்பட்ட இடங்களில் சந்தித்து கடிதங்களைப் பரிமாறிக் கொண்டோம். என்னுடைய கல்லூரி அறை முகவரிக்குக் கடிதங்களை எழுதுவாள். நான் இன்னொரு நண்பனின் முகவரிக்கு எழுதி அனுப்புவேன். அவன் கொண்டு போய்க் கொடுத்து விடுவான் அவளிடம். வேலைக்குப் போனபிறகுமே அது தொடர்ந்தது. அவள் மூன்று ஆண்டுகளை முடித்த பிறகு மேற்கொண்டு எதையும் செய்யலாம் எனத் திட்டமிட்டுக் கொண்டிருந்தோம்.

என் தோழிகளிடம் அவளுடைய புகைப்படத்தையும் கடிதத்தையும் காண்பிப்பேன். "அழகா பொம்மை மாதிரி இருக்கா? உன் மேல அவ்வளவு காதல் வச்சிருக்கா. விட்டிராத அவளை. எப்பவாச்சும்தான் இப்டீ எல்லாம் லக்கி ப்ரைஸ் கிடைக்கும்'' என்றாள் ஒருத்தி. அதைக் குறிப்பிட்டு அவளுக்குக் கடிதம் அனுப்பி இருந்தேன். விரைவில் தொலைபேசி எண் ஒன்றைத் தருவதாகவும் எனக்கு எழுதி இருந்தாள். நண்பன் ஒருத்தனின் திருமணம் எங்களது ஊருக்குப் பக்கத்தில் வைத்து நடந்தது.

அதற்காக என்னுடைய அலுவலகத்தில் இருந்து எல்லோரும் கிளம்பி வந்திருந்தோம். எல்லோரும் என்னுடைய வீட்டிற்கும் வந்து இருந்தார்கள். மதியத்திற்கு பருப்பும் மாசிக் கருவாடும் செய்து அதலைக்காயையும் பொறித்து வைத்திருந்தாள் அம்மா. இதுதான் வேண்டும் என கிளம்புகையிலேயே

சொல்லி வைத்திருந்தோம். “மாசிக் கருவாடுண்ணா நான் என்னம்மோன்னு நெனைச்சு இருந்தேன். சோத்தில போட்டு பிசைஞ்சு சாப்பிடறதுக்கு என்னம்மா இருக்கு? அதுல இந்த அதலைக்காய்க்கும் அதுக்கும். அடிமையாவே ஆயிட்டேன். பேசாம உங்க வீட்டுக்கு மருமகளா வந்திரலாமான்னு பார்க்கேன்” என்றாள் அபிராமி விளையாட்டாய்.

இதையெல்லாம் தூரத்தில் அமர்ந்து கேட்டுக் கொண்டிருந்தார் அப்பா. அன்றைக்கு விருந்தினர்கள் வந்திருந்ததால் மதியத்தில் கடையை அடைத்து விட்டு மரியாதை நிமித்தமாக வந்திருந்தார். அம்மாவுமே விளையாட்டாய், “தங்கச் சிலை மாதிரி இருக்க உன்னை மருமகளா ஏத்துக்க கசக்குமா என்ன? அடுத்த வாரமே உன்னை பொண்ணு கேட்டு வந்திர்ரோம்” என்றாள் சிரித்துக் கொண்டே. அபிராமியும் அந்த விளையாட்டினூடே கரைந்து, அவளையறியாமல் சொல்லி விட்டாள் அதை. “ஏற்கனவே இங்க இருக்க உங்க மருமக கோவிச்சுக்குவாளே. பரவாயில்லையா? என்னையே தங்கச் சிலைங்கிறேங்க. அவளை பார்த்தா என்ன சொல்லுவீங்களோ” என்று சொல்லிவிட்டுப் பிறகு நாக்கையும் கடித்துக் கொண்டாள்.

அங்கே சட்டென அமைதி உருவானது. அம்மாவும் சட்டியைத் தூக்கிக் கொண்டு அடுப்படிக்குள் நுழைந்தாள். அனைவரையும் சீக்கிரம் கிளப்பி வெளியே போனேன். “மன்னிச்சிருடா. தெரியாம வாயில வந்திருச்சு” என்றாள் அபிராமி. “என்னைக்காச்சும் ஒருநாள் தெரிஞ்சுதானே ஆகணும்” என்றேன் நான். இரவு அப்பா எனக்காகக் காத்திருப்பார் என உறுதியாகத் தோன்றியது. வேண்டுமென்றே இரவு நெடுநேரம் கழித்து வீட்டுக்குத் திரும்பிப் போனேன்.

உள்ளே நுழைந்து சட்டையைக் கழற்றிக் கொண்டிருந்த போது, கட்டிலில் இருந்து இருமிச் சத்தம் காட்டி எழுந்து அமர்ந்தார் அப்பா. அவரைக் கடந்து நடக்கும் போது, “யார் அந்த பொண்ணு” என்று கேட்டார். “அவங்க சும்மா வெளையாடுனாங்க” என்றேன். “விளையாட்டு எது வினை எதுன்னு எனக்கு தெரியாதா?” என்று சொல்லிவிட்டு அமைதியாக என்னுடைய முகத்தையே உற்றுப் பார்த்தார்.

திரும்பி வீட்டிற்குள் பார்த்த போது, இரு தங்கைகளுமே கொட்டக் கொட்ட விழித்துக் கொண்டிருப்பது தெரிந்தது. கண்களால் தேடிய போது அம்மாவைக் காணவில்லை. அடுப்படிக்குள் ஒளிந்து அதைக் கேட்டுக் கொண்டிருப்பாள். “நைனா மக விஜி” என்றேன் மெல்லிய முணுமுணுப்பாய். “போய்ப் படு. காலையில பேசிக்கலாம். சாப்டீயா?” எனச் சொல்லிவிட்டு மறுபடியும் கட்டிலில் படுத்தார் அப்பா. நெடுநேரம் அவர் தூங்காமல் உருண்டு புரண்டு கொண்டிருப்பதை உணர்ந்தேன்.

காலையில் அவர் எழுவதற்கு முன்பே தயாராகி நின்று, “நாளை ஒருநாள்தான் இருப்பேன். கடையை போயி தொரக்கட்டுமா?” என்றேன் அவரிடம். “வேண்டாம். நானே போய்க்கிறேன். இப்பிடி வந்து உட்காரு” என்றார் அப்பா. அவர் என்ன சொல்லப் போகிறார் என நெஞ்சு படபடத்தது. தலையைக் குனிந்து அமர்ந்து கொண்டேன். நீண்ட மௌனத்திற்குப் பிறகு, “ஒண்ணுமண்ணா பொழைப்ப பார்க்கறோம். பக்கத்தில இருக்க எல்லாருமே நம்ம குடும்பம் மாதிரிதான். உனக்கும் ரெண்டு தங்கச்சிங்க இருக்காங்கள்ள. அதை உணரனும். நைனா உங்க எல்லாரையும் தான் பெத்த பிள்ளைக மாதிரியே சின்ன வயசில இருந்து நெனைக்கிறாரு” என்றார்.

நான் உடனடியாக, “என்னை அவர் வாய்க்கு வாய் மருமகன்னு தான் சொல்றாரு” என்றேன். அப்பா என்னைப் பார்த்துச் சிரித்தார். பிறகு, “வாய்ல சொன்னதை எல்லாம் கையில கொடுத்திடுவாங்களா? நானும்தான் கடைக்கு வர்ற சின்ன பையன்களைக்கூட அண்ணாச்சிங்கறேன். அப்ப எனக்கு அண்ணாச்சியா அவன்க. வியாபாரம் நடத்துற எடத்தில நாக்குக்கு பதமா கூப்டு பழகிட்டோம். அதுக்காக அதையே உண்மைன்னு நெனைச்சுக்கக் கூடாது. என் மேல மதிப்பிருந்தா இத்தோட இந்தச் சோலியை நிறுத்திக்கோ. தங்கச்சிகளை கட்டிக் குடுத்திட்டு என்னன்னாலும் செஞ்சுக்கோ. அதுக்கு மேல அது உன் பாடு” என்றார்.

எழுந்து கிளம்பப் போன அவரிடம், “காலேஜ் முடிச்சதும் அந்த பிள்ளையை யார் எதுத்தாலும் கூப்டு போயிருவேன். தங்கச்சிகளுக்கு எல்லாம் நீங்களே கடமையை முடிச்சிருவேன்னு சொன்னீங்களே. இந்த நாக்காலதானே அதை சொன்னீங்க?

இப்ப இப்படி பேசறீங்க” என்றேன் துடுக்காய். இயலாமையின் கோபமும் அதில் கலந்து இருந்தது.

“அதான் சொன்னேன்ல. வியாபாரம் நடக்கிற இடத்தில நாக்குக்குப் பதமா நாலும் சொல்வோம். அதை நம்பினா எப்படி?” எனச் சொல்லிவிட்டுப் படியிறங்கிக் கடைக்குக் கிளம்பிப் போனார். விஜியிடம் அதைப் பற்றி எல்லாம் சொல்லவில்லை. உடனடியாகக் கிளம்பிப் போவதால் அவள் அழுதுகொண்டே இருந்தாள். நண்பனொருத்தன் வண்டியில் வைத்து சோளிங்கபட்டிக்கு பக்கத்தில் இருக்கிற கோவிலுக்கு அழைத்துச் சென்றிருந்தேன். அங்கே பெரும்பாலும் உள்ளூர் ஆட்கள் வரவே மாட்டார்கள்.

கோவிலில் இருந்து குங்குமப் பிரசாதத்தை வாங்கி வந்து என் நெற்றியில் பூசினாள். நானும் எடுத்து அவளுக்குப் பூசி விட்டேன். பிறகு, “நான் போயி நின்னா நைனா நிச்சயம் ஒத்துக்குவாரு. இந்த ஓடிப் போகிற அளவுக்கெல்லாம் எதுவும் நடக்காது. பயப்படாத. உனக்கு தினமும் காலேஜ்ல இருக்கற சமயத்தில போனடிக்கிறேன்” என்றேன். கட்டிப்பிடித்து நெஞ்சில் கன்னத்தை வைத்து, “எனக்கு இப்பயே உன் கூட வரணும்ங்கற மாதிரி இருக்கு” என்றாள்.

“அவசரப்படாத. நல்லபடியான வாழ்க்கைக்கு வாய்ப்பு இருக்கறப்ப, கொஞ்சம் பொறுமையா இருக்கறது தப்பில்லை. பொறுமையா இருந்தா அப்புறம் டெய்லி வேலை வெட்டிக்குக்கூட போகாம கட்டிப் பிடிச்சுக்கிட்டே படுத்துக்கலாம்” என்றேன். “ச்சீ கோவில்ல பேசற பேச்சா இது” என்றாள். அங்கே என்னுடைய அலுவலகத்தில் எதைப் பற்றி எல்லாமோ பேசிக் கொள்வோம். கோவிலில் வைத்தா என்கிறாள் இவள் என நினைத்துச் சிரித்துக் கொண்டேன். கல்லூரி போய் விட்டு வந்தபிறகும்கூட அந்தக் கிராமியத்தனம் விலகவே இல்லை அவளிடமிருந்து என்பதைக் கவனித்தேன். அதுதான் எனக்கும் பிடித்து இருந்தது. ஏனெனில் அந்த நிமிடம் வரை என்னிடமிருந்தும்கூட விலகவில்லை அது.

ஊருக்கு வேலைக்கு வந்தபிறகு, அடுத்த பதினைந்துநாள் நன்றாகத்தான் பேசிக் கொண்டிருந்தாள். பிறகு திடீரென அவளுடைய எண் அணைத்து வைக்கப்பட்டு இருந்தது. அவளுடைய தோழி ஒருத்திக்கு அழைத்துப் பார்த்த போது,

"என்ன பிரச்சினைன்னு தெரியலை. வீட்டுக்கு போனா, உடம்பு சரியில்லை அவளுக்குன்னு சொல்லிட்டாங்க. உள்ளயும் விடலை" என்றாள் அவள்.

ஊரில் இருந்த போது யாருமே எங்களைப் பார்க்கவில்லையே, பாதுகாப்பாக, ரகசியமாகத்தானே எங்கும் போனோம் என யோசித்துப் பார்த்தேன். வேறு ஏதாவது பிரச்சினையாக இருக்குமோ எனப் பொறுத்துப் பார்த்தேன். நேராகவே கிளம்பிப் போய்ப் பார்க்கலாமா என்றும் தோன்றியது. ஆனால் இப்போதுதான் வீட்டில் பிரச்சினை துவங்கியிருக்கிற நிலையில், போய் நின்றால் சரியாக இருக்காது என்பதும் புரிந்தது. வேறுவழியில்லாமல் என் கடைசித் தங்கையின் உதவியை நாட வேண்டியதாகப் போயிற்று.

"பாப்பா அப்பா சொல்றதை எல்லாம் எடுத்துக்காத. எனக்காக போயி என்னன்னு ஒருதடவை பாத்திட்டு வந்திரு. இந்த பக்கம் சும்மா வந்தேன்னு யார் கேட்டாலும் சொல்லிடு. நைனா இருந்தாலும் அவருக்கு சந்தேகம் வராது" என்றேன். அவளுக்குப் போவதற்குப் பயம். இருந்தாலும் நைனாவின் வீட்டிற்குப் பக்கத்தில் அவளுடன் படிப்பவள் இருக்கிறாள் என்பதால் போக ஒத்துக் கொண்டாள். ஊரில் இருந்து வருகையில், பள்ளிக்குப் போட்டுப் போகிற மாதிரி, அவளுக்கு ஒரு பவுனில் சின்னதாய் செயின் ஒன்றும் வாங்கிக்கொண்டு வருவதாகவும் வாக்களித்தேன்.

பாப்பா திரும்பி வந்து எல்லா விஷயங்களையும் சொன்னாள். அவள் போகும்போது நைனாவும் வீட்டில் இருந்திருக்கிறார். வாய்கொள்ளா சிரிப்புடன், "வாங்க குட்டி பூமாதேவி" என வரவேற்று இருக்கிறார். வீட்டில் ரோஸ் மில்க் குடிக்கக் கொடுத்து இருக்கிறார்கள். இடையில் நைனாவின் மனைவி வந்து எழுந்து நிற்கச் சொல்லிக் குங்குமம் பூசி இருக்கிறாள். "பாப்பா விஜியை பார்த்தியா? இல்லையா? ஒழுங்கு மரியாதையா அதைச் சொல்லு" என்றேன். "இல்லைண்ணே அவள் நாகர்கோவில்ல இருக்கற அவங்க மாமா வீட்டுக்கு போயிருக்கான்னு சொன்னாங்க" என்றாள். இறுதியாய், "நான் கிளம்பறப்ப நைனா விஜிக்கு உடனடியா கல்யாணம் பண்ணப் போறதா சொன்னார். விருந்து

சாப்பாடுக்கு எல்லாரும் ரெடியா இருங்கன்னும் சிரிச்சுக்கிட்டே சொன்னாரு'' என்றாள்.

ஒரு பிரச்சினையுமில்லையே? எதற்காக இந்த அவசர திருமணம்? எங்கே வைத்து? யாருடன் கல்யாணம்? என எனக்கு மூளை குழம்பி விட்டது. படபடவென நெஞ்சு அடித்து வியர்வை கொட்டியது. ராஜாவிற்கு அழைத்துப் புலம்பினேன். "இரு. அந்த ஏரியாவில விசாரிக்கிறேன்'' என்று சொல்லிவிட்டுப் போனான். ஊருக்கு உடனடியாகக் கிளம்பத் திட்டமிட்ட போது, அப்பா என்னுடைய அலுவலக எண்ணிற்கே அழைத்தார். எப்போதும் அப்படி அழைக்க மாட்டாரே என்று எண்ணிக் கொண்டு பேசப் போனேன். "தங்கச்சி எல்லாத்தையும் சொல்லிட்டா. இங்க சூழல் ஒண்ணும் சரியில்லை. இப்பவாச்சும் என் பேச்சை கேளு. நீங்க இங்க வர வேண்டாம்'' என்றார்.

சூழல் என்றால் என்ன? எதைச் சொல்கிறார்? என விக்கித்து நின்ற போது ராஜா மறுபடியும் அழைத்தான். "நாகர்கோவில்ல அவங்க மாமாவுக்கே கல்யாணம் செஞ்சு வைக்கிறாங்க போல. அந்த பொண்ணுக்குமே அதில இஷ்டம்தான் போலருக்கு. நீதான் பைத்தியக்காரன் மாதிரி சுத்திக்கிட்டு கெடக்க. ஏண்டா இங்க டெய்லி தொட்டுத் தடவுனாலே விட்டுட்டு போயிர்றாங்க. இவரு லெட்டர்லயே காதலிப்பாராம். அந்த பொண்ணும் காத்துக்கிட்டு இருக்குமாம். எந்த உலகத்திலடா இருக்க. கொஞ்சமாச்சும் வளரு வாழ்க்கையில. ஒழுங்கா ஓடிரு அந்தப் பக்கம். இந்தப் பக்கம் வந்தா நானே உன்னை அடிப்பேன்'' என்றான்.

ஊருக்கும் போக முடியாமல் அடுத்த கொஞ்சநாள் விஜியின் துரோகத்தை எண்ணியே குமைந்து கொண்டிருந்தேன். விபூதிக்கு மேலே அவள் சின்னதாய் வைக்கும் குங்குமத்தை நினைக்கிற போது அழுகையாக வந்தது. எப்படி மனசார ஒத்துக் கொண்டாள்? எந்த நெருக்கடியும் இல்லாத நிலையில் எதற்காக இவ்வளவு அவசரத் திருமணம்? ஒருவேளை நான் வந்து பெண் கேட்டு விடுவேன் என்பதற்காக அவளே அவசரப்பட்டு விட்டாளா? அப்படியானால் இந்தக் காதல் உண்மையில்லையா? என்ன நடந்தது அங்கே? என்றெல்லாம் அலுவலகத்திற்கு விடுமுறை போட்டுவிட்டு யோசித்துக் கலங்கினேன்.

அறையே கதியென்று கிடந்த போதுதான் மகேஸ்வரன் என்னைத் தேடி வந்தான். “ஒரு விஷயத்தை புரிஞ்சுக்கோ. பட்டிக்காட்டானாவே இருக்காத. அதெல்லாம் ஊர்ல செட் ஆகாது. அந்த சின்ன பொண்ணுக்கு அது தெரிஞ்சிருக்கு. ஏழு கழுதை வயசான உனக்கு அது தெரிய வேண்டாமா? அதெல்லாம் வாழ்க்கையில் ஒரு சேப்டருன்னு கடந்து போயிடணும். நானே இதுவரைக்கும் எட்டு லவ் பண்ணிட்டேன். இந்த சோகத்துக்கு ஒரே மருந்துதான் இருக்கு. டக்குனு அடுத்த லவ்ல விழுந்திரணும்” என்றான். ஆனாலும் அந்த வலியில் இருந்து நான் மீள்வதற்கு அடுத்த மூன்று மாதங்கள் பிடித்தன.

இடையில் துயரின் உச்சியில் வீட்டுப் பக்கமே போகாமல் இருந்தேன். வீட்டிற்கு அழைப்பதுவுமே முற்றிலும் குறைந்தும் போய்விட்டது. அம்மாவிற்கு பெரிய தங்கை போன் போட்டுக் கொடுத்தாள். “ஏன் ராசா. உங்கப்பா பண்ணுன தப்புக்கு நாங்க என்ன செய்வோம்?” என்றாள் எடுத்த எடுப்பில். உடனடியாகவே நான், “என்ன தப்பு பண்ணாரு?” என்றேன். அவள் அவசர அவசரமாகப் பேச்சை மாற்றி, “நிறைய கண்டிஷன் போடறதாலதான் இந்தப் பக்கம் வர மாட்டேங்குறீயான்னு கேட்டேன்” என்றாள். அவளைச் சரிக்கட்டி போனை வைத்து விட்டேன்.

அலுவலக வேலையில் என்னை மூழ்கடித்துக் கொண்டேன். என்னுடன் அலுவலத்தில் வேலைபார்க்கும் சில்வியாவுடன் நெருங்கிப் பழகத் துவங்கினேன். ஆனால் அந்தத் தடவை நெஞ்சுருக்கும் காதல் என்கிற வலைக்குள் சிக்கக் கூடாது எனவும் முடிவு எடுத்தேன். தாமரை இலையில் படர்கிற நீர் போலத் தொடர்ந்தது அந்த உறவு என்றாலும், எனக்கு மகிழ்ச்சியையும் தந்தது. பழைய காயங்கள் எல்லாம் படிப்படியாக ஆறின. புண்ணைச் சுற்றி விரலால் வருடிச் சுரண்டிச் சுகம் காணும் பழக்கமும் என்னையறியாமல் விட்டு விலகியும் இருந்தது.

ஒருநாள் வீட்டு மொட்டை மாடியில் இருந்து நான் கடந்து வந்த பாதையை அசைபோட்டபடி நின்றிருந்த போது, “அப்பா பண்ண தப்புக்கு” என அம்மா சொன்னது மறுபடியும் நினைவில் வந்தது. உடனடியாக என் பெரிய தங்கையை அழைத்து, “மறைக்காம சொல்லுங்க. விஜி விஷயத்தில என்ன நடந்திச்சு.

இப்ப போயி நான் ஒண்ணும் பண்ணிர முடியாது. இருந்தாலும் தெரிஞ்சுக்க கேட்கிறேன். அம்மா இப்படி சும்மா சொல்லி இருக்காது. இப்பத்தான் உறைச்சது எனக்கு. என் மேல சத்தியம். உண்மையை சொல்லு" என்றேன்.

அவள் நீண்ட தயக்கத்திற்குப் பிறகு, "எங்களுக்கே முதல்ல தெரியாதுண்ணே. கடைசியாத்தான் அம்மா சொல்லித் தெரியும். அப்பாதான் நைனாகிட்ட போயி இந்த விஷயத்தை சொல்லி இருக்காரு. எங்க குடும்பத்து டேஸ்டுக்கு இது ஒத்துவராதுன்னு சொல்லி இருக்காரு. அப்புறம் அம்மாட்ட வந்து தம்பி உசுருக்கு எந்த பிரச்சினையும் வந்திரக்கூடாதுன்னுதான் போயி சொன்னேன்னு சொல்லி இருக்காரு. அதுக்கப்புறம்தான் அவங்க அவசர அவசரமா கல்யாணம் செஞ்சு வச்சது. இப்ப விஜி நல்லா இருக்காளாம். ஒரு ஆம்பளைப் பையன் அவளுக்கு" என்றாள்.

எனக்கு அந்த நேரத்தில் என் அப்பாவின் மீது வெறிகொள்ளும் அளவிற்குக் கோபம் எழுந்தது. அழைத்து திட்டலாமா என்றும் யோசித்தேன். எல்லாமுமே முடிந்த நாடகத்திற்கு மறுபடியும் எதற்குத் துவக்க வரி என நினைத்துக் கொண்டேன். விஜியின் முகத்தைப் பார்க்கவேண்டும் போலத் தோன்றியது. அவள் மீதிருந்த வெறுப்பில் முன்னமே புகைப்படங்களையும் கடிதங்களையும் எரித்து முடித்து இருந்தேன். இனி என்ன இருக்கிறது இதில் என்கிற சிந்தனை வந்த போது சில்வியாவை அழைத்துச் சொன்னேன்.

"பொண்ணுங்க இதையெல்லாம் ஈஸியா மறந்திட்டு அடுத்த வாழ்க்கைக்குள்ள நுழைஞ்சுடுவாங்க." என்றாள். அப்போதைக்குச் சமாதானமாக இருந்தது. ஆனாலும் அப்பாவிடம் என்றைக்காவது ஒருநாள் இதைக் கேட்காமல் விடவே கூடாது என எண்ணிக் கொண்டேன்.

அதற்கப்புறம் வீட்டுக்கு அழைத்தாலும் அவரிடம் மட்டும் பேசக் கூடாது என முடிவெடுத்தேன். என்னுடைய அலுவலகத்திலுமே அடுத்தடுத்து பொறுப்புகள் என வளர்ந்து முன்னேறிக் கொண்டு இருந்தேன். அப்போது இருக்கிற நிலையில் தங்கைகளுக்கு எல்லாமுமே என்னால் செய்துவிட முடியும் என்கிற நிலைமையில் இருந்தேன். எதிர்காலம் கருதி அவர்களுக்கு நகைகள் சிலவற்றையுமே வாங்கி வைத்து இருந்தேன்.

அந்தச் சமயத்தில்தான் அப்பாவிற்கு உடல்நிலை சரியில்லை என நீண்ட விடுமுறை எடுத்துக் கிளம்பிப் போகவேண்டிய அவசர நிலை ஏற்பட்டு விட்டது. நின்றே வியாபாரம் செய்ததால் அவருக்கு மூட்டு எலும்பு தேய்ந்துவிட்டதாகச் சொன்னார்கள். அதற்கு மேலும் மறுபடியும் நின்றால், பெரிய சிக்கலைக் கொண்டுவந்து விடும் என்றார்கள். உடனடியாகவே கிளம்பி ஊருக்குப் போனேன். அப்பாவின் முகத்தைப் பார்த்தும் பார்க்கமலேயே அலைந்து கொண்டிருந்தேன். அவருக்குமே அது தெரிந்தே இருந்தது.

கடையை வேறு யாருக்காவது கைமாற்றி விட்டு விடலாம் என்கிற யோசனைக்கு அப்பாவுமே ஒத்துக் கொண்டதாக அம்மா வந்து சொன்னாள். உதயா ஜெராக்ஸ் கடையை கைமாற்றுவதற்கான நாள் வந்த போது அம்மா வந்து நின்று, “இவ்வளவு நாள் பொழப்பை பார்த்த இடத்தில அதை போய் இன்னொருத்தங்க கையில கொடுக்க அவருக்கு சங்கட்டமா இருக்காம். உன்னை போயி ஒப்படைச்சுட்டு வந்திர சொல்றாரு” என்றாள்.

எனக்கு உடனடியாகக் கோபம் வந்து விட்டது. அதைக் கேட்பதற்கு அதுதான் சரியான தருணம் எனவும் உணர்ந்தேன். ஒரு மனிதன் வீழ்ந்து கிடக்கையிலேயே அவன் பிறருக்கு உருவாக்கிய வீழ்ச்சிகளைப் பற்றியும் உணர்வான். போய் நின்று, “ஏற்கனவே கெடுத்து விட்டுட்டீங்க. இப்ப என்ன பண்ணணும் நெனைக்கிறீங்கப்பா?” என்றேன். “நான் அன்னைக்கு கெடுக்காட்டி இன்னைக்கு நீ இப்படி வந்து நின்னு பேசியிருக்க மாட்ட” என்றார் மெதுவான குரலில். அதற்கு மேல் அவரிடம் உக்கிரமாகப் பேசி எனக்குப் பழக்கமும் இல்லை.

“அவர் முன்னால போயும் நான் அசிங்கப்படணுமா? எப்படி அவர் முகம் பார்ப்பேன்?” என்றேன் குரலைத் தணித்து. “ஏன் நாங்க முகத்தை பார்த்து இதுநாள் வரைக்கும் தொழில் நடத்தலியா? எந்த வியாபாரியும் யார்ட்டயும் முகத்தை முறிச்சுக்க மாட்டாங்க” என்றார்.

கைநிறையச் சம்பாதிக்கும் நிலைக்கு வந்த பிறகும்கூட அந்தக் கடையை நோக்கிப் போகையில் உடலில் நடுக்கம் வந்தது. எப்படி அவர் முகத்தைப் பார்ப்பேன்? நைனா கடையில் அந்த நேரத்தில் இருக்கவே கூடாது எனவும் வேண்டிக் கொண்டேன்.

தயங்கியபடி எங்களுடைய கடையை நோக்கி நடந்து போனேன். நல்லவேளையாக நைனா இல்லை. வேகவேகமாக கடையை மாற்றிக் கொடுக்கும் வேலைகளை முடிக்கத் துவங்கினேன்.

எல்லாவற்றையும் சொல்லிக் கொடுத்துக் கல்லா சாவியை பொறுப்பாக ஒப்படைத்து விட்டு, கடை வாசலில் வந்து நின்றால், எதிரே நைனா கையில் ஒரு தட்டுடன் நின்றார். குங்குமம் வழிகிற அதே பழைய சிரிப்பு. எதிர்பார்த்த ஒன்றுமே இல்லை அதில்.

நாக்கைச் சுழற்றி, "வந்திட்டு என்னை பார்க்காமலே போறீங்களே மருமகனே. இந்தாங்க" என்று தட்டைக் கையில் கொடுத்தார். வேண்டாமெனச் சொல்லவே முடியாத இக்கட்டு.

தட்டில் இருந்த பிரெட் பஜ்ஜியை வாங்கிப் பார்த்த போது, "ஆரம்ப ஜோர்ல நல்லா இருந்துச்சு. அப்புறம் எனக்குமே அந்த இனிப்பு டேஸ்ட் பிடிக்காம போயிருச்சு மருமகனே. அதான் பழைய ஆளாவே மாறிட்டேன்" என்றார். வியாபாரக் குடும்பத்தில் இருந்து வந்தவனாய் நானுமே கண்ணில் மலர்ச்சியான சிரிப்பை வலுக்கட்டாயமாகத் தேக்கி அவரைப் பார்த்துவிட்டுத் தட்டை நோக்கிக் குனிந்தேன்.

காரமான சிவப்பு நிறச் சட்னியில் மிதந்தது அது.

◉

மறிக்குட்டி

முருகனுக்கு அன்று ரெம்பவே அச்சலாத்தியாக இருந்தது. இந்தக் கருமங்கள் எல்லாம் சீக்கிரம் முடிந்துவிட்டால் தேவலை என்றும் தோன்றியது. ராக்கால பூஜையை நடத்திக் கொண்டிருந்தனர். அப்போது தீவட்டிப் பிடித்தபடி ஒருத்தன் மெல்ல அசைந்தாடி வந்தான். தீவட்டிப் புகையை நாசியினுள் ஏந்தி வாங்கி ஆஹா என்ன மணம்? ஆஹா என்ன மணம்? எனச் சொல்வார் வழமையாய். ஆனால் அன்றைக்கு ஒன்றுமே சொல்லவில்லை.

கையை காலைத் தடவித் தூங்க வைக்க முயல்கிறார்களாம் என எண்ணிச் சிரித்துக் கொண்டார். அப்படியெல்லாம் தூங்க வைத்துவிட முடியுமா அவரை? வாரக்கணக்கு சொல்ல மணியக்காரர் வந்து நின்றார். நல்ல மனுஷன்தான். கைசுத்தமான ஆள் என்ற கணக்கில் அரைக்காது மட்டும் கொடுத்து அதைக் கேட்டுக்கொண்டு இருந்தார். அவருடைய சிந்தனை எல்லாம் அதைப் பற்றியே இருந்தது. இடையிடையே கணக்கு, கணக்கு என வரும்போது மட்டும், எந்தக் கணக்கைச் சொல்கிறார்கள்? தன்னுடையதைப் பற்றியுமா? என்கிற உறுத்தல் ஒன்றும் அவருக்குள் எழுந்தது. சாமியாய் இங்கே உட்காராவிட்டால், எழுந்து போய் “உங்க பொங்கச் சோறும் வேணாம். பூசாரித்தனமும் வேணாம்” எனக் கையெடுத்துக் கும்பிட்டு விடுவார்.

வேறு வழியில்லாமல்தான் இந்த இடத்தில் அமர்ந்திருக்கிறோம் என்கிற உறுதியான முடிவையுமே அவர் எட்டியிருந்தார். மணியக்காரர் சீக்கிரம் போகட்டும் என வெறுமனே உம் மட்டும் கொட்டிக் கொண்டிருந்தார். பெரிய மனுஷனுக்குப்

புத்தி இருக்கிறதா? அன்றைக்குத்தான் முழநீளத்திற்கு நீட்டிக் கொண்டு முழங்கினார்.

அப்பாடா, இப்பத்தான் விட்டார்கள் எனக் கொட்டாவியை விட்டு காட்டிவிட்டு அதைக் குறித்து மறுபடியும் சிந்திக்கத் துவங்கினார். அவர் சிக்கலில் மாட்டிய அன்றைக்கு உச்சிக்கால பூஜைகள் நடந்து கொண்டிருந்தன. ஒருவிதமான கிறக்கமான, பற்றற்ற நிலையிலும் தன்னை உணர்ந்திருந்தார் முருகன். நாதஸ்வரமொன்றிலிருந்து கசிந்த ஒலியில் மூழ்கி, எல்லாம் கடந்த துரிய நிலையில் அவர் உச்சிகொண்டிருந்தபோது அந்தச் சத்தம் அவரது கவனத்தைக் கலைத்தது. சிறிய பெண் குழந்தையொன்றின் சத்தம். “அய், மறிக்குட்டி மாதிரி இருக்கு” என அவளின் பொங்கிப் பிதுங்கிய குதூகலம். ஒரு கணம்தான், சட்டென கிழக்கு நோக்கித் திரும்பி விட்டார். அதைக்கூட அந்த நேரத்தில் அங்கிருந்த மணியக்காரரர் பார்த்துவிட்டது போலத்தான் தோன்றியது.

இடும்பன் மலையின் பின்பக்க உச்சியில் இரண்டு பாறைகளுக்கு நடுவே குட்டியாய் உருளையாய்க் கடல் முத்தைப் போல ஒரு பாறை. உடனடியாகவே வாரிக் கட்டிக் கொள்ளவேண்டும் போல இருந்தது. முதலில் குட்டி முயல் ஒன்று அங்கே நிற்பதாகத்தான் உணர்ந்தார். பிறகு அந்தக் குழந்தையின் குரலைப் பின்தொடர்ந்து உணர்ந்த போது, அதுவொரு மறிக்குட்டியைப் போலவே நின்றிருந்தது. வரையாடு ஒன்று தனது மலைத்தொடரின் உச்சியில் நின்று இந்த உலகத்தை நோக்கும் காட்சி ஒன்றை ஏற்கனவே பார்த்தும் இருக்கிறார். அதைப் பார்த்த கணத்தில் அவருக்குப் பிடித்து விட்டது.

நான் யார்? அந்த அடிமைப் பயல் இடும்பன் யார்? ஏதோ நான் தந்த வாக்கில் அங்கே இருந்து கொண்டிருக்கிறான். அவனுடைய மலையில் இப்படி ஒரு அழகா? அந்த எண்ணம் தீவட்டித் தீயைப் போல அவருக்குள் பற்றிப் பரவியது. என்ன செய்தும் அவரால் அதை உதற முடியவில்லை. எல்லாம் நடந்து கொண்டிருக்கிறபோது, அடக்க மாட்டாமல் திடீரென கிழக்குப் பக்கம் அவ்வப்போது யாரும் பார்க்கவில்லை என்கிற நினைப்பில் திரும்பிப் பார்த்துவிடுவார். எப்படியெனில்? தலையை அப்படியே நேர் எதிர்திசையில் திருப்பிப் பார்ப்பது.

இங்கே காத்திருப்பவர்களுக்குப் பின்மண்டைதான் தெரியும். ஒருசில கணங்கள்தான். சட்டென மறுபடியும் திரும்பிக் கொள்வார்.

இந்தப் பழக்கத்தை அவரால் கைவிடவே இயலவில்லை. கையும் களவுமாக ஒருநாள் மாட்டிக் கொள்வோம் எனவும் பயந்தார். சாமியாய் இருந்துகொண்டு இந்தமாதிரி சோலிகளைச் செய்யக் கூடாது என்ற எண்ணமும் எழுந்தது. இன்னொரு பக்கம் நியாயமாக அந்தக் கேள்வியை அவருக்குள் கேட்டுப் பார்த்துக் கொண்டார். எது கெட்ட சோலி? அழகான மறிக்குட்டி ஒன்றைப் பார்க்கும்போது அள்ளி அணைத்துக் கொள்ளத் தோன்றுவது, கெட்ட சோலியா? அது தன் கடமை என உறுதியாக உணர்ந்தார். அப்புறம் இன்னொரு நியாயமான கேள்வியும் எழுந்தது. அந்த அழகின் மதிப்பை அவன் உணர்வானா?

சந்தேகம் இருந்தால் இடும்பன் மலையில் ஏறிப் போய்ப் பாருங்கள். இங்கே நான் எப்படி நளினமாக அமர்ந்திருக்கிறேன். அங்கே அவன் கண்ணையெல்லாம் உருட்டிக் காட்டி ஏதேதோ செய்து கொண்டிருப்பான். ஏன் சாதாரணமாக சாந்தமாகப் பார்த்தால் என்ன குடிமுழுகி விடப் போகிறது? முரட்டு மாடு மாதிரி நிற்பான். அவனுக்கு எப்படி இந்த அழகின் மதிப்பு புரியும்? தவிர சொன்னால் தந்துவிடுவான்தான். ஆனால் நான் போய் எப்படிக் கேட்பது? என்றெல்லாம் சுழற்றி யோசித்தார்.

இந்தா இந்த மலையை வைத்துக்கொள் என அவனிடம் கொடுத்து மாமாங்க காலம் ஆகி விட்டது. அடச்சீ, இதென்ன இப்படி ஒரு சிந்தனை? இப்போதெல்லாம் கீழே மனிதர்கள்கூட வலதுகை கொடுப்பது இடதுகைக்குத் தெரியக்கூடாது என்றெல்லாம் பேசத் துவங்கி விட்டார்கள். சாமியாக இருந்துகொண்டு இப்படியெல்லாம் எண்ணக் கூடாது எனவும் முருகன் தன்னை எச்சரித்தும் கொண்டார்.

போய் நின்று உரிமையாகவும் கேட்க முடியாது. வேறு எதுவுமே செய்யவும் முடியாது. சாமியாக இருப்பதின் சிக்கலை அன்றுதான் முழுமையாக உணர்ந்தார். இந்த எண்ணத்தை விரட்ட படாதபாடு பட்டார். சீக்கிரம் ஓடிப் போய்த் தூங்கி விடலாம் என்கிற பரபரப்பில் இருக்கும் போதுதான் நைவேத்தியம் என என்னத்தையோ நீட்டுவார்கள். என்ன இருந்துவிடப் போகிறது

அதில்? இத்துணூண்டு நெய்ப் பொங்கல் வைத்திருப்பார்கள்? எந்நேரமும் ஒருத்தனால் இனிப்பைத் தின்றுகொண்டே இருக்க முடியுமா? சாமியாய் இருந்தாலும், ஒரு அளவு வேண்டாமா? ஆனால் இதைக் கேட்கவும் முடியாது, எண்ணவும் கூடாது. சே என்னடா ஒரு சீக்குப் பிடித்த வேலை இது எனப் புலம்பவும் செய்தார்.

இதற்கிடையேதான் துப்பு ஒன்றையும் கண்டறிந்தார். மணியக்காரன் இவர் தலைதிருப்பிப் பார்ப்பதைக் கண்டுபிடித்து விட்டான். "அவர் சித்து வேலை காட்டுறாரு. போய் ஊர் ஆட்கள்ட்ட சொன்னா லூசுப் பயலேம்பாங்க. அப்புறம் சோத்துக்கு தெருத்தெருவா அடிவாரத்தில அலையணும். நாய்பட்ட பாடு அது" எனத் தனக்குள் புலம்புவதை ஒட்டும் கேட்டார். ஒருவகையில் அவருக்குள் திருப்தி எழுந்தது. சித்துவேலை என்கிற கணக்கில்தான் அதை எடுத்துக் கொண்டிருக்கிறான். மறியின் மீதான தன்னுடைய மையல் யாருக்கும் தெரியாமல் போனதில் ஆசுவாசம் அவருக்கு.

ஆனாலும் அந்தக் காரியத்தைச் சீக்கிரம் முடித்துவிட வேண்டும் என்பதில் உறுதியாக இருந்தார். எந்நேரமும் அதே சிந்தனையாக இருப்பது ஒரு மன்னனுக்கு அழகல்ல. ஒன்று விரும்பியதைப் போரிட்டு அடைய வேண்டும். இல்லாவிட்டால் ராஜதந்திர நடவடிக்கையில் இறங்கி அவர்களிடமிருந்து பெற்றுக் கொள்ள வேண்டும். இரண்டில் ஒன்று. வெட்டு ஒன்று துண்டு ரெண்டு.

எந்தப் பாதை தன்னுடையது என்கிற முடிவை எடுக்க வேண்டிய கட்டாயம். அதுபோக, விரும்பும் ஒரு பொருள் தன்னையும் விரும்புகிறது என்பது ஒருநிலை. அதனால்தான் அந்தக் குட்டி அவர் கண்ணில்பட்டது? எத்தனையோ காட்சிகள் இருக்கையில் அது ஏன் தன் கண்ணில் வந்து படுகிறது? அதுவும் தன் மண்டைக்குப் பின்னே இருக்கிற மலையில் இருப்பது? அது தன்னை வந்து அடைய நினைக்கிறது எனப் பூரணமாக உணர்ந்தார் முருகன். ஒரு மன்னனாகவுமே தன்னுடைய பரிபாலனங்களுக்குக் கீழ் வாழவரும் ஒரு பிரஜையை நெஞ்சார ஏற்பதும் ஒரு நிலை. அதில் நியாய தர்மங்களுக்கு இடமே இல்லை. அது ஒரு ஆற்றைப் போல தன்மடி நோக்கி ஆடி வருகிறது என்கிற பேரானந்த நிலையை அவர் எட்டினார். இதை மறுபடி முதலில்

இருந்து எண்ணிப் பார்த்தார். இதுதான் சரியான நிலை என்கிற முடிவில் நின்றார்.

ராஜதந்திர நடவடிக்கையை யார் மூலமாக நிறைவேற்றுவது? நம்பகமான ஆள் வேண்டும். ஆளும் கொஞ்சம் நைச்சியமாகப் பேசுகிறவராக இருக்க வேண்டும். ஒருதடவை மட்டுமே அவரால் அஸ்திரத்தை வீசமுடியும். மறுபடியும் வீசினால் அதுவே பழக்கமாகியும் விடும். சிந்தாமல் சிதறாமல் காரியத்தை முடிக்க வேண்டும் என அவர் காத்திருந்து கொண்டிருந்த போதுதான் நாச்சிமுத்து அவரது கண்ணில் பட்டார். தன்னை அடிமையாகவே ஒப்புக் கொடுத்தவர். அதுவரை ஒருசொல்கூட மனதால் எதிர்த்துப் பேசியதும் இல்லை. ஆளும் கட்டை பிரம்மச்சாரி. ஊரில் அவருக்கு நாலைந்து அண்ணன் தம்பிமார்கள் இருக்கிறார்கள்.

ஒவ்வொரு கிருத்திகை அன்றும் தவறாமல் வந்து விடுவார். அவருக்கு ஏதோவொரு மனக்குறை உண்டு என்பது முருகனுக்கும் தெரியும். மனுஷன் மனசுக்குள்ளேயே வைத்து மருகிக் கொண்டிருக்கிறார். என்றைக்காவது சொல்வார் எனவும் அவர் காத்துக் கொண்டிருந்தார். சொத்து சுக வாழ்க்கையில் மனுஷனுக்கு எந்தப் பிரச்சினையும் இல்லை. இந்த வயதிலும் சங்கோஜம் இல்லாமல் எல்லா சகோதரர்கள் வீட்டிலும் எந்நேரம் வேண்டுமானாலும் போய் சாப்பிட்டுக் கொள்வார்.

அவர்களுமே அவரை ஒரு குழந்தையைப் போலத்தான் பார்த்துக் கொள்கிறார்கள். அவருடைய அம்மாவான பெரியாத்தா, இவர் திருமணம் செய்து கொள்ளவில்லையே என்கிற நினைப்பிலேயேதான் போய்ச் சேர்ந்தாள். அதுவும் முருகனுக்கு நன்றாகத் தெரியும். அவருமே கூடுமான மட்டிற்கு அவருக்குள் திருமண ஆசையைத் தூண்டி விட்டெல்லாம் பார்த்தார். ஆனால் மனுஷன் ஒத்துழைக்கவே இல்லை எதற்கும். செய்ய நினைப்பது சாமியாக இருந்தாலும் செயலுக்கு மனிதனும் ஒத்துழைக்க வேண்டுமில்லையா? ஏதோ வாழாவெட்டி மனநிலையிலேயே பொழுதிற்கும் அமைதியாய்ச் சுற்றிக் கொண்டிருப்பார் நாச்சிமுத்து. அவரே சமையலறையில் போய் எடுத்துப் போட்டுக்கொண்டு அந்த இருளிற்குள் நின்றே சாப்பிட்டு

முடித்துவிட்டு வந்துவிடுவார். சம்சாரத்தில் எல்லாம் அவருக்கு ஆர்வமே இல்லை?

தினமும் பாசிப்பயறு குழம்பு வைத்துக் கொடுத்தால்கூட சாப்பிட்டுக் கொள்வார். தொடுகறிகூடக் கேட்க மாட்டார். ஏதோ ஏழை பாழையை சொல்வதைப் போல அல்ல இது. நாச்சிமுத்துவிற்கு அவர் பங்காக மட்டுமே நூறு ஏக்கராவிற்கும் மேல் தென்னந்தோப்புகள் உண்டு. அழகான ஓடுகள் பதிக்கப்பட்ட விஸ்தாரமான சாலை வீடு ஒன்றும் இருப்பதுகூட முருகனுக்குத் தெரியும். ஆனாலும் ஏதோ மனக்குறை. ஆனால் அதை மனுஷன் சொன்னால்தான் உண்டு. நாமாகப் போய் எப்படிக் கேட்பது என்றும் அதுவரை இருந்து விட்டார் முருகன்.

ஆள் தனிப்பட்ட வகையில் எப்படி எனக் கூர்ந்து நோட்டம் போட்டும் பார்த்தார். சொல்லுக்கு அஞ்சுகிற மனிதராகவும் இருந்தார் அவர். "ஒரு சொல்லுதான். ஆனா அந்த ஒத்தை சொல்லும் ஒழுங்கா இருக்கணும்" என அவரது நண்பர்களிடம் சொல்வதையும் கேட்டார். பெரும்பாலும் பேசுவதில்லை. பேசினால் இந்த மாதிரி ரெட்டை அர்த்தம் வருகிற மாதிரி எதையாவது பைத்தியக்காரன் மாதிரிச் சொல்வது. ஆனால் பக்தி என்கிற விஷயத்தில் மனுஷனை அடித்துக் கொள்ள ஆளே கிடையாது. நெடுஞ்சாண்கிடையான பக்தி. சிலரைப் போல மினுக்கிக்கொண்டு போவது இல்லை.

உன் தாள் பணிந்தேன் என முழுதும் ஒப்புக் கொடுக்கிற நிலை. அந்த நிலையைத் தாண்டி வேறு சிந்தனையே இருக்கக் கூடாது என்கிற மாதிரியான பக்தி. மனதால்கூட ஒருநாளும் அவர் தன்னை நொந்ததில்லை என்பதை உணர்ந்தார் முருகன். ஊருக்குள்ளும் கௌரவமான குடும்பம். யார் வம்பு தும்பிற்கும் போவதில்லை. இவருமே பொட்டாட்டமாகத்தான் போய் வந்து கொண்டிருப்பார். தோட்டத்தில் இருப்பார், இல்லாவிட்டால் கிருத்திகை நாளில் இவரைத் தேடிக் கிளம்பி வந்து விடுவார். மனிதன் எதையாவது கேட்டுத் தொலைந்து விட்டால்கூடப் பரவாயில்லை. மனசுக்குள்ளேயே வைத்து மருகிக் கொண்டிருப்பதுதான் முருகனுக்குச் சங்கட உணர்வை ஏற்படுத்தியது.

நிமிஷ நேரத்தில் தீர்த்து விடுவார் அதை. ஆனாலும் அந்த மனிதனுக்குத்தான் எத்தனை அழுத்தமான நெஞ்சு? தனக்கு ஒரு குறை இருக்கிறது. ஆனால் அந்தக் குறைக்கு யாரையும் குற்றம் சொல்வதில்லை. சாமியாகவே இருந்தாலும் பொறுப்பைத் தூக்கித் தலையில் சுமத்துவதில்லை. பெரியாத்தா பிள்ளைகளை நன்றாகத்தான் வளர்த்திருக்கிறாள் என்கிற திருப்தி எழுந்தது முருகனுக்கு. கருணையின் எல்லையிலும் அவர் ததும்பி நின்று கொண்டிருக்கையில்தான் அவருக்கு நாச்சிமுத்துவை ராஜதந்திர நடவடிக்கையில் ஈடுபடுத்துவது குறித்த எண்ணமும் உதித்தது.

இரண்டு மூன்று தடவை அதை ஊறப் போட்டு யோசித்தார். மனுஷன் சித்தன் ஆகிற தகுதிக்கு உண்டான ஆள்தான். கொஞ்சப் பேச்சும் நிறைந்த நிதானமும் இருக்கிறது. எத்தனையோ பேரை அவர் இப்படி வளர்த்துவிட்டுப் பார்த்திருக்கிறார். அவருடைய பக்திமானுக்குச் செய்ய மாட்டாரா? ஊரிலேயுமே தங்களது ஊரில் இருந்து ஒரு சித்தர் எனப் பெருமையாக நினைத்துக் கொள்வார்கள். குடும்பப் பேறும் இல்லை. இந்த மாதிரிக் கட்டை பிரம்மச்சாரியால்தான் இல்லறத்தை உலகிற்கு கற்றுக் கொடுக்கவும் முடியும். வெளியே நின்று பார்த்தவனுக்குத்தான் அந்தப் பாத்திரத்தின் அமைப்பும் செயல்பாடும் தெரியும். விலக விலகத்தான் எப்பொருளும் பூமிப் பந்தைப் போல பெருத்துத் தெரியும்.

எல்லா வகையிலுமே நாச்சிமுத்து இந்த நிலைக்குத் தகுதியானவர் என்பதை உணர்ந்தார். நாளைப் பின்னே ஊருக்குப் போய் தனது தோட்டத்தில் அமர்ந்தால்கூட ஆசிரமம் அப்படி இப்படியென மேலே வந்துவிடுவார். காலம் காலமாகத் தன் காலையே கட்டிக் கொண்டிருக்கிற பக்தனுக்கு ஏதோ பார்த்துச் செய்து விட்ட மாதிரியும் ஆயிற்றே? ஆளும் அதை அனுபவிக்கத் தகுதியானவர்தான். ஒரு கரப்பான் பூச்சியைக்கூட அவர் கொன்று போட்டதைக் கண்ணால் பார்த்ததில்லை என்பதும் அவருக்குத் தோன்றியது. கெடா வெட்டில் போய் ஆட்டுக்கறி தின்பதெல்லாம் ஒரு தவறா? தானே போனாலும் வரிசையில் அடையாளத்தை மறைத்து அமர்ந்து சாப்பிட்டு விட்டுத்தான் வருவார் என்பதும் அவருக்குத் தெரியும். எப்படிப் பார்த்தாலும் துரும்பு விழாத மாணிக்கம்தான் நாச்சிமுத்து. தகுதியானவன், அதற்கு முற்றிலும் தகுதியானவன். தகுதி அவனைத் தேர்ந்தெடுத்து விட்டது. காலம்

அவனைத் தேர்ந்தெடுத்து விட்டது. காலத்தைப் பரிபாலனம் செய்கிற தன் கடமை, அதுவாக இருப்பதை உறுதி செய்வது என்றெல்லாம் சுழற்றியடித்து யோசித்தார்.

இங்கேதான் ஒரு மன்னனுக்கு இருக்கிற கடமையை உணர்ந்து ராஜ தந்திரமாகவும் எண்ணிப் பார்த்தார். நாச்சிமுத்துவிற்கு செய்து கொடுத்த மாதிரியும் ஆகி விட்டது. அவருமே மனதால், தனக்குக் கிடைக்கிற மரியாதைகளால் குளிர்ந்து அமைந்து நிறைந்து விடுவார். அவரது மனக்குறையை அவரே வென்றுவிடுவார். அப்படியொரு நிறைவான கணத்தில் போய் தனக்கு வேண்டிய வரத்தைப் பெற்றுக் கொள்ள வேண்டும். செய்து கொடுத்ததற்கு பதிலாகப் போய்க் கேட்பதாக எல்லாம் மருகிக் கொண்டிருக்கக்கூடாது. மன்னனைப் போல மிடுக்காகப் பேச வேண்டும்.

“இங்க பாரு நாச்சிமுத்து. எனக்குச் செய்றதும் உன் கடமைதான். நான் இல்லாட்டி ஒரு ஆளா வளர்ந்திருப்பியா? உனக்கும் இலாபம். எனக்கும் ஏதோ வந்திச்சுன்னு இருக்கணும். தாயா பிள்ளையா இருந்தாலும் வாயும் வயிறும் வேற வேறதான்னு உங்க ஊர்ப்பக்கம் சொல்வாங்களே? அந்த மாதிரின்னு வச்சுக்கோயேன். அப்புறம் நாம ஒண்ணும் கொலைக் குற்றமெல்லாம் பண்ணலை. காதும் காதும் வச்ச மாதிரி செஞ்சு குடுத்திரு. எனக்கு இருக்கற கடைசீ வாய்ப்பு இதுதான். குறுகுறுன்னு இருக்குப்பா. புரிஞ்சுக்கோ. அப்புறம் அதுவும் என்னை வந்தடைய துடிக்குது. அதுவும் நம்ம கடமைதாம்ப்பா. எவ்வளவோ சித்து விளையாட்டுகளை பண்ணியிருக்கேன். அன்பின் பாதையை அடைய அப்படீங்கற கணக்கில இது வந்துக்கிடட்டும். அதனால இதுதான் ஒப்பந்தம். செஞ்சு குடுக்கற காரியத்தை பத்தி நீயும் பேசக் கூடாது. நானும் பேசமாட்டேன்” என்றெல்லாம் வெட்டு ஒன்று துண்டு ரெண்டு என சொல்லிவிடவேண்டும் என்கிற முடிவிற்கும் வந்தார்.

என்னென்னவோ அலங்காரங்கள் எல்லாம் செய்தார்கள். அவர் மனம் எதிலும் ஒன்றவில்லை. எப்போதடா கிருத்திகை வரும் எனக் காத்துக் கொண்டிருந்தார் முருகன். ஏதாவது சிக்கலை உருவாக்கித் தன்னை நோக்கி நாச்சிமுத்துவை உடனடியாகவே இழுத்து விட முடியும் அவரால். ஆனாலும் அது தன்பாட்டிற்கு நிகழவேண்டும் என ஒதுங்கி நின்று வேடிக்கை பார்க்கத்

துவங்கினார். தவிர இனிமேல் காலத்தில் அவருமே ஒரு கருவிதான். இதில் இன்னொரு முக்கியமான ஒன்றும் இருந்தது. அவரால் நாச்சிமுத்துவிடம் இவ்வாறெல்லாம் உடைத்துப் பேசிவிடவும் முடியாது.

மனுஷன் சொல்லுக்குக் கட்டுப்பட்டவர். முகத்தை நோக்கி வேறு எதையாவது எறிந்து விட்டால் என்ன செய்ய? அமைதியாய் நடப்பது நடக்கட்டும் என்கிற முடிவிற்கு வந்து சேர்ந்தார். அன்றைக்கு வழக்கம் போல நாச்சிமுத்து அதிகாலையிலேயே எழுந்து விட்டார். அவருடைய அண்ணி, “தேத்தண்ணி போட்டுத் தரவா?” எனக் கேட்கிற சத்தம் முருகனுக்குக் கேட்டது. “இன்னைக்கு வெறும் வயிறோட போன்னு எதுவோ சொல்லுது. அடிவயிற்றில நெருப்பு” என நாச்சிமுத்து பதில் சொல்வதுமே அவருக்குக் கேட்டது. வழக்கமாக இப்படி ஏதாவது பேசக்கூடிய ஆள்தான் என்பதால் அவருடைய அண்ணியுமே அதைப் பெரிதாக எடுத்துக் கொள்ளவில்லை.

ஒருமாதிரிப் பித்து நிலையில்தான் முருகனது அடிவாரத்திற்குள் காலடி எடுத்து வைத்தார். அந்தச் சமயத்தில் அதை முருகன் செய்திருக்கக் கூடாதுதான். நாச்சிமுத்துவிற்கு நல்லது செய்ய வேண்டும் என்கிற நோக்கத்தில்தான் அதையுமே செய்தார். மஞ்சநாயக்கன் பட்டிக்காரன் ஒருத்தன் விருந்து போட்டுக் கொண்டிருந்தான். எப்போதுமே தரமாக ஆடம்பரமாக விருந்தைப் போடுகிறவன். சாம்பார், பொரியல், இனிப்பு எல்லாம் முதல்தரமாக இருக்கிறது என மக்கள் பேசிக் கொள்வதைக் கேட்டும் இருக்கிறார் முருகன். ஒரு நல்ல நோக்கத்தில் இவர் வேண்டுமென்றே ஓர் ஓரமாக நடந்து போன நாச்சிமுத்துவை இன்னொருத்தர் வழியாகச் சாப்பாட்டுப் பந்தலுக்குள் தள்ளினார். சத்தியமாக அவர் களைப்படைந்திருக்கிறார், நல்ல மாதிரியாகச் சாப்பிடட்டும் என்கிற எண்ணத்தில்தான் அதைச் செய்தார்.

ஆனால் அவரது பிடிமானத்தை மீறி, காலத்தின் கரத்தில் அந்தச் சொல் குதித்துக் கொண்டு வெளியே வந்து விழுந்து விட்டது. எவர் கையிலும் இல்லாத வெளியில் அதுவாகவே நிகழ்ந்தது. பந்தியின் வாசலில் நின்ற ஒருத்தன், “உங்க வாழ்நாள்ல இப்படி ருசியா சாப்பிட்டிருக்க மாட்டீங்க. வாங்க இலவசம்தான்” என்றான். முருகனுக்கே சுருக்கென

இருந்தது. நாச்சிமுத்துவிற்கு எப்படி இருந்திருக்கும்? அவரும் துள்ளிக் கொண்டு சொல்லிவிட்டார் பதில் சொல்லை. “உங்க பகட்டை காட்டுறீங்களா? இனிமே அடிவாரத்தில யார்கூடயும் அன்னம்தண்ணி புழங்க மாட்டேன்”. அந்தச் சொல் குத்த வரும் ஈட்டியைப் போல முருகனை நோக்கிப் பறந்து வந்தது. விலகலாமா? விலக முடியாது. பாதாளத்தில் போய் ஒளிந்தாலும் தன்னை நோக்கி அது வந்துவிடும் என உணர்ந்தார் முருகன். கூர்மையான அச்சொல் அவருள் மோதி அவருக்குள் தங்கியும் போனது. அப்புறம் அந்தச் சொல் கற்பூரம் போல நின்று எரியத் துவங்கியது.

நாச்சிமுத்துவின் சித்தமும் அந்தக் கணத்தில் கலங்கிப் போனது. அவர் உடனடியாகவே ஒரு விநோதமான ஆளைப் போல மாறிப் போனார். ஒரு சொல்லுக்கு அப்படி ஒருத்தனை உருக்குகிற வலிமை இருக்கிறதா? அவர் மேலும் முதியவனாகவே அக்கணத்தில் தோற்றமளித்தார். அவருடலில் கொஞ்சமாக ஒட்டியிருந்த பகட்டுகூட அப்போது உதிர்ந்து விழுந்ததைப் பார்த்தார் முருகன். நாச்சிமுத்து முற்றிலும் வேறு ஒன்றாக ஆகி இருந்தார். அவர் இனி தன் கையில் இல்லை என்பதை ஆழமாக உணர்ந்தார். முருகனால் அதற்குப் பிறகு தள்ளிநின்று வேடிக்கை பார்க்க மட்டுமே முடிந்தது.

நாச்சிமுத்து இரண்டு கைகளையும் முதுகிற்குப் பின்னே மடித்து ஒருகட்டம் போலக் கட்டி மிடுக்காக நடந்து போவார் தினமும். “உலகத்தில என் கையில ஒண்ணுமே இல்லைன்னு காட்ட ஒரு பிச்சைக்காரன் மன்னன் மாதிரி நடந்து போறான் பாருங்க” எனச் சொல்லிக் கொண்டே நடந்து போகத் துவங்கினார். வலுக்கட்டாயமாக டீயை வாங்கிக் கொடுத்தவர்களின் காலடியிலேயே மண்ணில் அதைக் கொட்டினார். இப்படி இருந்தால் செத்தே போய்விடுவார் எனத் தோன்றியது முருகனுக்கு.

இடையில் ஒருநாள் நாயின் வடிவத்தில் ஒன்றை அனுப்பி, அவரை அடிவாரத்தை விட்டு வெளியே இழுக்க முயற்சித்தார் முருகன். அந்த நாயின் கண்ணைக் கூர்மையாகப் பார்த்து, “எந்த வாடையும் என்னை ஈர்க்கலை” என்றார் நாச்சிமுத்து. அவரது குடும்பத்தைச் சேர்ந்த ஒருத்தர் இதைப் பார்த்து விட்டுத்

தலையில் அடித்துக் குத்தவைத்து அழுதார். சங்கட உணர்வு தோன்றியது முருகனுக்கு. அண்ணன் தம்பிகள் எல்லோரும் தலையில் வாயில் அடித்துக் கொண்டு ஓடி வந்தார்கள்.

கையில் காலில் எல்லாம் விழுந்து கெஞ்சினார்கள். எதற்கும் மசியவில்லை மனுஷன். அவர்கள் பேசுவது எல்லாம் அவருடைய காதிலேயே விழவில்லை. சுவற்றைப் பார்த்துத் திரும்பி, அப்போதும் கையை அந்த மாதிரிக் கட்டிக்கொண்டு ஒன்றும் பேசாமல் அமர்ந்து இருந்தார். கட்டக் கடைசியாய் அவர்களும் அஸ்திரம் ஒன்றை எய்து பார்த்தார்கள். நாச்சிமுத்துவின் தோளிலேயே புரண்டு விழுந்து வளர்ந்த குழந்தையை அனுப்பி, "தாத்தா என்னைத் தெரியுதா?" எனக் கேட்க வைத்தார்கள். அதற்கு மட்டும் பதில் சொன்னார் நாச்சிமுத்து. "சிவனின் மகன் குமரனைத் தவிர வேறு யாரையும் எனக்கு இங்கே தெரியாது". அந்தக் குழந்தை மருண்டு விலகி ஓடியது.

எவ்வளவு பெரிய பொறுப்பைத் தலையில் சுமத்துகிறார்? முருகனுக்குள் துயரவுணர்வு எழுந்து உருண்டது. அதேசமயம் இன்னொன்றும் தோன்றியது. பொதுவாகவே அங்கே அப்படி உலவுகிறவர்கள், கொஞ்ச நாள் போனால் மாறிவிடுவார்கள். அப்படி நிறையப் பேரை அடிவாரத்தில் பார்த்துமிருக்கிறார். போதம் எக்கணத்திலும் விலகி விடும் என்பதையும் உணர்ந்தார். ஆனால் யாருக்கு எது எப்படி என்பதை எவராலும் தீர்மானிக்கவும் முடியாது. அடியாழத்தில் நாச்சிமுத்து கருணை கூடினவர் என்பதால் அந்தக் குழந்தை மருண்டு விலகிய காட்சி என்றைக்காவது பெரும் ஒளிக் கீற்றாய் அவருக்குள் எழுந்து நிற்கும் என்றும் தோன்றியது முருகனுக்கு.

நாளுக்கு நாள் ஆள் சோர்வாகிக் கொண்டே இருந்தார். சாப்பிடாமல் ஒரு மனிதனால் எவ்வாறு இருக்க முடியும்? ஆனால் போதம் உயிருக்குப் பொறுப்பேற்றுக் கொண்டுவிட முடியுமா? கேள்விகள், குழப்பங்கள், முருகனைச் சுற்றி. அதேவேளையில் தான் எண்ணிய காரியமும் ஈடே ற வேண்டும். இடும்பனிடம் போய் நிற்க வேண்டும். அந்த மறிக்குட்டியைத் தானமாகக் கேட்க வேண்டும். பிறகு தன்னிடம் வந்து அதைக் காணிக்கையாக ஒப்படைத்து விட வேண்டும். ஆனால் இந்த உலகில் தன் கையில் ஒன்றுமே இல்லை என நாச்சிமுத்து

மறிக்குட்டி | 111

அறிவித்தும் விட்டார். அவரே சொல்லின் முதுகில் ஏறி அமர்ந்து மன்னனாகவும் இருக்கிறார். என்ன செய்வது? என்கிற குழப்பம் முருகனுக்குள் உதித்தது.

நைச்சியமாகப் பேசிப் பார்ப்பது என்கிற முடிவிற்கு வந்த முருகன், இரவுகளில் நாச்சிமுத்து கொஞ்சம் சாந்தமாக இருப்பதைப் பார்த்தார். அந்த நேரத்தில் அவரிடம் பேசுவது சரியான பொழுதாகவும் இருக்கும் எனத் தோன்றியது. ஆரம்பத்தில் கொஞ்சம் தயக்கமாகவும் இருந்தது. எப்படிப் போய்ப் பேசுவது? துயரமும் அதை அடையவிருப்பதில் இருக்கிற பேரானந்த உணர்வும் அவருக்குள் மாறிமாறி அலையடித்தன. பேசித்தான் பார்க்கலாம் என்கிற நினைப்பில் ஒருநாள் முருகன், “என்ன நாச்சிமுத்து நல்லா இருக்கீயா? என்னைத் தெரியுதா?” என்றார் காதிற்குள் குரலாய்.

அடுத்த நொடி, “நீ யார்ல என் மசிரே” என்றார் நாச்சிமுத்து. துடிதுடித்துப் போனார் முருகன். அவர் வாயில் இருந்து அப்படி ஒரு வார்த்தையா? அதோடு முடித்துக் கொண்டால்கூடப் பரவாயில்லை, எழுந்து நின்று ஆவேசமாக முருகன் அமர்ந்திருக்கும் இடத்தை வெறித்துப் பார்த்தபடி உலகத்தில் இருக்கிற அத்தனை தூற்றல்களையும் உமிழத் துவங்கினார். முகத்தில் புளிச்புளிச்சென துப்புகிற மாதிரிச் சொற்கள். காதையும் மூடித் தொலைக்க முடியாது. மூச்சு முட்டிவிட்டது முருகனுக்கு. நிறுத்துப்பா எனக் கத்தியும் சொல்ல முடியாது. நாச்சிமுத்துவின் காதிற்குள்தான் அதைச் சொல்லவும் முடியும்.

“கொஞ்சம் பொறுமையா இரு நாச்சிமுத்து. கொஞ்சம் பொறுமையா கேளு. என்ன நடந்திச்சுன்னா. நான் நல்ல மேரியாத்தான்” எனச் சொல்லியும் பார்த்தார். நாச்சிமுத்து அதையெல்லாம் கண்டுகொள்ளவே இல்லை. ஒருநாளோடு இது போய்த் தொலைந்திருந்தாலும் பரவாயில்லை. தினமும் அந்தக் குறிப்பிட்ட நேரத்தில் வந்து நின்று ஏசத் துவங்கி விடுவார். இவரும், “சொல்றதைக் கேளு நாச்சிமுத்து. என்ன நடந்திச்சுன்னு. ஒரு தடவை கேளேன். காதுகுடுத்தும் கேட்கணும். சித்தன்னா எல்லாத்தையும் கடந்தவனா இருக்கணும்” என்றார் மெதுவாக. அதற்கு மட்டும் ஒருதடவை ஏசுவதை நிறுத்தி விட்டு, “அதைச் சொல்ற தகுதி உனக்கு இருக்கா?” என்றார் கூர்மையாக. பிறகு

மறுபடியும் அடிவயிற்றில் இருந்து குரல் எழுப்பி ஏசுவதில் மும்முரமானார்.

அவருடைய செய்கை அடிவாரத்தில் பரபரப்பாகி விட்டது. "என்னப்பா இது. இவ்ளோநாள் அமைதியா கெடந்த மனுஷன் திடீர்னு இப்டீ வண்டை வண்டையா வைய்யிறாருன்னு. முருகனும் சும்மா இருந்துருக்க மாட்டார்ப்பா. ஏதாச்சும் செஞ்சு விட்டிருப்பார் போல" என ஒருத்தன் சரியாகப் புள்ளியைப் பிடித்தான். திடீரென நாச்சிமுத்து யாராவது கொடுத்தால் டீ மட்டும் குடிக்க ஆரம்பித்தார். அப்போதுதான் முருகன் அளவு கடந்த பதற்றத்தை உணர்ந்தார். "அவனுக்கு உயிர் வாழணும்ங்கற ஆசை வந்ததே என்னை வைய்யிறதுக்காகத்தான்" என அந்த எண்ணம் எழுந்து வந்தபோது அவரது முகத்தில் முத்து முத்தாய் வியர்வைத் துளிகள். அதைப் பட்டுத் துண்டால் துடைத்து விட்டு ஒருத்தன், "முருகன் ஆக்ரோஷமா உஷ்ணமா இருக்கார் இன்னைக்கு" என்றான்.

முருகனுக்கு தன்நிலையை நினைத்துச் சங்கடம் வந்தது. அப்புறம் இன்னொரு குழப்பமும் வந்தது. நாச்சிமுத்து அவரைத் தெருவில் அலைய விட்டதால் இப்படிச் சபதம் எடுத்துத் திரிகிறாரா? இல்லையெனில் அவரே சித்தனாக மாறி தன் மனதில் தோன்றியது குறித்து அறிந்து கோபம் கொண்டு விட்டாரா? வெளிப்படையாக அதைக் கேட்டும் தொலைய முடியாது. அவர் பின்னாலேயே முருகனும் நைச்சியமான வார்த்தைகளால் குரலாய், ஒரு செவலைநாயைப் போல விரட்டிக் கொண்டு ஓடினார்.

"இங்க பாரு. நாச்சிமுத்து. சும்மா நீ எதையாச்சும் பிடிச்சுத் தொங்கறதுக்காக என்னை பிடிச்சுக்கிட்டு தொங்கற. ஒழுங்கா வேலையைப் போய் பாரு. உனக்குன்னு குடும்பம் இருக்குதில்ல. பாரு அந்த சின்ன குட்டி எப்படி வந்து தாத்தான்னு பேசுனா. மனுசனோ தெய்வமோ கருணை வேணும். அந்த குட்டி கண்ணில கூட வெறுப்பை பக்கினா அப்புறம் என்ன அர்த்தம்? எல்லாத்துக்கும் ஒரு ஞாய தர்மம் இருக்குப்பா. யாருமே இல்லைன்னாகூட பரவாயில்லை. கடைசி வரைக்கும் காலடியிலயே வச்சு கஞ்சி ஊத்தி விட்டிருவேன். உனக்குன்னு மரியாதை இருக்குல்ல. உங்க குடும்பம் புழுவா துடிக்கிறாங்க.

நாளைப்பின்ன அதுக்கும் சேர்ந்து என்னைத்தான் எல்லாரும் வைவாங்க. என்னையும் போட்டு எதுக்கு இப்படி துடிக்க விடற?" என்றார் பொறுமையாக. அவர் அதுவரை கேட்டுக் கொண்டிருந்தார் என்பதே அவருக்கு ஆச்சரியமாகவும் இருந்தது.

அமைதியாய் கேட்டுவிட்டு, "நீ யார்டே அதைச் சொல்றதுக்கு?" என்றார். அதற்கடுத்து மேலும் மேலும் மூர்க்கமாகி, வசைச் சொற்கள், கேட்கக்கூசும் வார்த்தைகள். இப்போதெல்லாம் அவரைக் கண்டிப்பதை விட்டுவிட்டுப் பக்கத்தில் நின்று அதை ரசித்துப் பார்க்கவும் ஆட்கள் கூட்டம் பெருகி விட்டது. "இந்த டீயை சாத்திட்டு நல்லா வைய்யிண்ணே. நமக்குமே ஒண்ணும் செஞ்சு கொடுக்க மாட்டேங்கறாப்பில" என்றான் பக்கத்தில் நின்ற ஒருத்தன். இது தேவையா எனக்கு? அந்த குட்டிக் குழந்தை மட்டும் சொல்லி இருக்காமல் இருந்தால் தலையைக்கூடத் திருப்பிப் பார்த்திருக்க மாட்டேன். அவள் கிடைத்தால் கன்னத்தில் கிள்ள வேண்டும். ஆனால் அவள் பங்கு என்ன அதில்? அவள் உணர்ந்தாள் அதை. அவள் கண்ணிற்குள் இருக்கிற வெளிச்சத்தை தன்னுடையதாக உரிமை கொள்ள ஒருகணத்தில் முடிவெடுத்தேன். அதுதான் தவறோ எனக் குழப்பம் வந்தது அவருக்கு.

பிறகு அதைப் பற்றிக் கூர்மையாக எண்ணத் துவங்கினார் முருகன். இங்கே யாருமே எதற்குமே பொறுப்பில்லை என்றால், இங்கு சிதறிக் கிடப்பவை எல்லாமுமே எல்லோருக்குமானதுதானே? அதன்மீது நிற்கும் தன் பொறுப்பைத் தொலைக்கிறவன் யார்? அது பொறுப்பென்பதே அறியாதவன் யார்? அதுதான் துரியநிலை என முருகனுக்குப் புத்தியில் உறைத்தது.

அதன்பிறகு அதைப் பற்றிய நினைப்பையே விட்டுவிட்டார். நாச்சிமுத்து சீக்கிரம் கிளம்பிப் போனால் தேவலை என்கிற கட்டத்திற்கும் வந்து நின்றார். தைப்பூசம் வேறு பக்கத்தில் வருகிறது. அந்த நேரம் இப்படி ஒருத்தன் வைதுகொண்டே அலைந்தால் மேலும் அவப்பெயர் சேர்ந்து விடும். இறுதியாய் உறுதியாய் நாச்சிமுத்துவிடம் பேசிப் பார்ப்பது என்கிற முடிவிற்கு வந்தார்.

"நாச்சிமுத்து நான் சொல்றதை இன்னைக்கு ஒருநாள் கடைசியாய் கேளு. உனக்கு சமமா இறங்கி வந்து பேசறதாலயே நீ இப்டீ

பண்ணக் கூடாது" என்றார். சொல்லிபிறகு தான் அப்படிச் சொல்லி இருக்கக்கூடாது என்கிற உரைப்பும் வந்தது. "முதல்ல எந்த உயிரையும் சமமா நடத்த கத்துக்கோ" என நாச்சிமுத்து சொன்னபோது, திடுக்கிட்டுப் போனார் முருகன். அங்கே தன்னை உடைத்து முன்வைத்து விடவேண்டும் என்கிற உணர்வை அடைந்தார் முருகன். "தப்புதான்" என்றார் மெல்லிய முணுமுணுப்பாய்.

நாச்சிமுத்து ஒன்றுமே வாய்வார்த்தையாய்ச் சொல்லவில்லை. நம்புகிறேன் என்கிற மாதிரி பார்த்துவிட்டு எழுந்து நின்றார். தன் உடலில் கோர்த்திருந்த கைகளை விடுவித்துக் கொண்டார். சட்டையைத் தடவி, தலைமுடியை ஒழுங்குபடுத்திய பிறகு, அவர் உள்நுழைந்த திசையில் எதிர்த்துக் கொண்டு நடக்கத் துவங்கினார். ஒரு சொல்லுக்குக் கிளம்பிட்டானே என்கிற உணர்வு வந்தது முருகனுக்கு. கூடவே ஆசுவாசத்தையும் அதிகமாக உணர்ந்தார்.

அதன்பிறகு நாச்சிமுத்து அடிவாரத்திற்கு வரவே இல்லை. வராவிட்டாலும் தேவலை என்கிற மனநிலையில் அதை அப்படியே மறந்து போய்விடவும் நினைத்தார் முருகன். ஆனால் உள்ளுக்குள் அது ஒரு சிறிய விளக்குச் சுடரைப் போல மிதந்து கொண்டிருப்பதையும் கண்டார். அடியாழத்தில் அது தவளையைப் போலத் துள்ளியும் ஆற்றில் குதித்தது.

எல்லாமும் வழமையாகப் போய்க் கொண்டிருந்த நாளில், யாருமே தன்னைக் கண்காணிக்கவில்லை என்கிற உணர்வு கிடைத்தபோது, முருகனுக்குள் அந்தக் குறுகுறுப்பு விசையெனப் பெருகியது. சட்டெனக் கிழக்கு முகமாகத் தலையைத் திருப்பி மறிக்குட்டியைப் பார்த்தார்.

அதனருகே சிரித்தபடி இடும்பனைப் போலப் பேருரு கொண்டு எழுந்து நின்றார் நாச்சிமுத்து.

முருகனுக்குமே சிரிப்பு வந்துவிட்டது அப்போது!

●

வேம்ப்பயர்

மைதானத்தில் திரட்சியாக முளைத்திருந்த பச்சைப் புற்களின் மூக்கில் படர்ந்திருந்த பனித்துளிகளை உதைத்துக் கொண்டே ஓடினேன், அவ்வளவு வெறுப்பாக இருந்தது. அந்த முறையாவது பாபநாசத்தில் வைத்து நடக்கிற பதினாறு வயதுக்குட்பட்டோருக்கான, மாவட்ட அளவிலான ஹாக்கிப் போட்டியில், ஆடும் பதினொன்றில் இடம் கிடைக்குமா? என்கிற சந்தேகம் இருந்தது. நன்றாக ஆடலாம் என்றுதான் வைராக்கியம் முடிந்தமட்டிற்கும் இருக்கிறது. ஆனால் எவ்வளவு முட்டிமோதியும் வாய்ப்பே கிடைக்கவில்லை. பயிற்சியாளரின் கண்களைப் பார்த்து இறைஞ்சியெல்லாம் அலைந்து விட்டேன். மனம் இறங்கி வராமல் கறாராக இருந்தார், கவ்வியதை விடாத எருமைத் தேளின் பெருங் கொடுக்கைப் போல.

என்னுடைய தவறுதான் அது. வெற்றிக்குப் பக்கத்தில் நின்ற ஒரு ஆட்டத்தில், கையில் கிடைத்தும் கோலடிக்க தவறிவிட்டேன். மட்டையில் பந்து பெரிதாகத் தெரிகிறளவிற்கு ஒட்டியிருந்ததுதான். ஆனால் எனக்கு கோல் கம்பம் தெரியவில்லை, எனக்கெதிரே வெட்ட வெளிதான் விரிந்து கிடந்தது. அந்த நேரத்தில் இதயத்துடிப்போடு இணைந்த ஒரு நடுக்கத்தை உணர்ந்தேன். கால்கள் பின்னுவதைப் போல உணர்வு வந்ததும் பந்தைக் கம்பத்தை விட்டு வெளியே, அந்த வெட்ட வெளியில் தள்ளி விட்டேன். பந்து நோக்கமே இல்லாமல் தோற்று ஓடியது அந்த வெளியில். ஒட்டுமொத்த அணியினரின் வெறுப்புப் பார்வையும் என்மீது படர்ந்ததை அக்குறுகிய நேரத்திற்குள்ளாகவே உணர்ந்தேன். மைதானத்தைவிட்டு வெளியில் போனால் மானக்கேடாக இருக்கும் என உடனடியாகவே தோன்றியது.

அந்த கோலை அடித்திருந்தால் அந்தப் போட்டியில் வென்று கோப்பையைக் கைப்பற்றி இருப்போம்.

அது எப்படியென்றால், கைக்கு கிடைத்த லட்டை வாய்க்குள் போடாமல் கைநடுங்கி மண்ணில் போட்டு விடுவதைப் போல. “குதிரை ஓடப் பயந்த மாதிரி, நீ கோலடிக்க பயந்தீன்னா, எதுக்கு விளையாட வரணும்?” என்றார் பயிற்சியாளர் கோபத்தோடு. பிறகு அவரே தனியே அழைத்து, “பயத்தை முதல்ல விடணும். எதுவும் நம்மளை என்ன பண்ணிரப் போகுது? கோலடிக்காட்டி தூக்குத் தண்டனையா தரப் போறாங்க?” என்றார்.

இரவு உணவிற்கு மெஸ்ஸிற்கு போகவே தயக்கமாக இருந்தது. எல்லா கண்களும் என்னைத்தான் குறுகுறுவென வேடிக்கை பார்க்கும். தயங்கித் தயங்கி உள்ளே போன போது, எல்லோருமே என்னை நோக்கி ஆத்திரப் பார்வையை வீசினார்கள். “ஒண்ணுக்கும் ஆகாத பய. இந்நேரம் கப்பு நம்ம கையில இருக்க வேண்டியது. தின்னத் தூங்க. தின்னத் தூங்கன்னு இருக்கறதுதான் அவனுக்கு செட்டாகும்” என்றான் ஒருத்தன். எல்லோருமே அதற்கு ஆமாம் என்பதைப் போலத் தலையாட்டிய போது, எனக்கு அவமானமாக இருந்தது என்பதால், அன்றைக்குச் சாப்பிடாமலேயே படுக்கைக்குப் போனேன்.

இரண்டடுக்கு இரும்புப் படுக்கை, மேலே கீழே என்கிற மாதிரி. மேலே படுத்துக் கொண்டு கீழே இருந்தவனிடம், “கோச் அந்த நேரத்தில எப்படி பதட்டப்படாம செயல்படணும்னு கத்துத் தர்றேன்னு சொல்லி இருக்கார். கத்துக்குவேன்” என்றேன். “ஆமா நீ கிழிச்ச. வாயை மூடிக்கிட்டு சும்மா இரு. கப் இல்லங்கற வயித்தெறிச்சல்ல எல்லாரும் கெடக்கோம். விட்டா உன்னை அறுத்து கறிவிருந்து வச்சிருவாங்க. நீ எப்பவுமே தோத்துப் போற கோச்சை சேவல்டா. நீ அவமானக் கறிக்குத்தான் லாயக்கு. சண்டைக்கு ஆக மாட்ட” என்றான். ஒருவாரம் வரைக்கும் குளிக்க, திங்க என எங்கே போனாலும் ஏளனமாகவே பேசினார்கள்.

மைதானத்தில் நடந்ததை அங்கேயே மறந்துவிட வேண்டும் என்பார்கள். ஆனால் இவர்கள் பள்ளியில்கூட அதை இழுத்துக் கொண்டு வந்து, உடன் படிக்கும் பெண்பிள்ளைகளிடம்கூட அதைச் சொல்லி விட்டார்கள். “என்னலே இத்துணூண்டு பந்தை அம்மாம் பெரிய போஸ்ட்டுக்குள்ள தள்ள முடியாதா உன்னால?

மானக் கேடா இருக்கு. உன்னால எல்லாம் எதுக்குள்ளயும் ஒண்ணை தள்ள முடியாது போலருக்கே?" என இக்குவைத்துச் சிரித்தபடி கேட்டாள், மகளிர் அணியில் விளையாடும் ரோஸலீன். அந்த அணியின் கேப்டனாகவும் இருந்தாள் அவள். இரட்டை அர்த்தத்தில் எதையாவது பேசினாளா என்ன?

அவளது முகத்தைப் பார்க்க முடியாதளவிற்கு எனக்கு வெட்கமாகப் போய்விட்டது. முக்கியமான போட்டிகள் நடக்கையில், உள்ளே தண்ணீர் சுமந்து கொண்டு போய்க் கொடுப்பதும் சங்கடமாக இருந்தது. "இன்னைக்கு உள்ள இருக்கறவன். நாளைக்கு வெளியே. அதுதான் விளையாட்டு. உனக்கான இடம் கிடைக்கிற வரை போராடு. அவனுமே ஒருநாள் இதுமாதிரி தண்ணி சுமப்பான். அதே மாதிரி நம்ம அணிக்காக தண்ணி சொமக்கிறது ஒண்ணும் அவமானமும் இல்லை. உன்னால முடியாட்டி கொடு. நான் போய்க் கொடுக்கிறேன்" என்றார் பயிற்சியாளர்.

எனக்கான நேரம் வரும் எனக் காத்திருந்து முன்னைக் காட்டிலும் அதிகப் பயிற்சிகள் செய்தேன். ஆனாலும் ஏதோ கூடியமைந்து வராத மாதிரியே தோன்றியது. கம்பத்தை நோக்கிப் பந்தைக் கடத்திக் கொண்டு போகையில், தன்னம்பிக்கைக் குறைவு ஏற்பட்டது. பந்தை டிரிபிளிங் செய்து ஒருத்தனை ஏமாற்றிக் கடப்பது என்பது எனக்கு இயலாததாகவே இருந்தது. பந்தை அவனது உடலுக்கு இரண்டடி தள்ளி நகர்த்தி விடுவேன், ஆனால் அவனது மட்டைக்கு பந்தை இரையாகக் கொடுத்து விடுவேன். அவனை முற்றிலும் ஏமாற்றிப் பந்தோடு கடக்க என்னால் முடியவில்லை. பயிற்சி ஆட்டங்களில் இவ்வாறு நான் நொண்டியடிக்கத் துவங்கினேன்.

விளையாடுவது என்பதை விட்டு விடலாம். என்னோடு இருப்பவன்களின் அவமானச் சொற்களைத்தான் என்னால் தாங்க முடியவில்லை. எங்கே போனாலும் விரட்டிக் கொண்டு வந்து கேலி பேசினார்கள். "உன்னால ஒருத்தனை கடத்த முடியலை. தனியா பந்து கிடைச்சா ஏழு பேரை கடத்தி கோல் போட்டிருவீயாக்கும்?" என்றார்கள்.

அதுவொரு அரசினர் விளையாட்டு விடுதி. திங்கத் தூங்க இடம் தருகிறார்கள். மாதா மாதம் உடல்வலு மற்றும் விளையாட்டுத் தகுதிகளைப் பரிசோதித்து மதிப்பெண் போடுவார்கள்.

ஒழுங்காக விளையாடினால் தேசிய விளையாட்டுப் பள்ளிக்குத் தேர்வு பெற்று, கல்லூரி வேலை என அடுத்த கட்டத்திற்குள் போய்விடலாம். அப்புறம் மைதானத்திற்கென புதிய புதிய ஆட்டக்காரர்களும் தேவைதானே?

அதற்காகத்தான் எங்களை இங்கே படிக்க வைத்து, ஜெயிலில் இருப்பதைப் போல, இலவசமாய் முறைச் சோறு போட்டுப் பாடுபட்டுக் கொண்டு இருக்கிறார்கள். பள்ளிகளில் வகுப்பிற்கு வராவிட்டாலும்கூட வருகை என்கிற கணக்கில் வைத்து விடுவார்கள். பனிரெண்டாம் வகுப்பு பொதுத் தேர்விலேயே காப்பி அடித்து எழுத அனுமதிப்பார்கள். குறைந்த மதிப்பெண் எடுப்பது எல்லாம் பிரச்சினையே இல்லை. விளையாட்டு ஒதுக்கீட்டில் கல்லூரியில் வேண்டி விரும்பி எடுத்துக் கொள்வார்கள். இத்தனை சாதகங்கள் உண்டு இதில். ஆனால் ஒன்றே ஒன்றை மட்டும்தான் திருப்பி அதற்குக் கொடுக்க வேண்டும். அது, நன்றாக விளையாடுவது.

அடிப்படையான அதில்தான் நான் நொண்டியடித்துக் கொண்டிருந்தேன். பாபநாசம் போட்டியில் வாய்ப்புக் கிடைத்து நன்றாக ஆடிவிட்டால், அணியில் நிரந்தர இடம் கிடைத்து விடும் என்று நம்பிக்கையில், அந்தப் போட்டிக்கு ஆவலோடு காத்திருந்தேன். ஆடும் பதினொன்றை அறிவிக்கையில் அதில் என் பெயர் இல்லை. பயிற்சியாளர் எங்களை வரிசையில் நிற்கவைத்து பெயர்களை வாசிக்கையில், என் முகம் சுண்டிப் போய் கண்கலங்குவதைப் பார்த்தார். உதட்டைக் கடித்துத் தலையைத் தாழ்த்திக் கொண்டேன்.

“என்னைக்கும் எதுவுமே நிரந்தரமா இருந்ததே இல்லை. போட்டிக்கு நடுவில உனக்கு வாய்ப்பு கூட கிடைக்கலாம். மனசை விட்டிராதே. உற்சாகமா இரு. எது நடந்தாலும் ஸ்போர்ட்ஸ்மேன்ஷிப் முக்கியம். அதுதான் விளையாட்டோட இதயம். டீம் ஜெயிக்கணும்னு நெனை. நீ விளையாடினாத்தான் ஜெயிக்கணும்னு நெனைக்காத” என்றார் பயிற்சியாளர். எனக்கு அதைக் கேட்டவுடனேயே கொஞ்ச நேரத்திற்கு உற்சாகமாக இருந்துது. என் தவறும் உறைத்து உடனடியாக விறைத்து நின்றதைப் பார்த்துப் பையன்களும் சிரித்தார்கள். எல்லோரும் பாபநாசம் கிளம்பிப் போனோம்.

பேருந்தில் போகையில் பாபநாசம் என்கிற பெயரே புதுமையாக இருக்கிறதே என யோசித்துக் கொண்டே போனேன். அங்கே ஒரு பெரிய அருவி இருக்கிறது என்று சொன்னார்கள். மலையை ஒட்டிய ஊராம். எங்களுடைய ஊரில் எல்லாம் கருவேலம் முட்கள்தான் நிறைந்து கிடக்கும். அதைவிட்டால் ஆங்கேங்கே பனைமரங்கள். மழை காலத்தில் மட்டுமே கொஞ்சம் செழிப்பு தெரியும். வரப்பு ஓரங்களில் அதலைக்காய் கொத்து கொத்தாய்க் முளைத்துக் கிடக்கும். அதன் இளங்கசப்பைப் போலத்தான் எங்களுடைய குடும்ப, ஊர் வாழ்வும். மற்ற காலங்களில் எங்களது ஊரையெல்லாம் பொட்டல்காடு என்று சொல்வது பொருத்தமானதே.

அங்கே அந்த மண்ணை வைத்துப் பிழைக்க வழியில்லை என்பதாலேயே எதைப் பிடித்தாவது முன்னேறி விடலாம் என நினைக்கிறார்கள். நாங்கள் ஹாக்கி விளையாட்டைப் பற்றிக் கொண்டதைப் போல, வேறுபலர் அவர்களுக்குத் தோதானதைத் தொற்றிக் கொள்வார்கள். எல்லோருக்குமே ஒரே பொதுநோக்கம்தான். எப்படியாவது அந்த ஊரில் இருந்து வெளியேறிவிட வேண்டும். அங்கே இருந்தால், அக்னி நட்சத்திர காலத்தில் இருப்பதைப் போல, அவ்வளவு புழுக்கமாக இருக்கும்.

மாறாக நாங்கள் இறங்கிய ஊர் எங்களைச் சாரலுடன் வரவேற்றது. பொதுவாகவே மழை எப்போதுமே விளையாட்டிற்கு எதிரி. ஊரே மழையை வேண்டிக் கொண்டிருக்கும்போது, நாங்கள் அதைப் பழிப்போம். மழை கொஞ்சம் வலுக்கிற மாதிரித் தெரிந்தாலே, போட்டியை நிறுத்தி விடுவார்கள். சாரல் அடித்தால்கூட கையெல்லாம் நனைந்து மட்டை ஈரமாகி வழுக்கிக் கொண்டு போகும். போட்டியைத் தயவு தாட்சண்யமின்றிப் பாதியிலேயே நிறுத்தி விடுவார்கள்.

பாபாநாசத்தில் வீசிய அந்தச் சாறலும் தேநீர்க்கடையில் ஒதுங்கி பிரிட்டானியா மில்க் பிஸ்கெட்டும் காபியும் சுவைத்ததும் எனக்குப் புதிய அனுபவமாக இருந்தது. “அய்யய்யோ. தாயோளி மழைச் சனியன் வந்து கெடுத்திரும் போல இருக்கே?” என்று பையன்கள் பேசிக் கொண்டார்கள். எனக்கு அந்த முறை மழை

வந்தால் நன்றாக இருக்கும் எனத் தோன்றியது. எப்படியும் விளையாட இடம் கிடைக்காது என்பதை உணர்ந்தும் இருந்தேன்.

எங்களை எல்லாம் ஒரு பழைய அரசினர் பள்ளியில் தங்க வைத்தார்கள். எல்லா மாவட்ட அணிகளும் தனித்தனியாக வகுப்பறைகளில் பாய்விரித்துத் தூங்கிக் கொண்டிருந்தார்கள். பெண்களை மேல்நிலை வகுப்புப் பகுதிகளில் பார்வைபடாமல், ஒளித்து வைத்து இருந்தார்கள். பையன்கள் கைலியும் டவுசரும் அணிந்தபடி சுற்றி அமர்ந்து பிரெட் பாக்கெட்டுகளைப் பிரித்துத் தின்று கொண்டு இருந்தார்கள். அவர்களைக் கடந்த எங்களை மலங்க விழித்துப் பார்த்தார்கள். "ஸ்போர்ட்ஸ்கூல் டீமு. அவங்களை அடிச்சுக்கவே முடியாது. இந்த தடவை கப்பு அவங்களுக்குத்தான்" என்றான் அங்கே அமர்ந்திருந்த ஒருத்தன்.

எங்களுடைய அணிப் பையன்கள் எல்லோரும் நெஞ்சை நிமிர்த்துக் கொண்டு நடந்தார்கள். நான் நெஞ்சை நிமிர்த்த வேண்டுமா? என யோசித்தேன். என்னுடைய பையைக் கொண்டு போய் வகுப்பறையின் மூலை இருந்த இடத்தில் போட்டேன். ஏற்கனவே சப்பாத்தி வாங்கித் தந்து சாப்பிட வைத்துத்தான் அழைத்து வந்திருந்தார்கள். மறுநாளைப் பற்றிய எந்தக் கவலைகளுமின்றித் தூங்கப் போனேன்.

காதிற்குள் மழை அடிக்கிற சத்தம் கேட்டபடியே இருந்தது. கனவில் மழை பெய்வதாகவே முதலில் நினைத்திருந்தேன். பிறகு சத்தங்களைக் கேட்டபிறகுதான் விழித்துப் பார்த்தேன். காலை ஏழு மணிக்கே இருட்டிக் கொண்டு விடாமல், அடைத்துப் பெய்தது மழை. எல்லோருக்குமே சோர்வாக இருந்தது. என்னுடைய பயிற்சியாளர் யாரிடமோ போய் தொலைபேசி செய்து பேசிவிட்டு வந்தார். அவருக்கு வானிலை போன்ற விஷயங்களில் ஆர்வமும் உண்டு.

வந்தவர், "இன்னும் மூணு நாளைக்கு ஹெவி ரெயின் இருக்காம். அநேகமா கிளம்பிர வேண்டியதுதான் உடனே. மேட்ச் நடக்க வாய்ப்பே இல்லை" என்றார். எங்களை எல்லாம் கிளம்புவதற்கு உத்தரவிட்டார். பள்ளி வளாகத்தில் இருந்த நீண்ட வரிசையில் பையன்களுக்குள் இருந்த ஒழுங்கையும் கவனத்தையும் மழை கலைத்து விட்டது. எல்லோருடைய இடங்களிலும் பையன்கள் மாறிமாறி ஊடுருவிப் புழங்கிக் கொண்டிருந்தனர். அதற்குள்

பலருக்குள் ஆழமான நட்புகூட ஏற்பட்டு விட்டது. மகளிர் அணிப் பிள்ளை ஒருத்தியை அந்தப் பதினான்கு மணி நேரத்திற்குள் ஒருத்தன் காதலிப்பதாகவும் சொல்லி இருக்கிறான். காலை எழுந்ததுமே மழையை விட அதுதான் பெரிய பேச்சாகவும் இருந்தது.

எல்லோரும் அவரவர் விளையாட்டுப் பொருட்களை மூட்டைகட்டிக் கிளம்பிக் கொண்டிருக்கும் போது, கொஞ்சம் தூரத்தில் தள்ளிக் கிடந்த அது என் கண்ணில் தட்டுப்பட்டது. வேம்ப்பயர் எனப் பெயருள்ள ஹாக்கி மட்டை. இந்தியளவில் பிரசித்தமானது, விலைகூடியதும். அப்போது நான் வைத்து விளையாடும் மட்டையைவிடப் பலமடங்கு மேம்பட்டது. அதன் வளவளப்பும், போர்க்குதிரையை ஒத்த அதன் வளைவும் சுண்டி இழுத்தது என்னை. அப்படியான மட்டை எங்கள் அணியில்கூட யாரிடமும் இல்லை. வேம்ப்பயர் மட்டை என்பது என் வாழ்நாள் கனவுமேகூட. வேம்ப்பயர் என்பது ஒரு தகர்க்கவியலாத கௌரவம், மைதானத்தில்.

அந்தக் களேபரச் சூழலைப் பயன்படுத்தி மட்டையை எடுத்து என் உறைக்குள் போட்டு விட்டேன். யாராவது பார்க்கிறார்களா? எனத் திரும்பிப் பார்த்தேன். எல்லோருமே மழையைப் பார்த்துக் கொண்டு இருந்தார்கள். இன்னபிறர் கையில் இட்லி பொட்டலத்தை வைத்துப் பிரித்துக் கொண்டிருந்தனர். வேகவேகமாக அங்கிருந்து கிளம்பி பள்ளி நுழைவு வாயில் அருகே போய் நின்று கொண்டேன். எங்களுடைய அணியினர் வந்தபோது அவர்களோடு இணைந்து உடனடியாகவே பேருந்து நிலையத்திற்குக் கிளம்பினோம்.

யாருக்காவது தெரிந்து விடுமோ? என்கிற படபடப்பு பேருந்தில் ஏறியதும் வந்து விட்டது. ஏதோ தோன்றியதால் செய்துவிட்டேன், அப்படி எடுத்து வந்தது தவறு என்றும் தோன்றியது. யாருமே நான்தான் எடுத்துப் போனேன் என்று கண்டுபிடிக்கவும் முடியாது என்கிற எண்ணமும் எழுந்தது. புதுமட்டை அது என்பதால் எந்தவித அடையாளக் குறிகளும் இருப்பதற்கு வாய்ப்பே இல்லை. யாராவது கேட்டால் என்ன சொல்வது? என்றெல்லாம் எனக்குள் கவலைகள் வந்து போயின.

போகிற வழியில்தான் எங்களது ஊர் என்பதால், “ரெண்டு நாள் லீவு இருக்குங்கடா. உங்க ஊர்ல யாராச்சும் இறங்கணும்னு நெனைச்சா இறங்கலாம்” எனப் பயிற்சியாளர் சொன்னதும், நான் முந்திக் கொண்டு கைகாட்டினேன். ஊரில் உள்ள மைதானத்தில் யாரிடமுமே காட்டவில்லை அதை. விடுமுறை முடிந்து விளையாட்டு விடுதிக்குப் போனபிறகே அந்த உறையில் இருந்து அதை எடுத்தேன்.

கையிலேந்திப் பார்த்தேன், பறவையைத் தாங்குகிற மாதிரி எடையற்று இருந்தது. அதன் கூரிய வளைவு கழுகின் மூக்கை எனக்கு ஞாபகப்படுத்தியது. அதன் வழவழப்பைக் கையால் தடவிப் பார்த்தபடி, யாருக்கும் தெரியவே தெரியாது, நாமாகக் காட்டிக் கொடுத்தால்தான் உண்டு என நினைத்துக் கொண்டேன்.

எங்களுடைய பயிற்சியாளர் இதையெல்லாம் எப்போதுமே கண்டு கொள்ளவே மாட்டார். ஆனால் அன்றைக்கு அதைத்தா என்பதைப் போலச் சைகை செய்தபோது நடுங்கி விட்டேன். கையில் வாங்கிப் பார்த்த அவர், “அத்தனை அம்சமும் கூடி வந்திருக்கு. நல்லா விளையாடு” என்றார். பயிற்சியாளர் அப்படிச் சொன்னதைக் கேட்டு விட்டுப் பையன்கள், “ஏதுல இது? எப்ப வாங்கின?” இதை வச்சுக்கிட்டு மட்டும் என்ன பண்ணப் போற?” என்றார்கள். “எங்க சித்தப்பா வாங்கித் தந்தாரு” என்றேன் ஒற்றை வரியில்.

அங்கே வேறொரு பேச்சு ஓடிக் கொண்டிருந்ததால், மட்டை விஷயத்தை அப்படியே விட்டு விட்டார்கள். நாங்கள் கிளம்பி வந்த பிறகு பாபநாசம் பள்ளியில், இன்னும் கிளம்பாமல் இருந்தவர்களின் அறைக்குள் வெள்ளம் புகுந்து விட்டதாம். அருவித் தண்ணீர் அதன் கரையை ஒட்டி இருந்த அந்தப் பள்ளியைக் காட்டாற்று வெள்ளமெனச் சூழ்ந்து விட்டதாம். அறைக்குள் நீர் மட்டம் ஏறி ஏழு விளையாட்டு வீரர்களும் ஒரு பயிற்சியாளரும் மூழ்கிச் செத்துவிட்டதாகச் சொன்னார்கள்.

“நம்ம கோச் எதுக்கு இவ்வளவு அவசரமா நம்மளை கிளம்பச் சொல்றாருன்னு அன்னைக்கு யோசிச்சேன். இன்னைக்கு அதுனாலதான் தப்பிச்சிருக்கோம். நம்ம கோச்சு மூளைகூடினவர்ப்பா” என்றான் அபிலாஷ். மைதானத்தில் இருக்கிற எல்லோருமே அதைப் பற்றித்தான் பேசிக் கொண்டு

இருந்தார்கள். சோகம் என்கிற உணர்வில்லாமல், தப்பிவந்த ஒருசாகச விளையாட்டைப் போலவே, அதைக்கூடப் பேசிக் கொண்டு இருந்தார்கள். அன்றைக்குப் பயிற்சிகள் இல்லை என அறிவித்து விட்டு, மற்ற எல்லா பயிற்சியாளர்களுமே கேலரி பகுதியில் இருக்கிற மேடையில் நின்று, தங்களுக்குள்கூடி பாபநாசத்தைப் பற்றித்தான் பேசினார்கள்.

இரவில் உணவு அறையிலும் ஓய்வு அறையிலும்கூட அந்தப் பேச்சு நீண்டது. “ச்ச்சே எப்படிச் செத்துருப்பாங்க. மூச்சு திணறிருக்கும்ல. கிணத்துலயே நம்மாள தம் கட்ட முடியலை. சுத்தியும் தண்ணி இருந்தா என்ன பண்ண முடியும்? எங்க ஊர்ல ஒருத்தரு கிணத்தில விழுந்து செத்துப் போனப்ப பார்த்தேன். முழியெல்லாம் பிதுங்கி காதுல இருந்து ரத்தம் வந்து, முகம் ஊறி உப்பிப் போய் சொதசொதன்னு இருந்திச்சு” என்றான் எனக்குக் கீழே படுத்திருந்தவன் இன்னொருத்தனிடம்.

அதைக் கேட்கவே எனக்குப் பயமாக இருந்தது. சின்ன வயதில் இருந்தே பேய் என்றாலே எனக்குப் பயம். வீட்டில் ஒண்ணுக்கடிக்கக்கூட யாரும் இல்லாமல் போக மாட்டேன். “இன்னைக்கு நான் வர்றேன். நாளைக்கு உன் பொண்டாட்டியை துணைக்குக் கூப்டு போவீயா?” என அம்மா சொன்னாலும், அதையெல்லாம் சட்டை செய்யவே மாட்டேன். அன்றிரவு கனவில், முகம் சொதசொதவென உப்பி இருந்த ஒருத்தன் என் பக்கத்தில் நிற்பதைப் போலக் கண்டதும், உடனடியாகவே வியர்த்து எழுந்து விட்டேன்.

இத்தனைக்கும் குளிர்காலமான அந்தச் சமயத்தில் பெரிய மின் விசிறியும் ஓடிக் கொண்டிருந்தது. எழுந்து பார்த்த போது, இருளிற்குள் உருவங்கள் படுத்துக் கிடந்த காட்சி தெரிந்தது. ஒண்ணுக்கு வருவதைப் போல உணர்வு கிட்டியது. இறங்கிப் போகலாமா என யோசித்தேன். கீழ்த்தளத்தில் இருக்கிற கழிவறை இந்த நேரத்தில் இருட்டாகவும் இருக்கும் என்கிற நினைவு வந்தது. ஒருத்தன் எழுந்து கழுத்தை அப்படியும் இப்படியும் ஆட்டி விட்டு மறுபடி படுத்துக் கொண்டான்.

இரவு முழுவதும் போர்வையைத் தலையை மூடுகிற மாதிரிப் போர்த்திப் படுத்துக் கொண்டேன். என்னைச் சுற்றி ஆட்கள் இருக்கிறார்கள் என்பதை அறிந்தும், என்னருகே ஒருத்தன் நின்று

கொண்டிருப்பதாகவும் உணர்ந்தேன். ஒண்ணுக்கை அடக்கிக் கொண்டு படுத்திருந்தேன். எப்போது தூங்கினேன் என்று தெரியவில்லை. காலையில் எழும் போதே கண்ணெரிச்சல் இருந்தது.

“என்னடே. நைட்டு ஒழுங்கா தூங்கலியா? இன்னைக்கு உனக்கு வாய்ப்புத் தரலாம்ணு நெனைச்சேன்” என்றார் பயிற்சியாளர். “இல்லைங்க கோச். நல்லாத்தான் தூங்கணேன். நல்லா விளையாடிருவேன்” என்றேன் உடனடியாக, வடைத் துணுக்கைப் பார்த்த ஒரு நாயைப் போல.

அன்றைக்கு எங்களைவிட மூத்த அணியுடன் பயிற்சி ஆட்டத்தை வைத்து இருந்தார் பயிற்சியாளர். விளையாட்டு உபகரணங்களை முழுமையாக அணிந்து அந்த மட்டையைக் கையில் தூக்கிய போது மிகப் புதிதாக, உற்சாகமானவனாக உணர்ந்தேன். என்னுடைய உடல் ஒளிர்வதைப் போல எனக்கே தோன்றியது. பயிற்சியாளர்கூட ஒருதடவை நிமிர்ந்து என்னையே கொஞ்சநேரம் உற்றுப் பார்த்தார்.

அன்றைய ஆட்டம் துவங்கியதில் இருந்தே மைதானத்தில் துள்ளி ஓடிக் கொண்டிருந்தேன். என்னுடைய வேகம் இரண்டு மடங்காகி இருந்தது. அடுத்தடுத்து ஆட்களைக் கடத்தி ஆட்டம் துவங்கிய பத்து நிமிடங்களிலேயே இரண்டு கோல்களை போட்டேன். முதல் கோலை போட்டு விட்டுப் பெருமிதமாக நிமிர்ந்து பார்த்த போது, ஆச்சரியத்தில் உறைந்து நின்ற பையன்கள், பிறகு சுதாரித்துவிட்டே ஓடிவந்து என்னைக் கட்டித் தூக்கினார்கள்.

பந்து என் மட்டையிலேயே ஒட்டிக் கிடந்தது. தாய்க்கோழியிடம் இருக்கிற குஞ்சைப் போல கிடந்த பந்து எவரிடமும் போக விரும்பவே இல்லை. அது அன்று முழுவதும் என் காலைச் சுற்றியே கிடந்தது. முதல் பாதி முடிவதற்கு முன்பே ஆறு கோல்களை நான்மட்டுமே தனி ஒருவனாகப் போட்டேன். இரண்டாம் பாதி ஆட்டம் வேண்டாம் என அவர்களே முடிவு செய்தார்கள். இப்படிப் பாதியில் ஆட்டத்தை நிறுத்துவது அவமானகரமான காரியமென்றாலும், இருந்தும் அதைச் செய்தார்கள்.

"சின்னப் பையங்ககிட்ட இன்னும் அதிக கோல் வாங்கி தோத்தா நல்லாவா இருக்கும். அதுலயும் அந்த பையனுக்கு இன்னைக்கு என்னாச்சு? சிங்கம் மாதிரி கர்ஜிச்சிக்கிட்டு ஓடறானே. அவன் ஓட்டத்துக்கு ஈடே கொடுக்க முடியலை. விட்டா அவன் இன்னும் பத்து கோல் போடுவான். அவனுக்கு இன்னைக்கு சாமி வந்திருச்சு. யாராலயும் அடக்க முடியாது" என அந்த மூத்த அணியில் இருந்த அண்ணன் பேசியது என் காதிலும் விழுந்தது.

ஆட்டத்தை முடித்துக் கிளம்புகையில் பயிற்சியாளர், "ஏதோ நீ ஒரு ட்ரிப்ல இருந்த மாதிரி எனக்கு தோணுச்சு. சில நேரங்கள்ள நம்மளையறியாம அப்படி அமையும். ஆனா இந்த ஆட்டத்தை என்னைக்கும் பெருமிதமா நினைப்பிலயே வச்சுக்க. சில சமயம் பெருமிதம்கூட நம்மளை அடுத்த கட்டத்தை நோக்கி உந்தித் தள்ளிடும்" என்றார்.

நானுமே பெருமிதத்தின் உச்சியில் நாற்காலி போட்டு அமர்ந்து இருந்தேன். அந்தப் போட்டியை மகளிர் அணியைச் சேர்ந்த பெண்களுமே பார்த்துக் கொண்டிருந்தார்கள். கேலரியின் மேலே இருட்டுப் பகுதியில் படுத்தபடி உடலைத் தளர்த்திக் கொடுக்கிற பயிற்சிகள் செய்து கொண்டிருந்த போது, மகளிர் அணியைச் சேர்ந்த அமுதா ரகசியமாக வந்து நின்று, "சூப்பாரா விளையாடின. லாவண்யாவுக்கு உன்னை ரெம்ப பிடிச்சிருச்சாம். உண்ட்ட சொல்லச் சொன்னா" என்று சொல்லிவிட்டு ஓடிவிட்டாள்.

லாவண்யா நல்ல களையான முகம். கொஞ்சம் பூசினாற்போல இருந்தாலும், பந்தைக் கடத்துவதில் கைதேர்ந்தவள். பந்தை உற்றுப் பார்க்கையில் நெற்றிப் புருவத்தை அவள் அடிக்கடி சுருக்குவதைப் பார்த்தும் இருக்கிறேன். அப்போது அவள் வைத்து இருக்கிற சின்னப் பொட்டு சுருக்கத்திற்குள் போய் ஒளிந்தும் கொள்ளும். பொட்டை எல்லோரும் மேலே வைத்தால், இவள் கூர்நுனியில் வைப்பதே தனியழகாகவும் இருக்கும்.

அன்றைய ஆட்டத்திற்குப் பிறகு இரவு எங்களுடைய அறைக்குப் போய், மட்டையைக் கட்டிலில் வைத்து, என் நெற்றியை அதற்குப் பக்கத்தில் வைத்து வணங்கினேன். என் வாழ்நாளில் அன்றைக்குத்தான் அவ்வளவு மகிழ்ச்சியாக இருந்தேன். எதற்குமே ஆகமாட்டான் என நினைத்தவர்களின் மத்தியில் மிகச் சிறந்த ஆட்டம் ஒன்றை ஆடிக் காட்டி விட்டேன்.

“உண்மையிலயே கண்ணுல ஒத்தி வச்சுக்கிற மாதிரி ஆடினடா. மனசு விட்டு சொல்றேன். இதுவரைக்கும் உன்னை கிண்டல் அடிச்சதுக்குள்ளாம் என்னை மன்னிச்சிரு” என்றான் காளிமுத்து.

அன்றைக்கு இதையெல்லாம் திரும்பத் திரும்ப யோசித்து நெடுநேரம் தூங்காமல் இருந்தேன். பையன்கள் எல்லோரும் உறங்கிப் போய்விட்டதை இருளிற்குள் பார்த்தேன். அப்போது வாயிலுக்கு அருகில் சொதசொதவென்கிற முகத்தோடு அது நின்று கொண்டிருப்பதைப் பார்த்ததும், கைகாலெல்லாம் நடுக்கம் கொடுக்கத் துவங்கியது. முகமெல்லாம் வியர்த்து உள்ளங்கையில்கூட நீர் பூத்தது. அந்தக் காட்சியில் இருந்து கண்ணை விலக்கவும் முடியவில்லை. உடலை யாரோ கொச்சைக் கயிறு கொண்டு கட்டிப் போட்டதைப் போல இருந்தது. கைகால்களை உதறுவது எனக்குத் தெரிகிறது. ஆனால் ஒரு அங்குலம்கூட அவை நகரவில்லை. மொத்த அங்கமுமே மரத்துப் போனமாதிரிக் கிடந்தது.

அடிவயிற்றில் இருந்து, “அய்யனாரப்பா காப்பாத்து, அய்யனார் அப்பா காப்பாத்து” எனச் சொல்வது எனக்கே தெரிந்தது. கீழே இருந்த பையனிடம், “ராயப்பா ப்ளீஸ் என்னை வந்து காப்பாத்து” எனக் கத்தினேன். என்னுடைய குரல் யாருக்குமே கேட்கவில்லை என்பதும் எனக்குத் தெரிந்தது. முட்டிமோதிப் போர்வையை எடுத்துத் தலையை மூடினேன். இருளுக்குள் இருந்த போது ஆசுவாசமாக இருந்தது. மூச்சு ஏறி இறங்குகிற சத்தம் பலமாகக் கேட்டது. கண்களை இறுக மூடிக் கொண்டேன். பயத்ினூடாகக் கிடந்த நான் எப்போது தூங்கினேன் எனத் தெரியவில்லை.

அப்போதுதான் என்னுடைய பெருமை மெல்லப் பரவிக் கொண்டிருக்கிறது என்பதால், அந்த நேரத்தில் பயந்து போன கதையைப் பற்றிச் சொல்லக்கூடாது எவரிடமும் என முடிவு எடுத்தேன். பகலில் அந்தக் கனவைப் பற்றித் திரும்பி யோசித்தால், எதுமே நினைவில் வரவில்லை. கையைக் காலை ஆட்டிக் கத்தியது மட்டும் துல்லியமாக நினைவில் இருந்தது. மற்றபடி முழுக் காட்சி மீண்டு வரவில்லை. ஆனால் ஒன்றை உணர்ந்தோம் என்கிற உணர்வு அழுத்தமாக இருந்தது.

வழக்கம் போலப் பயிற்சி ஆட்டங்கள் எல்லாவற்றிலுமே சிறப்பாக ஆடினேன். அந்த ஆண்டுக்கான இறுதிப் பெரிய ஆட்டம் நடைபெறுவதாக இருந்தது. பள்ளிகள் மட்ட அளவில் நடக்கும் அந்த ஆட்டம்தான் உச்சமானது. அதில் நன்றாக ஆடிவிட்டால் தேசிய அணியில் எடுத்துக் கொள்வார்கள். மாநிலத்தில் உள்ள எல்லா விளையாட்டு வீரர்களுமே ஆண்டுமுழுவதும் அதற்காகத் தயார் ஆவார்கள். நாங்களுமே அதற்காக மும்முரமாகத் தயார் ஆகத் துவங்கினோம்.

“இதுவரைக்கும் விளையாடுனது எல்லாமே பயிற்சி ஆட்டம்தான். உண்மையான ஆட்டம் அதுதான். உங்க தலைவிதியை நிர்ணயிக்கிற ஆட்டமும் அது. எல்லாருக்குமே வாய்ப்பு தருவேன். கிடைக்கிற நேரத்தில நீங்க யாருன்னு நிரூபிச்சிருங்க” என்றார் பயிற்சியாளர். எல்லோருக்கும் வாய்ப்புக் கிடைக்கும் என்பதால் பையன்கள் எல்லோருமே மகிழ்ச்சியடைந்தனர்.

எல்லோரும் அறைக்குக் கிளம்பிப் போனபிறகு, என்னை மட்டும் தடுத்து நிறுத்தி வைத்துப் பயிற்சியாளர் பேசிக் கொண்டிருந்தார். அப்போது, “இதே பார்மில நீ விளையாடினா கண்டிப்பா உடனடியா உனக்கு நேஷனல் அகடமியில இடம் கிடைச்சிரும். ஒரு செலவும் இல்லை. டைரக்டா வேலையிலயே கொண்டு போய் உக்கார வச்சிருவாங்க. லேட்டாதான் பிக்கப் ஆன. ஆனா நுணுக்கமா இன்னொரு ஆளா மாறிட்ட” என்றார். அவரிடம் பேசி முடித்து விட்டு, இருளான கால்பந்து மைதானத்தைக் கடந்து என்னுடைய அறையை நோக்கிப் போனேன்.

என்னோடு இன்னொருவரும் இணைந்து நடந்து வருவதைப் போல இருந்தது. இடதுபுறம் டக்கென என்னையறியாமல் திரும்பிப் பார்த்தேன். நிழலாய் ஒரு உருவம் என்னோடு நடந்து வந்து கொண்டிருந்தது. அதைப் பார்க்காமல் தவிர்த்து தூரத்தில் தெரிகிற விளக்கு வெளிச்சத்தைப் பார்த்து நடந்தேன். ஆனால் பக்கத்தில் ஒருத்தர் தொடர்ந்து வருவது தெரிந்ததும். உள்ளுக்குள் நடுக்கம் பரவியது.

ஓடலாம் என முடிவெடுத்து ஓடத் துவங்கினேன். மண்ணில் என்னுடைய காலணி பதிகிற சத்தம் கேட்டது. கூடுதலாக இன்னொரு சத்தமும் கேட்டது. அந்த எல்லைக் கோட்டைத் தொட நீண்ட நேரம் ஆனதைப் போல உணர்ந்தேன். மூச்சு முட்ட

அங்கே இருந்த கேலரியின் படியில் அமர்ந்து கொண்டேன். பையன்கள் எல்லாம் அருகில் இருந்ததால் அந்த உணர்விலிருந்து விடுபட்டேன். அன்றைக்கு இரவு அதை எதிர்பார்த்துக் காத்திருந்த மனநிலைக்கூடாக, அம்மா கொடுத்து விட்டிருந்த விபூதியை எடுத்துப் பூசிக் கொண்டேன்.

“ஆமா உங்க சாமி வந்து உன்கூடயே பாதுகாப்பா படுத்துக்குமா?” எனக் கிண்டலாகக் கேட்டான் லாசரஸ், கூடைப்பந்து வீரன். “உங்க சாமி மட்டும் வந்து பூப்பறிக்குமா என்ன?” என்றேன் பதிலுக்கு. பையன்கள் எல்லாம் அப்போது என்னோடு நெருக்கமான நட்பைப் பேணினார்கள். அன்றிரவு எதிர்பார்த்துக் காத்திருந்த அது வரவில்லை. அன்றைக்குமே எப்போது தூங்கினேன் எனத் தெரியவில்லை.

ஆனால் மறுநாள் மைதானத்தில் களைப்பு தெரிந்தது. தொடர்ச்சியாக இரவு முழுக்கவும் இவ்வாறு தூங்காமல் இருப்பது உடலில் காட்டித் தரத் துவங்கியது. ஆனால் அந்தக் கனவு வரவில்லை. அந்தக் கனவு வந்து விடுமோ என்கிற பயத்தில்தான் தூங்காமல் இருந்தேன். ஒருநாள் தாங்கமுடியாத சூழலில் பயிற்சியாளரிடம் கனவு பற்றிச் சொல்லவும் செய்தேன். “நீ நினைக்கிறது உன்கூடவே இருக்கு. நினைக்காம இரு. அதுவும் காணாம போயிடும்” என்றார்.

அந்த நினைவை விலக்கப் போராடியபடி இருந்தாலும், ஆட்டத்திலும் எந்தக் குறையும் வைக்கவில்லை. ஒருநாள் ரெம்பவும் முட்டிக் கொண்டு வந்ததால் யாரும் இல்லாத நிலையில் கழிவறைக்குள் நுழைந்து விட்டேன். எல்லா கதவுகளும் திறந்திருந்தன. வரிசையின் கடைசியில் இருந்த கழிவறைக்குள் யாரோ அமர்ந்து கழித்துக் கொண்டிருப்பதைப் போல இருந்தது. ஆனால் கதவு பாதித் திறந்திருந்தது. அப்படி யாரும் அமர்ந்திருக்க மாட்டார்களே என நினைத்தேன்.

கழிவறைக்குள் இருந்து வாளியில் தண்ணீர் பிடிக்கும் சத்தம் கேட்டது. பின்னர் அதை வைத்து அலம்பும் சத்தமும். பின்னர் பாதி மூடி இருந்த கதவைத் திறக்கும் சத்தமும். கதவு பப்பரப்பாவெனத் திறந்தது. ஆனால் அதற்குள் யாரும் இல்லை. என்னை யாரோ தள்ளிக் கொண்டு நடந்து போன மாதிரி உணர்ந்தேன். பெரிய தண்ணீர் தொட்டியில் மிதந்த பிளாஸ்டிக்

குவளை சுற்றியாடியது. வெளியேயும் போக முடியாது. முட்டிக் கொண்டு வந்ததை இறக்கி வைக்காமலும் இருக்க முடியாது.

பயம் முதுகில் ஏறி அமர்ந்து தொடர, கழிவறைக் கதவைத் திறந்து வைத்தே போகத் துவங்கினேன். அப்போது அங்கு வந்த என் நண்பன், "அசிங்கம் பிடிச்சவண்டா நீ. யாராச்சும் பார்த்தா என்ன நினைப்பாங்க?" என்றான் சத்தம் போட்டு. அவன் இருக்கிற தைரியத்தில் கதவைப் பாதி சாத்தினேன். அவன் போனபிறகு மறுபடி உடனடியாகவே திறந்து விட்டேன். அதற்குப் பிறகு யாருடனாவது ஒட்டி அலைந்து கொண்டே இருந்தேன். பெரும்பாலும் இருட்டுவதற்கு முன்பே எல்லா கழிவுக் கடன்களையும் முடித்து விடுவேன்.

அம்மாவிடம் தொலைபேசி செய்து கேட்ட போது, "ஒருதடவை கிளம்பி வா. தர்காவில தண்ணியடிச்சு மந்திரிச்சு விட்டா சரியாகிடும். எதுக்கும் நம்ம குலசாமி கயிறை அனுப்பி வைக்கிறேன். கட்டிக்கோ. அதெல்லாம் ஒண்ணும் இருக்காது. பயப்படாதே. பயமே பாதி உசுரைக் குடிச்சிரும்" என்றாள். அதன்படி வந்த அந்தக் கயிற்றையும் கட்டிக் கொண்டேன். அதைப் பார்த்துவிட்டுப் பயிற்சியாளர், "கயித்தையெல்லாம் நம்பக் கூடாது. கையில இருக்க மட்டையைத்தான் நம்பணும்" என்றார்.

வெகுபக்கத்தில் இருந்தது அந்தப் போட்டி. முதல் போட்டி நடக்கிற மூன்று நாட்களுக்கு முன்னமே அங்கே போய்த் தங்கிக் கொள்ளும் மாதிரி நேர அட்டவணை போட்டிருந்தார்கள். முதலில் அடிப்படையான பயிற்சி ஆட்டங்கள். பிறகு எல்லா அணிகளுடனான முறையான ஆட்டங்கள். புதிய இடம் என்பதால் அதுகுறித்த நினைப்புகள் ஏதும் இல்லாமல் இருந்தேன். மனம் இலகுவாகக்கூட இருந்தது. என்னுடைய வேம்ப்பயர் மட்டையைத் தூக்கி எண்ணைய் போட்டுத் துடைத்தேன். அது மைதானத்தில் துப்பாக்கிக் கட்டையைப் போல வெடிக்க வேண்டும் என எண்ணிக் கொண்டேன். அதை மாற்றிப் பிடித்துத் துப்பாக்கியை வைத்து சுடுகிற மாதிரியும் பாவனை செய்தேன்.

எல்லோரும் சாப்பிட்டு விட்டு முன்கூட்டியே அறைக்குக் கிளம்பிப் போய்விட்டனர். வீட்டுக்குத் தொலைபேசி செய்து விட்டு, முதன்மைச் சாலையில் இருந்து இறக்கமாகப் பிரியும்

எங்களது தலைமையகத்துச் சாலையில் நடந்தேன். அந்தப் பகுதியே காட்டைப் போல மரங்கள் சூழ்ந்து இருக்கும். இரவில் பொதுஜன நடமாட்டம் அறவே இல்லாத பகுதி. ஐம்பது மீட்டர் இடைவெளியில்தான் அடுத்த மின்விளக்கே இருக்கும். ஆனால் என் நினைவில் அது இல்லை என்பதால் இயல்பாக நடந்து போனேன். யாருமே இல்லை என்பது என் புத்திக்கு உறைத்தது. எங்களுடைய அறை இருக்கிற சாலையில் வலது புறம் திரும்பிய போதுதான் என் சட்டையைப் பிடித்து யாரோ இழுப்பதைப் போல உணர்ந்தேன்.

திமிறிக் கொண்டும் என்னால் போக முடியவில்லை. முன்னோக்கி என்னை இழுக்கிறேன். ஆனால் ஒரு எட்டுகூட என்னால் எடுத்து வைக்க முடியவில்லை. “பயப்படாத. இங்க பாரு” என என்னைப் போல இளைஞன் ஒருத்தனின் குரல் கேட்டது. நான்தான் அப்படிச் சொன்னேனா? என முதலில் நினைத்தேன். மறுபடியும் “இங்க பாரு” எனக் குரல் வந்தது. என் முதுகில் கைவைத்து யாரோ தடவும் உணர்வும் கிடைத்தது. நெஞ்சு படபடவென அடித்து உடலெல்லாம் ஆடிய போது, “எதுக்கு நடுங்குற? நாமெல்லாம் ப்ரெண்ட்ஸ்தான?” என்றது அந்தக் குரல்.

அப்போதும் நான் திரும்பிப் பார்க்கவில்லை. முதுகில் இருந்த கை பின்னர் கழுத்தைத் தடவி இறுதியாய் என் பின்மண்டையில் தடவி, அதில் இருந்த முடிக் கொத்தைப் பிடித்து இழுத்து ஆட்டியது. ஈகா சலூன்கார அண்ணன் முடியெல்லாம் வெட்டினபிறகு அவ்வாறுதான் செய்வார் என்பதும் அந்த நேரத்தில் நினைவிற்கு வந்தது. சட்டென ஒரு கணத்தில் என் தலை திரும்பிப் பார்த்தது.

சொதசொவென இருக்கிற முகத்தோடு அந்த உருவம் நின்று இருந்தது. உடனடியாகக் கண்களை இறுக மூடிக் கொண்டேன். அதைப் பார்த்து அந்த உருவம் சிரிக்கிற சத்தமும் கேட்டது. என் வாய் என்னையறியாமலே, “அய்யனாரப்பா காப்பாத்து” என்றது. “அவர் வந்தா அவர்ட்டயும் சொல்வேன் உன் திருட்டுத்தனத்தை” என்றது. திருட்டுத்தனம் என்றதும் விழிகளைத் திறந்துவிட்டேன்.

“பயப்படாதே. என்னுடைய நோக்கம் உன்னை பயப்படுத்தறது இல்லை” என்றான் அவன். மெதுவாக அச்சங்கள் விலக

முழுமையாக அந்த உருவத்தை உற்றுப் பார்த்தேன். ஆனாலும் அப்போதும் உடல்நடுக்கம் இருந்தது. மங்கிய ஒளிக்கு நடுவே அந்த உருவம் ஒரு படலம் போல நின்று இருந்தது. மட்டகரமான கண்ணாடித் தம்ளருக்குள் கண்ணைப் பொதித்துப் பார்த்தால், எதிரே இருப்பவர் உப்பினமாதிரி தெரிவாரே, அப்படி. கையை நீட்டி என்னுடைய கையைப் பிடித்தான் அவன்.

மெதுவான சூட்டில் இருந்த இரும்புக் கம்பியைப் போலவே இருந்தது அவனுடையது. அந்தக் கை என்னுடைய உள்ளங்கையை அழுத்துவது போலத் தெரிந்தது. நான் மட்டை பிடிக்கிற என்னுடைய கையைப் பார்த்தபடி அதை உணர்ந்து கொண்டிருந்த போது, “நீ பண்ணினது தப்பில்லையா?” என்றான் அவன்.

உடனடியாக எதைச் சொல்கிறான் என்பது எனக்குப் புரியவில்லை. தலையை அப்படியும் இப்படியும் ஆட்டினேன். “என்னோட ஸ்டிக்க திருடிட்டு வந்தது தப்பில்லையா?” என்றான். கேட்பது எதுவாக வேண்டுமானாலும் இருக்கட்டும், எனக்கு உடனடியாகத் தலையைக் குனிந்து கொள்ள வேண்டுமெனத் தோன்றியது.

திரும்பவும், “அடுத்தவர் பொருளைத் திருடறது தப்பில்லையா?” என்றான். எனக்கு அழுகை வந்து விட்டது. அழுது கொண்டிருக்கும் போது அவன், “நானும் இப்படித்தான் அந்த வெள்ளத்தில சாகுற நேரத்திலகூட என் ஸ்டிக்க நினைச்சு அழுதேன். சாவறதுகூட அப்ப எனக்கு தோணலை. அவ்வளவு ஆசையா வாங்கினேன் அதை. எங்கம்மா புளி தட்டி சிறுகச் சிறுக சேர்த்து அதை வாங்கித் தந்துச்சு. அதைப் போயி தூக்கிட்டு போக உனக்கு எப்டீ மனசு வந்துச்சு. சாகற நேரத்திலும் அது என் கூட இருக்கணும்னு எல்லாம் அதை வாங்கறப்ப யோசிச்சேன். நானும் அதுவும் உசிராற ஒண்ணுதான்” என்றான்.

எனக்கு அந்த நேரத்தில் மேலோட்டமான அச்சங்கள் விலகிப் போயிருந்தன. நான் செய்த தீவினையின்மீது என் எண்ணமெல்லாம் குவிந்து இருந்தது. மைதானத்தில் திருடினேன் என்று சொன்னால் யாருமே மதிக்க மாட்டார்கள். என்னுடைய பயிற்சியாளர் என் முகத்தில்கூட விழிக்க மாட்டார். அப்பா படுகேவலமாகப் பேசி அம்மாவைப் போட்டு அடிப்பார். திருடி விட்டேன் என்பது வெளிப்படையாகத் தெரிந்தால், அதற்கடுத்து நடக்கும் தேர்வுகளில் என்னைப் பரிசீலிக்கவே மாட்டார்கள். வெளியே

தெரிந்தால் என் ஒட்டுமொத்த விளையாட்டு வாழ்வும் முடிந்த மாதிரிதான் என்று அந்தக் குறுகிய நேரத்திலும் யோசித்தேன்.

“முதல்ல கோச்கிட்டதான் சொல்லலாம்னு நெனைச்சேன். அப்புறம் வீட்டுக்கு வந்தப்ப உங்கம்மாட்ட. இல்லாட்டி பக்கத்தில வந்து நின்ன உங்கப்பாட்ட. அப்புறம் அது என் வீடு மாதிரியே தோணுச்சு அதான் விட்டுட்டேன். தப்பில்லையா அது?” என்றான்.

எனக்கு உடனடியாகவே அவனது காலில் விழுந்து விடவேண்டும் போலத் தோன்றியது. “தப்புதான் மன்னிச்சிரு. என் வாழ்நாள் கனவும் இந்த ஸ்டிக்குதான். என் ஜென்மத்தில இதை வாங்க முடியாதுன்னு நெனைச்சேன். அதான் எடுத்திட்டேன். பின் விளைவுகளை பத்தி யோசிக்கலை” என்றேன்.

“பரவாயில்லை விடு. இந்த மேட்சுக்காக நானுமே எவ்ளோ காத்துக்கிட்டு இருந்தேன் தெரியுமா? அன்னைக்கு வெள்ளம் வந்தன்னைக்கி நீங்க எல்லாரும் உஷாரா கிளம்பிட்டீங்க. எங்க கோச்சு குடிச்சிட்டு மட்டையாகி படுத்திட்டார். நாங்க மாட்டிக்கிட்டோம். எனக்கு சாகற அந்த கடைசி நிமிஷத்தில அழுகை அழுகையா வந்திச்சு. என்னல்லாம் கனவு கண்டு வச்சிருந்தேன் தெரியுமா? என்னோட ஸ்டிக் என் கைவிட்டுப் போன கெட்ட நேரத்தாலதான் செத்தேன்னுகூட நினைச்சேன். பழி வாங்கணும்னு கோபம்லாம் வந்துச்சு” என்றான்.

என்னுடைய உடல் மறுபடியும் நடுங்கத் துவங்கிய போது, “ஆனா உன்னை பார்த்ததும் என் கோபம்லாம் போயிச்சு. உன்னால ஒரு கோலை கூட உருப்படியா போடமுடியாதுன்னு மத்தவங்க அவமானமா பேசுனதையும் கேட்டேன். அதான் உனக்கு பதிலா நானே உனக்காக ஆடிக் காட்டுனேன்” என்றான்.

எனக்கு உடனடியாகக் கோபம் வந்து, “ஸ்டிக் உன்னோடதா இருக்கலாம். ஆனா விளையாடுனது நாந்தான்” என்றேன். உடனடியாக அவன் சிரிக்கிற சத்தம் கேட்டது. “அப்ப அந்த ஸ்டிக்க கொடுத்திட்டு போய்க்கிட்டே இரு” என்றான். அப்போதும் அது என் கையில்தான் இருந்தது.

அதைக் கையில் எடுத்து கொடுக்கப் போகும் முன்னர் பின்னே இழுத்து என்னிடமே வைத்துக் கொண்டு, “நான் எடுத்தது தப்புதான். ஆனா நாளைக்கு என் தலைவிதியை நிர்ணயிக்கிற விளையாட்டு இது. எதுலயாச்சும் செலக்ட் ஆகிட்டா என் குடும்ப நிலையே மாறிடும். நீயே என் வீட்டில இருந்து பார்த்ததா சொல்லி இருக்கீல்ல. வேற என்ன சொல்ல முடியும் என்னால? கொஞ்சம் ஹெல்ப் பண்ணு” என்றேன் உளமாரச் சரணடைகிற குரலில்.

“சரி வச்சு விளையாடிக்கோ. ஆனா முடிஞ்சதும் என் கையில கொடுத்திரு. நான் போகணும் சீக்கிரம். கிரவுண்டை பார்க்கற ஆசையில ரெம்ப நாள் இங்க சுத்திட்டேன். என் ஸ்டிக் கிடைச்சிட்டா வந்துருவேன்னும் சொல்லிருக்கேன்” என்றான்.

அவனை வணங்குவதைப் போலச் சைகை செய்தேன். பிறகு, “இன்னொரு உதவி. இந்த ஸ்டிக் என் கையில இருக்கற வரைக்கும் என்கிட்ட வரக்கூடாது. பயத்தில எப்படி விளையாட? என்னதான் பேசினாலும் உள்ளுக்குள்ள அந்த பயம் இருக்கத்தான் செய்யுது. கூடவே ஸ்டிக்க திருடின குற்றவுணர்வும்” என்றேன் அவனிடம்.

“சரி போய்ட்டு ஜெயிச்சுட்டு வா. இது என்னுடைய ஆட்டம். நானுமே நீண்டநாள் காத்திருந்த ஆட்டம்” என்றான்.

“இல்லை என்னுடைய ஆட்டம்” என்றேன் விடாப்பிடியாக.

“ஸ்போர்ட்ஸ்மென்ஷிப். அதானே இங்கே எல்லாமும். சரி போ. நல்லா விளையாடு” என என் பயிற்சியாளரைப் போலச் சொன்னான்.

நான் முன்னோக்கி நடக்கத் துவங்கினேன். என் உடல் இலகுவானதைப் போல உணர்ந்தேன். யாரிடமும் இதுகுறித்து மூச்சுக்கூட விடக் கூடாது என நினைத்தேன். ஆட்டம் முடிந்து போகும்போது மட்டை எங்கே எனக் கேட்டால் என்ன சொல்வது எனவும் முன்கூட்டியே யோசித்தேன். உறைக்குள் என்ன இருக்கிறது என்பது யாருக்குத் தெரியும்? அப்படியே ஊர் சேர்ந்த பிறகு கேட்டால், தொலைந்துவிட்டது எனச் சொல்லி விடலாம் என முடிவு செய்தேன்.

முதல் ஆட்டம் துவங்கிய போது அந்தக் கேள்வி என்னிடம் இருந்தது. இப்போது ஆடப் போவது என்னுடையதா? அவனுடையதா? விசில் அடித்தபிறகு அங்கு என்ன நடந்தது என்கிற உணர்வே இல்லை என்னிடம். மைதானத்தில் ஒரு மான்குட்டியைப் போலத் துள்ளி ஓடுகிற உணர்வை ஒருமுறை அடைந்தேன். பிறகு கோல் ஒன்றை அடித்த பிறகு நிதானமாக என் தன்னுணர்வை அடையாளம் காண முடிந்தது.

அப்போது தற்செயலாக கேலரியை நிமிர்ந்து பார்த்தேன். சொதசொதவென்கிற முகத்தோடு அவன் அங்கே நின்று துள்ளிக் கொண்டு இருந்தான். காற்றில் அடித்து வரப்பட்ட பலகுரல்களுக்கு மத்தியில், "ஹை கிளாஸ் கோல்டா நண்பா" என அவனது குரல் நீந்தி வந்தது. குரலைச் செவி பற்றிக் கொண்ட, அந்தக் கணத்தில் புல்லரித்து அடங்கியது எனக்கு.

அடுத்த பாதியிலும், அதற்கடுத்த போட்டிகளிலும்கூட பந்து என் வசமே இருந்தது. "இப்படியே தொடர்ந்து பார்மை வச்சிருந்தீன்னா சீக்கிரம் இண்டியன் டீமுக்கு போயிடலாம். உடனடியா ஆபிசர் போஸ்ட் வேலையும் கிடைச்சிரும். பட்ட கஷ்டமெல்லாம் விலகிடும். நல்லா வருவ. நல்லா இரு" என ஒரு மூத்த பயிற்சியாளர் ஆசிர்வதித்தார் என்னை.

நான் உருகிச் சிரித்த போது அவருக்குப் பின்னால் அவன் நின்று இருந்தான். எல்லா போட்டிகளிலும் சிறப்பாக விளையாடியதால் எனக்குச் சிறப்பான எதிர்காலம் இருக்கிறது என எல்லோரும் இறுதி நாளன்று பேசினார்கள். அன்று கிடைத்த கோப்பையை, கேப்டனுக்கு தரவேண்டிய மதிப்பையளித்து, என்னைத்தான் ஏந்த வைத்தார் என்னுடைய பயிற்சியாளர்.

எல்லா கொண்டாட்டங்களிலும் இருந்து விடுபட்டு நின்ற போது அந்த வெறுமை என்னைச் சூழ்ந்தது. இந்த மட்டையை இப்போது திருப்பி ஒப்படைக்க வேண்டும். சாகிற போதுகூட அதை நினைத்தேன் என்று அவன் சொன்ன போது குற்றவுணர்வாக இருந்தது. அத்தை ஒருத்தி தன் மகளுக்கு என கஷ்டப்பட்டு வாங்கி வைத்த கம்மலை மாமா திருடிக் கொண்டு போய் விற்றுவிட்டார். மகளின் சடங்கிற்கு அதை அணிவிக்க வேண்டும் எனச் சொல்லிக் கொண்டே இருந்தாள். அன்றைக்கு அத்தை, "ஒருத்தர் உசுரே வச்சிருக்க ஒண்ணை திருடிட்டு போயி விக்க

உனக்கு எப்படி மனசு வந்துச்சு. நல்ல சோறு திங்கறவங்களுக்கு இந்த புத்தி வரக்கூடாதே” என நெஞ்சிலடித்துக் கொண்டு அழுதாள்.

அந்தக் காட்சியை என்னால் என்றைக்குமே மறக்க முடியாது. வேம்ப்பயர் மட்டை விஷயத்திலும் அப்படித்தான் உணர்ந்தேன். மனதார அவனிடம் அதைத் திருப்பிக் கொடுக்க விரும்பினேன். மறுநாள் காலைதான் கிளம்புவோம் என்று சொல்லி விட்டார்கள்.

அவன் வருவான் என இருள்சூழ்ந்த மைதானத்தின் நடுவே நின்று வெட்டவெளியை நோக்கிப் பார்த்துக் கொண்டிருந்தேன். கோல் கம்பத்திற்கு அருகில் இருந்து, “இந்தா இருக்கேன்” எனக் குரல் வந்தது.

கண்ணைக் குறுக்கிப் பார்த்த போது தூரத்தில் இருந்து அவன் என்னை நோக்கி நடந்து வருவது தெரிந்தது. தைரியமிருந்தாலும் அச்சம் உள்ளுக்குள் உருள்வதையும் உணர்ந்தேன். ஒருவாறு தள்ளி நின்று பேசி விடுவேன், கட்டியெல்லாம் என்னால் ஒருபோதும் பிடிக்க முடியாது என்று தோன்றியது.

வந்து நின்ற அவனிடம் மட்டையை நீட்டி, “ரெம்ப ஸாரி. தப்புதான். ஆசையில செஞ்சிட்டேன். இனி என் வாழ்நாள்ள இதுமாதிரி செய்ய மாட்டேன்” என்றேன்.

அவன் ஒன்றும் சொல்லாமல் மட்டையைக் கையில் வாங்கி விட்டு, “பந்து இருந்தா கொடு” என்றான். உறையிலிருந்து எடுத்துக் கொடுத்தேன். மைதானத்தின் எல்லா பக்கமும் அவன் ஓடி பந்தை கோல் கம்பத்து கட்டையில் அடிக்கிற சத்தம் கேட்டது. நான் அடித்த மாதிரி கோல்களாகவும் இருந்தன அவை. அக்ரோஷமான சத்தமாகவும் அது இருந்தது. சற்று நேரத்தில் திரும்பி வந்த அவன், “இன்னைக்கு நீ போட்ட மாதிரி கோல் போட்டு பார்த்தேன். நல்லா விளையாடின” என்றான்.

“விளையாடியது நானா? நீயா?” என்றேன்.

“பாதி விளையாட்டை நான் விளையாடுனேன். மீதியை நீ விளையாடுன” என்றான்.

“அப்ப நான் முழுக்க விளையாடலீயா?” என்றேன்.

“யார் விளையாடினா என்ன? நாம விளையாடினோம்ணு நினை. அதுதான் ஸ்போர்ட்ஸ்மேன்ஷிப். அது இருந்தா நீ எங்கேயோ போயிடுவ” என்றான்.

பயிற்சியாளரும் அவனும் இணைந்த குரலில் சொன்னதைப் போல இருந்தது. முதற்படியில் நிற்கிற ஒரு சிறுவனைப் போல உணர்ந்தேன் அப்போது.

பிறகு அவன் அந்த மட்டையை என் கையில் கொடுத்தான். வாங்கவா? வேண்டாமா? என யோசித்துக் கொண்டிருந்த போது, “இந்தா வச்சுக்கோ. என் நேரம் இப்படி ஆயிருச்சு. நீ வாழ்ந்தா என்ன? நான் வாழ்ந்தா என்ன? ரெண்டு பேருமே ஒருவகையில ஒண்ணுதான். என் இடத்திலகூட நீ இருந்திருக்கலாம். இல்லை நான் உன்னிடத்தில இருந்திருக்கலாம். எங்க யார் நிக்கணும்னு நாம தீர்மானிக்கறமா என்ன? காலமும் இடமும்தான் அதை தீர்மானிக்கும்னு சொல்வாங்க” என்றான்.

தயங்காமல் வாங்கியவுடன் என் கண்ணீல் நீர் துளிர்த்தது. அப்போது அவன், “நல்லா விளையாடி நல்ல மாதிரியா வா. இது கிடைக்காம எத்தனையோ பேரு தவிக்கிறோம்னு உனக்குத் தெரியும்ல. என்னைக்காச்சும் இதாலதான் நல்லா இருந்தேன்னு மனசார தோணறப்ப என் குடும்பத்துக்கு ஏதாச்சும் செய்யு. இனிமே இந்த வேம்ப்பயர் உன்கூடயே இருக்க தோழன்” என்றான்.

எனக்கு அழுகை முட்டிக் கொண்டு வந்து விட்டது. “என் கூட சத்தியமா நீ கடைசிவரை இருப்பீயா?” என்றேன். “நீ நினைத்தால் நானிருப்பேன்” என்று சொல்லிவிட்டு மறைந்தான் அவன்.

அதற்குப் பிறகு அவன் என் கண்ணில் தட்டுப்படவே இல்லை, தினமுமே நினைத்துப் பார்த்தும். அவனை வழிபட்டு விட்டே விளையாடக்கூடக் கிளம்பிப் போவேன். அதற்கடுத்து நான் பார்த்தது எல்லாமுமே உச்சங்கள்தான். இந்திய அணியில் விளையாடி, இந்தியன் ஏர்லைன்ஸில் வேலைக்குச் சேர்ந்து உலகமெல்லாம் பறந்தேன். மறக்காமல் அவனுடைய குடும்பத்தைத் தேடிப் போய் உதவிகள் செய்தேன். யாருக்குமே

தெரியாமல்தான் செய்தேன் அதை. இதையெல்லாம் விளக்கினால் ஊர் நம்பவா போகிறது?

அப்படியெல்லாம் இல்லை என பக்கம் பக்கமாக வந்த செய்திகளை, ஆராய்ச்சிகளைக் கொண்டு வந்து நீட்டுவார்கள். அது ஒருவகையிலான மனப்பிறழ்வு என்றெல்லாம்கூட கட்டுக்கதை கட்டுவார்கள். எதற்கு எல்லோரிடமும் போய் முட்டிக் கொண்டு நிற்பது என நினைத்து நான் அமைதியாக இருந்து கொண்டேன். அவனுடைய ஒரே தங்கையை நல்லமாதிரிக்குக் கட்டிக் கொடுத்த அன்றைக்காவது எதிரில் வந்து நிற்பான் என எதிர்பார்த்துக் காத்திருந்த போதும், அவன் வரவில்லை.

அவனுக்கு அங்கே இருக்கிற இடத்தில், ஏதாவது பிரச்சினையா? என்று தீவிரமாகக்கூட யோசித்தேன். விளையாட்டு உலகில் என்னை மன்னன் என்றெல்லாம் சொல்லிச் சீராட்டினார்கள். வசதி வாய்ப்புகள் எல்லாம் வந்து சேர்ந்தும் விட்டன. விளையாட்டில் இருந்து ஓய்வு பெற்றவுடன், அவனுக்கு நானே வைத்த பெயரான "வேம்ப்பயர்" என்ற பெயரிலேயே, பயிற்சி அகாடமி துவங்கும் திட்டத்தில்கூட இருந்தேன். என் திருமணத்திற்குக்கூட அவன் வரவில்லை என்கிற கோபமும் இருந்தது.

எனக்கு பெண் குழந்தை ஒன்றுமே பிறந்தது. அவளுக்கு நான்கு வயதான போது, என் வாழ்க்கையில் முழுமை கூடிவிட்டதைப் போல உணர்ந்தேன். அன்றைக்கு இரவு மனம் நிறைவாய்த் ததும்பி நின்றது. அவனது வருகையை உள்ளூர விரும்பினேன், கூடவே நம்பவும் செய்தேன். எல்லா நிறைவுகளும் பெற்ற பிறகு ஒரு கரத்தை ஆசுவாசமாகப் பிடித்துக் கொள்ளத் தோன்றுமே? அப்படி இருந்தது எனக்கு. இந்த உலகத்தில் இந்த நேரத்தில் அவன் மட்டும் இருந்தால் போதும் எனவும் தோன்றியது.

எழுந்து போய் நெதர்லாந்துடனான போட்டி ஒன்றிற்காக அந்த நாட்டிற்குப் போயிருந்த போது வாங்கி வைத்திருந்த விஸ்கி பாட்டிலை எடுத்தேன். அங்கேயே வாங்கின விலைகூடின இரண்டு கண்ணாடித் தம்ளர்களையும் எடுத்துக் கொண்டு, கதவைச் சாத்தி விட்டு என் அறையில் அமர்ந்து, இரண்டு தம்ளர்களிலும் ஊற்றினேன். ஒன்றைக் கையில் தூக்கி, அவனிருப்பதைப் போலப் பாவனை செய்து, "சியர்ஸ் நண்பா. எல்லாமும்

உன்னால. எல்லாமும் நம்மால. இந்தக் கொண்டாட்டம் உனக்காக" என்று சொன்னேன்.

அதை ஒரே மடக்கில் குடித்துவிட்டு அந்தக் கண்ணாடித் தம்ளரில் கண்ணை வைத்துப் பார்த்தேன். எதிரில் சொதசொதவென்கிற முகம் இல்லாமல், பொலிவான ஒளிகூடிய முகத்தோடு அமர்ந்து கொண்டிருந்தான் அவன். "இண்டியா ஆடி வேலையும் வாங்கிட்டா உடனடியா குடியும் கும்மாளமும் வந்திருது. அப்படித்தானே?" என்றான்.

நான் கண்ணை அதிலிருந்து எடுக்காமலேயே, "இதுவே எப்ப வாங்கி வச்சது? உனக்கு தெரியாதா? கடைசியில இவ்வளவு நாள் கெஞ்சின பிறகு வந்திட்ட. உனக்குமே வயசாயிருக்கும். ஒரு ரவுண்டு எனக்காக சாப்பிடு" என்றேன். அப்போதும் தம்ளரிலிருந்து கண்ணை எடுக்கவில்லை. அவன் அதை எடுத்துக் குடித்துக் கீழே வைப்பது தெரிந்தது. அடுத்த சுற்றை ஊற்றி அவன் பக்கம் தள்ளி வைத்த போது கையில் எடுத்துக் கொண்டான்.

அப்போது என் மகள் அறைக்குள் ஓடிவந்து, கண்ணாடி தம்ளர் அந்தரத்தில் பறப்பதைப் பார்த்துவிட்டு, "அய்யோ பேயி. பயமா இருக்கு. என்னை கடிச்சு வச்சிரும்" என்று சொல்லிவிட்டு நின்று அதையே பார்த்தாள்.

"பேய்னாலே கெட்டது இல்லை. நல்ல பேயும் இருக்கு பாப்பா" என்றேன் உடனடியாக.

"அய்யோ அப்பா உன் குரல் ஏன் வேற மாதிரி இருக்கு? இரு அம்மாட்ட சொல்றேன்" என்று சொல்லிவிட்டு உடனடியாக வெளியேறினாள்.

அம்மா என்றதும் உடனடியாக நான் பதற்றமானேன். "அதெல்லாம் ஒருத்தரும் நம்ப மாட்டாங்க. அதுலயும் உன் பொண்டாட்டிக்கு இந்த நம்பிக்கைல்லாம் சுத்தமா கெடையவே கெடையாது. அவளுக்கு தெரிஞ்ச ஒரே பேயி நீதான், பாப்பா அம்சமா இருக்கா" என்று சொல்லி விட்டு என்னருகில் வந்து, முதல்தடவையாக என்னைக் கட்டிப் பிடித்துவிட்டுப் பின் காணாமல் போனான்.

இப்படியெல்லாம் கட்டிப் பிடித்திருக்கிறேன் என ஊர் உலகத்தில் சொல்ல முடியுமா என்ன?

வானத்தை நோக்கிச் சொன்னேன், சியர்ஸ் வேம்ப்பயர்!

◉

சூட்டுக்கட்டி

அகிலனுக்கு அச்சமாக இருந்தது. தாடியை மழித்துக் கொள்ளப் போன போதுதான் அது தெரிய வந்தது. வழக்கமாகச் சவரம் செய்து கொள்ளும் கடையிலிருக்கிற அந்த அண்ணன், தண்ணீரை அடித்து முகமெல்லாம் வருடுவார். அதில் தட்டுப்பட்டுவிடும் அவருக்கு எல்லாமும். கடைசியில் முகம் பார்ப்பதைப் போல எத்தனை முகங்களைத் தடவிப் பார்த்தவர்? "இது என்னண்ணு பாருங்க. கேன்சர் கட்டி அது இதுன்னு இப்பல்லாம் ரெம்ப சொல்றாங்க. அசால்ட்டா விட்டிராதீங்க" என்றார். அவரது கைசுட்டிய இடத்தில் பிறகு அகிலனும் தடவிப் பார்த்தான். முதல்த்தர நயம் கருமிளகின் அளவில் ஒரு கட்டி வலது தாடையில் இருக்கிற தாடிக்குள் பதுங்கி இருந்தது. தடவிப் பார்த்தால் வட்ட வடிவிலான ஒரு உச்சிப் பாறை மேட்டைப் போலவே இருந்தது. ஆனால் அழுத்தினால்கூட வலி இல்லை.

தாடியை மழித்தால் கட்டி உடைந்து விட வாய்ப்பிருக்கிறது என அந்த அண்ணன் உறுதியாய்ச் சொல்லிவிடவே, அந்த நாற்காலியில் அமர்ந்தே நீண்ட நேரம் கண்ணாடியைப் பார்த்து அந்தக் கட்டியைத் தடவியபடி யோசித்துக் கொண்டிருந்தான். அவருக்குமே கட்டியை ஒத்த கல்லைத் தூக்கி அவன் தலையில் போட்ட உணர்வு. அதனால் எழுந்து கொள்ளச் சொல்லாமல் அமைதியாய் இன்னொரு மூலைக்கு நகர்ந்தார். ஏதாவது ஆறுதலாகச் சொல்லலாமா? எனவும் நினைத்தார். இல்லாத ஒரு விஷயத்திற்கு ஆறுதல் சொல்லி இல்லாத ஒன்றை இருப்பதாக நிலைநாட்டி விடலாமா என்கிற யோசனையும் அவருக்கு வந்தது.

அப்படி அவர் ஏதாவது சொன்னால்கூட அது அகிலன் காதில் ஏறாது. அவன் ஏற்கனவே அதைத் தீர்மானித்து விட்டான். அவரிடம் சொல்லிக் கொள்ளாமல் நாற்காலியில் இருந்து எழுந்து நடந்து வாசலுக்குப் போய் சிகரெட் ஒன்றைப் பற்ற வைத்தான். சிகரெட் காரணமாக இருக்குமோ? என யோசித்துக் கீழே போடப் போனான். அப்புறம் ஏன் இது குழந்தைகளுக்குக்கூட வருகிறது? என யோசித்து சிகரெட்டை மறுபடியும் இறுகப் பற்றிக் கொண்டான். அதுதான் வந்துவிட்டதே, அப்புறம் அடித்தால் என்ன? அடிக்காவிட்டால் என்ன? என விரக்தியாகவும் நினைத்துக் கொண்டான்.

ஒருகையில் சிகரெட்டையும் இன்னொரு கையால் அந்தக் கட்டியையும் தடவிக் கொண்டு பலத்த யோசனையோடு தனது அடுக்குமாடிக் குடியிருப்பை நோக்கி நடந்தான். அகிலன் தஞ்சாவூரை பூர்வீகமாகக் கொண்டவன். சென்னையில் இங்கே மென்பொருள் நிறுவனம் ஒன்றில் வேலை பார்க்கிறான். அப்பா அம்மாவெல்லாம் தஞ்சாவூரில் நிலபுலன்களோடு நன்றாக வாழ்கிறார்கள். அகிலனுக்கு அவர்களே சென்னையில் நவநாகரிக அடுக்குமாடிக் குடியிருப்பில் வீடு ஒன்றும் வாங்கிக் கொடுத்து இருக்கிறார்கள்.

அவனுடையது காதல் திருமணம். பள்ளியில் இருந்து கல்லூரி வரை ஒன்றாகப் படித்த அக்ஷராவையே திருமணம் செய்து கொண்டான். சரண்யா என மூன்று வயதில் அவனுக்கு மகள் ஒருத்தியும் இருக்கிறாள். அவனுடைய பொண்டாட்டிக்கு மீன் குழம்பு சமைக்கத் தெரியாது. அந்தப் பெண்ணின் வீடே சுத்த சைவம். அகிலனுக்காக கோழி வரை சமைக்கக் கற்றுக் கொண்டாள். ஆனால் அந்த மீன் குழம்பைத்தான் அவளால் கற்றுக் கொள்ளவே முடியவில்லை. அதுதான் அகிலனின் மிகப் பெரிய புகாரும்.

"சமையல்ல உச்சம் மீன் குழம்புதான். கவுச்சியும் இல்லாம அதனோட இயல்பான வாடையை விட்டிராமலும் நடுவில எடுக்கிற பக்குவம். அதுவா அமைஞ்சு வராணும்" என ஒருதடவை பக்கத்து வீட்டில் சமைக்கிறவர் அக்ஷராவிடம் சொல்லி இருக்கிறார். இரண்டு மூன்று தடவை முயற்சித்துப் பார்த்து விட்டு, அதன்மீது அச்சம் கொண்டு அதன் பக்கமே

தலைவைத்துப் படுக்க மாட்டேன் என்கிற உறுதியை அடைந்தாள். அகிலனுக்கு அதுவுமே முக்கியப் பிரச்சினையாக இருந்தது.

தஞ்சாவூரில் அவன் வீட்டில் விரால் மீன் குழம்பு இருந்து கொண்டே இருக்கும். இல்லாவிட்டால் அவனுடைய அப்பா கிளம்பிக் கடற்கரைப் பக்கம் போய் கடல் மீன் வாங்கிக் கொண்டு வருவார். அவர்களது தோப்பு வீடே மீனாக மாறி கடல் வாசனையோடு மிதந்து கொண்டிருக்கும், ஒரு பெரிய சட்டியில். இதைப் பற்றி வீட்டிலேயும் சொல்ல முடியாது. நமுட்டுச் சிரிப்பை முகத்திற்கு நேராகக் காட்டி விடுவார்கள். அதனாலேயே புதிய பிரச்சினைகளும் வர வாய்ப்பிருக்கின்றன என்பதால் மனதிற்குள்ளேயே அதைப் பூட்டி வைத்தான்.

வழக்கமாக அடுக்கு மாடிக் குடியிருப்பின் காவலாளி முருகன் அண்ணனுக்கு கடைசி கட்டிங்கை கொடுத்து விடுவான். வழக்கமான பாரில் அவனுக்காகக் காத்திருப்பார். மனம் விட்டு இருவரும் பேசிக் கொள்வார்கள். “அகிலன் சார் நீங்க செய்றது ரெம்ப தப்பு. டெய்லீ குடிக்க ஆரம்பிச்சிட்டீங்க. அப்பிடி என்ன குறை? இலட்ச ரூபாய்ல சம்பளம் வாங்கறீங்க. சொத்தும் வம்பாணியா கெடக்கு. மீன் குழம்பு வைக்கத் தெரியாதது எல்லாம் ஒரு கொறையா? அதுக்காக எல்லாம் நீங்க மனசார அந்தச் சின்னப் பொண்ணைவிட்டு விலகக் கூடாது” என்றார். “எனக்கு பயம்மா இருக்குண்ணே” என்றுமட்டும் சொன்னான் அகிலன். மேற்கொண்டு நாகரிகம் கருதி அவரும் அமைதியாக இருந்து கொண்டார்.

மதிய வேளைகளில் அவர் அந்தப் பெண்ணைப் பார்த்து இருக்கிறார், அதுவரை பேசியதில்லை. அந்த அடுக்குமாடிக் குடியிருப்பின் காவலாளியாக இருந்துகொண்டு அப்படியெல்லாம் போய்ப் பேசிவிடவும் முடியாது. நல விசாரிப்புகளுக்கு அகிலன் மாதிரியான ஒன்றிரண்டு பேர் இருந்தாலே அதிசயம். எல்லோரும் முகத்தை முறுக்கி வைத்துக் கொண்டுதான் வாசலையே கடப்பார்கள். தூரத்தில் அந்தப் பெண் தன்னுடைய சிறிய மகளை அழைத்துக் கொண்டு மதிய வேளையில் படியிறங்கி வருவாள். பாதாளத் தண்ணீர் தொட்டியை மூடியிருக்கிற சிமெண்ட் கட்டுமானத்தின் மீது வந்து அமர்ந்து கொள்வாள். மதியவேளை என்பதால் யாருமே அங்கே இருக்க மாட்டார்கள்.

எதற்காக இந்தப் பெண் தினமும் மதிய நேரத்தில் இப்படி வந்து அமர்ந்து கொள்கிறாள்? அதுவும் குழந்தையுடன் என்று முருகன் நினைத்துக் கொள்வார்.

உலகத்தில் இருக்கிற அத்தனை துயரத்தையும் முகத்தில் ஏந்திச் சற்று நேரம் அமர்ந்திருப்பாள். பின்னர் அந்தக் குழந்தையின் கையைப் பிடித்துக் கொண்டு வெயிலில் அங்குமிங்கும் நடப்பாள். அடுக்குமாடிக் குடியிருப்பைச் சுற்றி பராக்கு பார்த்தபடி நடந்து போவாள். வெயில் தகிக்கிற ஓவியம் ஒன்றின் நடுவே தாயும் மகளும் தனித்து நடந்து போகிற காட்சியைப் போலத் தெரியும் அவருக்கு. அதைப் பற்றி அகிலனிடம் சாடை மாடையாகக் கேட்ட போதுதான் மீன்குழம்பு வரை தகவல்களைப் பகிர்ந்து இருந்தான். என்றைக்காவது அந்தப் பெண்ணே நெருங்கி வந்தால் பேசவேண்டும் எனவும் முடிவெடுத்தார். அவளுக்கு அவருடைய மகளுடைய முகமும்.

அகிலனுக்குத் திடீரெனத்தான் இந்தப் பிரச்சினை முளைத்தது. அதற்கு முன்புவரை மாதத்தில் ஒருநாள் மட்டும்தான் குடிப்பான். ஆனால் அப்போதெல்லாம் தினமும் மதிய நேரங்களிலும் குடிக்கத் துவங்கி இருந்தான். கொரானா முடக்கம் காரணமாக வீட்டில் இருந்தே வேலை, அதுவும் வசதியாகப் போயிற்று. எவ்வளவு குடித்தாலும் நிதானம் தவற மாட்டான். ஏனெனில் அப்போது குடி அவனுக்குப் வழக்கமான தேநீர்ப் பழக்கமாகவும் மாறி இருந்தது.

அடிக்கடி எதைப் பார்த்தாலும் பயம் வரத் துவங்கியது. முன்பெல்லாம் வெளிநாடுகளுக்கு எல்லாம் பறந்து போய்விட்டு வந்திருக்கிறான். ஆனால் இப்போதெல்லாம் அவனுக்கு பால்கனியில் நின்று தரையை எட்டிப் பார்க்கக் கூடப் பயம். எக்ஸ்பிரஸ் மால் போன்ற இடங்களுக்குப் போவதையே நிறுத்தி விட்டான். அந்த நகரும் மின் படிக்கட்டின் உச்சியில் ஏறும் போதே அவனுடைய கால்கள் நடுக்கம் கொடுக்கத் துவங்கி விடும். தலைசுற்றலோடுதான் கீழே பார்க்காமல் குதித்துக் கொண்டு அந்தப் பக்கம் ஓடுவான்.

அதனாலேயே அக்ஷராவையும் குழந்தையையும் அதுபோன்ற இடங்களுக்கு அழைத்துப் போவதை நிறுத்தினான். காரணம் கேட்ட அக்ஷராவிடம், "இன்னமும் கொரானா நம்மளை

விட்டுப் போகலை. அந்த மாதிரியான எடங்களுக்கு போகாம தவிர்த்திடணும்" என்றான். சமதளமான இடங்களுக்கு மட்டுமே அழைத்துப் போவான். அப்போதெல்லாம் வெளியில் அழைத்துப் போவதை நிறுத்தியும் இருந்தான். கனவில்கூட அவனை இந்தப் பிரச்சினை துரத்தியது. குடியிருப்பின் உச்சியில் நிற்கிற மாதிரித் தலைகீழாக விழப் போகிற உணர்வு கிடைத்ததும் கனவில் இடையீடு செய்ய வேண்டி இருக்கும். இல்லை படுக்கையில்தான் இருக்கிறேன் என்பதை உறுதி செய்து கொள்ள வேண்டியதாக இருக்கும் அகிலனுக்கு. அந்தக் குறிப்பிட்ட இடைவெளியிலும் தலைசுற்றலை உணர்ந்திருக்கிறான்.

ஒருகாலத்தில் பல்வேறு உச்சிகளுக்கு எல்லாம் போயிருக்கிறேனே? எப்போது வந்து ஒட்டிக் கொண்டது இந்த உயரச்சம்? என்றெல்லாம் யோசித்துப் பார்த்து இருக்கிறான். அதுகுறித்துத் தேடி எடுத்துப் படித்துப் பார்த்தான். என்னவோ சொல்லி இருந்தார்கள். அதுவெல்லாம் அவன் மண்டையில் ஏறவே இல்லை. வானத்தை அண்ணாந்து பார்த்தாலே அதன் உயரத்தைக் கற்பனையில் கொண்டு வந்து தலைசுற்றல் உணர்வை அடைவான் அகிலன். அதனாலேயே அவன் குனிந்து தீடீரென தன்னை உற்று நோக்கத் துவங்கினான். பறக்கிற வெளியில் இருந்து உள்ளொடுங்கி உள்ளுக்குள், கூட்டில் இருக்கிற ஒரு குஞ்சைப் போல.

அவனுக்கு அங்கேதான் அவனைத் துரத்துகிற அச்சங்கள் தென்படத் துவங்கின. ஒருதடவை தொப்புளில் இருந்து சீழ் மாதிரி பிசின் வழிந்தது. தடவி மோர்ந்து பார்த்தான், அழுகல் வாடை. நிச்சயம் உடம்பிற்குள் ஏதோ தீரா வியாதி வந்து விட்டதாக உணர்ந்தான். அவனைச் சுற்றி அந்த அழுகல் வாடை ஒரு வளையத்தைப் போலப் போர்த்தி இருப்பதாக எண்ணி, எல்லோரிடம் இருந்தும் ஒதுங்கித் தனித்து அலைந்தான். மருத்துவரிடம் போய்க் காட்டப் பயமாக இருந்தது. ஏதாவது சொல்லிவிட்டால் என்னாவது என்பதால் போகத் தயங்கினான். அக்ஷராவின் மீதான உடல் ஆசை சுத்தமாக விட்டுப் போனது அந்தச் சமயத்தில்தான்.

மருந்தகத்தில் அவனாகவே போய்க் காட்டி மாத்திரை ஒன்றைப் போட்டான். நல்லவேளையாக ஒரு பத்து நாளில் அந்தப்

பிரச்சினை ஓய்ந்தது. அது எப்படிச் சரியானது என்பதையே மறந்து போனான். பிறகொருதடவை மதுரை வழியாக வண்டியில் வந்து கொண்டிருந்த போது, திடீரென தனக்கு மாரடைப்பு ஏற்படப் போவதாகப் படபடப்பு. கைகள் நடுங்கின. மூச்சு முட்டுவதைப் போல இருந்தது. அடித்துக் கொண்டிருந்த சிகரெட்டை கீழே போட்டான். குடுகுடுவென காரில் ஏறி பதற்றத்துடன் வண்டியை ஓட்டி பக்கத்தில் இருக்கிற மருத்துவ மனைக்குள் நுழைந்தான்.

அவன் நுழைந்த வேகத்தைக் கண்ட ஊழியர்களே பயந்து விட்டனர். உள்ளே அழைத்துப் போய் படுக்கவைத்து உடலில் என்ன சோதனைகளை எல்லாம் செய்ய முடியுமோ அத்தனையையும் செய்து படுக்கப் போட்டிருந்தனர். இடையில் ரத்தக் கொதிப்பு மாத்திரை மட்டும் கொடுத்தார்கள். “ஒண்ணும் பிரச்சினை இல்லை. ஆனா சிகரெட் இருபது சதவீத பாதிப்பை இதயத்தில உருவாக்கி இருக்கு. இப்ப சுதாரிச்சுக்கிட்டா பிழைச்சுக்கலாம்” என்றார்கள். அதில் இருந்து சிகரெட்டை விட வேண்டும் என்கிற சிந்தனையும் அவ்வப்போது வரும் அகிலனுக்கு.

அந்த மருத்துவ பரிசோதனை பற்றி அக்ஷராவிடம் அகிலன் சொல்லவே இல்லை. கொரானாவிற்கு அப்புறம் அடிக்கடி வரும் மாரடைப்பு குறித்த செய்திகளைக் கூர்ந்து படிக்கத் துவங்கினான். இருபது வயதில் ஒரு பையன் செத்துப் போன செய்தி அவனை அதிகமுமே திகிலூட்டியது. அதுபற்றிய மருத்துவ விளக்கங்களை எல்லாம் படிக்கிற பழக்கத்தை எப்போதோ நிறுத்தி இருந்தான். இதய நோயின் அறிகுறிகள் எனத் தட்டச்சு செய்வான். ஆனால் வந்து விழுகிற பக்கத்திற்குள் நுழையவே மாட்டான். படித்தால் மேலும் பதற்றம் ஆகி விடுவோம் என்கிற பயம். அவன் அதுமாதிரியான மரணச் செய்திகளின் வழி கிடைக்கிற உண்மையை மட்டும் எடுத்துக் கொண்டான்.

அவ்வப்போது இடது நெஞ்சில் குத்துகிற மாதிரி வலி வந்து விட்டுப் போகும் அவனுக்கு. தன்னை நம்பி வந்த அக்ஷராவின் மேல் அவனுக்குப் பெருங்காதலும் உண்டு. அவளுக்குச் சிக்கலைப் பரிசாக அளிக்கிறான் என்கிற உணர்வும் இருந்தது அகிலனுக்கு. ஆனால் தன்னுடைய பிரச்சினைக்கு

தான் மட்டுமே காரணம் என்கிற உணர்விலும் இருந்தான். ஆனாலும் அவளை நெருங்கிப் போய் மடியில் தலைவைத்துப் படுக்கத் தோன்றவில்லை அவனுக்கு. ஏதோ நடுவில் பூதம் போல நின்றிருந்தது.

தான் இல்லாவிட்டால் அக்ஷராவும் மகளும் என்னாவார்கள்? என்கிற எண்ணம்தான் அவனை ஆரம்பத்தில் இருந்தே ஆக்கிரமித்து இருந்தது. குடிமேடைகளில் நண்பர்கள் மத்தியில், "ரெண்டு பேரும் நட்டாத்தில நின்னுடுவாங்க. அதை நினைச்சாலே துயரமா இருக்கு" என்றெல்லாம் சொல்லி அழத் துவங்கினான். அதனாலேயே குடிமேடையில் இருந்து அவனை நாசூக்காக நண்பர்கள் விலக்கினார்கள்.

அப்புறம்தான் தனித்துக் குடித்தலையத் துவங்கினான் அகிலன். ஒருநாள் அக்ஷரா, "அகிலா என்ன பிரச்சினை உனக்கு? என்னை பிடிக்காட்டி நேரடியா சொல்லு. நரகத்திலயே வைச்சிருக்காத" என்றாள். "எங்கம்மா சொன்னாங்க. ஏதோ அஷ்டமத்தில சனியாம். அது போயிருச்சுன்னா எல்லாம் சரியாகிடும். ஏதோ ஒரு குழப்பம் மனசுக்குள்ள. அதை என்னன்னு சொல்லக்கூட முடியலை" என்றான் அகிலன். அவள் ஒன்றுமே சொல்லாமல் அவனைத் தனியாக விட்டு விட்டாள். அப்புறம்தான் அப்படி மதிய வேளைகளில் போய் அமரத் துவங்கினாள். சொந்தங்கள் யாரிடமும் மூச்சுக் கூட விடவில்லை, பொதுவாகவே அழுத்தம் நிரம்பியவள் அவள்.

சனி என்னவெல்லாம் செய்யும் என்பதைப் பலகதைகளின் ஊடாக அறிந்தும் வைத்திருக்கிறான் அகிலன். அதுகுறித்து சிந்திக்கும் சமயங்களில் எல்லாம் நெஞ்சில் சுருக்கென்கிற வலி இருந்தபடியாகத் தோன்றியது அகிலனுக்கு. என்னதான் பிரச்சினை என ஆழமாக யோசித்துப் பார்த்தான். அக்ஷராவின் மீது துளி வெறுப்புகூட அவனுக்குக் கிடையாது. தூரத்தில் இருந்துதான் பார்த்துக் கொள்ள முடிகிறதே தவிர, அவளை நெருங்க விடாமல் ஏதோ தடுக்கிறது. மரணம் போல ஏதோ ஒன்று தன்னை நோக்கி வருகிறது. என்றைக்கு வேண்டுமானாலும் இங்கிருந்து விடுபட்டு விடுவேன் என்கிற மாதிரியான ஆழமான உணர்வு அவனைப் போர்த்தியது. இறுதியில் தான் இல்லாவிட்டால் இவர்கள் என்ன ஆவார்கள் என்கிற எண்ணம் துயரத்தை

உருவாக்கியது. அந்தத் துயரத்தின் உச்சிக்குப் போய் அமர்ந்து பார்க்கவும் அஞ்சினான் அகிலன்.

மொத்தத்தில் அந்தத் துயரம் அவனது உடலில் ரத்த ஓட்டத்தைப் போலப் பாய்ந்தது. அடிக்கடி ரத்தப் பரிசோதனை நிலையத்திற்குப் போய் அவனாகவே பரிசோதனைகள் எடுத்துப் பார்த்தான். இந்த மருத்துவமனையில் பொய்யாகச் சொல்லி இருப்பார்கள் என நினைத்து இன்னொரு இடத்தில் போய் இதயப் பரிசோதனை செய்து பார்த்தான். கல்லீரல் வீங்கி விட்டதைப் போலக்கூட ஒரு உணர்வு கிடைத்தது. அதற்கும் போய்ப் பரிசோதனை செய்து பார்த்தான். ஆனால் அதை எடுத்துக் கொண்டு மருத்துவரிடம் போவதே இல்லை. அவனுக்கு இருந்த குறைந்தபட்ச மருத்துவ அறிவை, பிறர் சொன்ன கதைகளைக் கொண்டு தன்னுடலை மேய்ந்து கொள்வான்.

மருத்துவ அறிக்கைகள் வீட்டில் கிடப்பதைப் பார்த்து விட்டு அக்ஷரா, “இப்ப எதுக்கு இவ்ளோ டெஸ்ட் எடுத்திருக்க? படிச்சவந்தானே? அப்புறம் எதுக்கு வீட்டில இருக்கவங்களுக்குத் தெரியாம இதைச் செய்ற? ஒண்ணு புரிஞ்சுக்கோ மனசு மட்டும் இல்லை வீட்டில இருக்கவங்க உடலுமே இன்னொருத்தரோட சொத்து. உன் உடம்புக்கு என்னன்னு தெரிஞ்சுக்கிற உரிமை எனக்கும் இருக்கு” என்றாள். உடனடியாக என்ன பதில் சொல்வதென்று தெரியாமல் திகைத்துப் போய் விட்டான் அகிலன். துண்டை எடுத்துக் கொண்டு குளியலறைக்குள் நுழைந்தான்.

அவளுடைய வீட்டில் இருப்பவர்களிடம் சொல்லி விடலாமா என அந்த நேரத்தில் யோசித்தாள் அக்ஷரா. ஆனால் வீணான வம்புகள்தான் வரும் எனவும் தயங்கினாள். அகிலனைப் பொறுத்தவரை அவளை அணைக்கவில்லையே தவிர, மற்ற விஷயங்களில் எல்லாம் பார்த்துப் பார்த்துத்தான் செய்கிறான். குழந்தையின் பராமரிப்பு விஷயத்திலுமே எந்தக் குறையுமே வைத்தது இல்லை. தனியாகத் தனக்குள் ஒடுங்கிக் கொண்டு தன்னுடலை விட்டு விலகி அவன் அலைவது மட்டுமே அவளுக்குத் துயரமாக இருந்தது.

அவளை அகிலன் பரிதாபமாகப் பார்த்துக் கொண்டு அலைகிற மாதிரித் தோன்றியது அவளுக்கு. குடும்பம் சார்ந்த மிகையான

பதற்றம் அவனைத் தொற்றிக் கொண்டதாகவும் உணர்ந்தாள். அமர்ந்து பேசினால் எல்லாம் சரியாகிவிடும்தான். ஆனால் அவளருகே அமரக் கூட அவன் அச்சமடைகிறான் என்பதையும் உணர்ந்தாள். அவள் கொஞ்சம் மனநலவியல் குறித்தெல்லாம் படித்தவள்தான். “வேற ஏதாச்சும் எக்ஸ்ட்ரா செஞ்சா சரியாயிடுவ? ரைபிள் சூட்டிங் போறீயா? இல்லாட்டி ஹார்ஸ் ரைடிங் மாதிரி” என்றாள் ஒருநாள் படுக்கையின் அருகே அமர்ந்து கொண்டு.

நல்ல போதையில் இருந்தான் அகிலன். “ஏற்கனவே அப்படி ஒரு கனவு வந்திருக்கு எனக்கு. யாரோ துப்பாக்கியை மண்டைக்கிட்ட நீட்டறாங்க. அது என்னாகும்னு யோசிக்கிறதுக்கு முன்னயே மண்டைக்குள்ள புல்லட் நுழைஞ்சு தரையெல்லாம் ரத்தம் பரவும். அந்தக் காட்சியை நானே பார்த்தேன்” என்றான்.

அதற்கு மேல் விதிவிட்ட வழி எனப் படுக்கையில் இருந்து எழுந்து விட்டாள் அக்ஷரா. அவனைப் பற்றிச் சுற்றிச் சுற்றி யோசித்தாள். அவன் எதையோ தொற்றிக் கொண்டு, தன்னுடைய தொழில் வாழ்க்கையையும் குடும்ப வாழ்க்கையையும் கைவிடுவதாக அவளுக்குத் தோன்றியது. ஏற்கனவே அலுவலகத்தில் இவனைப் பற்றிய எதிர்மறையான பார்வை பரவத் துவங்கி விட்டது. அப்படி நடக்கும் என்பதை அவளுமே அறிந்திருந்தாள். வீட்டுக்குள் செய்கிற வேலை வெளியிலும் எதிரொலிக்காதா? எல்லா இடங்களிலும் எப்படி எதையும் மறைத்துக் கொண்டே அலைய முடியும்? கத்தரிக்காய் முற்றினால் கடைத் தெருவிற்கு வராமலா போகும்?

காவலாளிகூட குடிமேடையில், “அகிலன் சார் நீங்க முழிச்சிக்கிற நேரம் இது. மனசளவில உங்க சம்சாரம்கூட உங்ககிட்ட இருந்து விலகற மாதிரி தோணுது. அவங்க போயிட்டா உங்களுக்கு நாதி இல்லைன்னு ஸ்ட்ராங்கா தோணுது. ஆட்களை சுற்றியும் நீங்க கெட்ட பேர் வாங்கறீங்க. முன்னால உங்களுக்கு மட்டும்தான் தொயரமா இருந்தீங்க. இப்ப உங்களைச் சுத்தி இருக்கறவங்களுக்கும் தொயரமா மாறிக்கிட்டு இருக்கீங்க” என்றார். பதிலுக்கு அகிலன், “நானா தொயரமா இருக்கேன். நான் இல்லாட்டி என்ன ஆவீங்கண்ணு இப்பயே யோசிச்சுக்கிட்டு இருக்கேன்” என்றான். அவன் சொன்னது அவருக்குப் புரியவே இல்லை.

அப்புறம் தனியாக யோசித்துப் பார்த்தான் அகிலன். வேண்டுமென்றே அக்ஷராவை விட்டு விலகுகிறேனா? எனக்கு என்னவோ ஆகி விடப் போகிறது என உறுதியாய் தெரிகிறது. அக்ஷராவிற்கும் குழந்தைக்கும் நான்தான் பொறுப்பு. நான் இல்லாவிட்டால் என்ன ஆவார்கள் என்றெல்லாம் யோசித்துப் பார்த்தான். அக்ஷராவிடம் இதை எப்படிச் சொல்வது? வெறுப்பெல்லாம் தனக்குக் கிடையாது என்பதை எப்படி மனதைத் திறந்து காட்டுவது என அகிலன் குடிமேடையில் தனக்குத் தானே புலம்பிக் கொள்வான்.

இந்தச் சூழலைத் தவிர்ப்பதற்காக வீட்டிற்குச் செல்லாமல் நண்பர்களின் வீடுகளில் போய் அடிக்கடி தங்கத் துவங்கினான். பகல் நேரங்களில் வீட்டிற்கு வருவது, குளித்துவிட்டு ஓடிவிடுவது. அப்படி ஒருநாள் காரை எடுத்துக் கொண்டு வீட்டிற்கு வருகையில் தூரத்தில் அக்ஷராவும் குழந்தையும் தனியாக வெயிலில் அமர்ந்திருந்த காட்சி தெரிந்தது. துயரம் தோய்ந்தது அவனுக்குள். ஆனால் அதை வெளிப்படையாகக் கேட்கும் தைரியத்தை இழந்திருந்தான் அகிலன். அப்படி அமர்ந்திருந்ததை அகிலன் கவனித்ததைப் பார்த்த அவள் மனதளவில் அகிலனை விட்டு விலகத் துவங்கினாள். ஒருவார்த்தை கேட்டிருக்க வேண்டாமா? சும்மா வாயில் மட்டும் உங்கள்மீது அன்பு என்று சொல்வதா? கல்மனம் கொண்டோரால் மட்டுமே அந்தக் காட்சியைக் கடக்கவே முடியும் என்றெல்லாம் யோசித்தாள் அக்ஷரா.

அவனுடன் வாழ்ந்தே ஆகவேண்டிய கட்டாயம் எல்லாம் இல்லை அவளுக்கும். இப்போது போனால்கூட வீட்டில் தங்கத் தட்டில் வைத்துத் தாங்கிக் கொள்வார்கள். அகிலனுக்கு நிகராகப் படித்து ஏற்கனவே வேலைக்குப் போய்க் கொண்டிருந்தவள்தான். குழந்தையின் காரணமாக வேலையை ஒத்திப் போட்டிருக்கிறாள். குழந்தை தாத்தா பாட்டியுடன் இருந்து கொண்டால், உடனடியாகவே அக்ஷராவாலும் மிகச்சிறந்த வேலைக்குப் போய்விட முடியும். பிறகென்ன பிரச்சினை அவளுக்கும்?

கட்டி இருக்கிற விஷயம் தெரிந்த அன்றிலிருந்து நிச்சயமின்மை என்கிற எல்லையில் கால்நடுங்க நின்றான் அகிலன். அவனால் அதை எதிர்கொள்ள முடியவில்லை. குழந்தையும் அவளும் வெயிலில் தனியாக நின்ற காட்சி அவனுக்குள் ஊன்றி நின்றது.

அதைப் பார்க்கப் பார்க்கத் துயரம் பெருகியது. அதை எண்ணி ஒருதடவை பாரில் வைத்தே அழுதான். பக்கத்தில் இருந்தவர், "துயரம் வேணாம்னுதான் இங்க வர்றது. இங்கயும் அதை இடுப்பிலேயே தூக்கிச் சொமந்தா எப்படி?" என்றார்.

உடனடியாக அந்த இடத்தை விட்டு வெளியேறினான் அகிலன். வீட்டிற்கும் போகப் பிடிக்கவில்லை. நண்பனொருத்தன் வீட்டிற்குக் கிளம்பிப் போனான். மூன்று நாள் வீட்டைவிட்டே வெளியே வரவில்லை. அவன் அங்கே இருப்பது தெரிந்து அக்ஷராவே தேடிக் கொண்டு போய்விட்டாள். தலையைப் பிடித்துக் கொண்டு கதவைத் திறந்த அவன், அக்ஷராவை பார்த்ததும் பதறி விட்டான். உடனடியாக நடுக்கம்தான் வந்தது அவனுக்கு. காரில் வந்து ஏறு என்பதைப் போலச் சைகை காட்டிவிட்டுக் கிளம்பிப் போனாள்.

குழந்தையைப் பக்கத்து வீட்டில் விளையாட விட்டுவிட்டு, அகிலனுக்காகப் படுக்கையில் அமர்ந்து காத்திருந்தாள் அக்ஷரா. இன்றைக்கு எல்லாவற்றையும் பேசி முடித்துவிட வேண்டும் என்கிற தீர்மானத்தில் இருந்தாள். பெருமூச்சு சிறுமூச்சு எல்லாம் அடங்கி அவனது காலடியோசைக்காகக் காது கொடுத்துக் காத்துக் கொண்டிருந்தாள். காலடி ஓசை கேட்டதும், தலையைக் கொக்கைப் போல விரைவாய்த் திருப்பி, அகிலனை நோக்கி, "நீயெல்லாம் ஒரு ஆள் மயிரே இல்லை எங்களுக்கு. நீ இல்லாட்டியும் நாங்க நல்லாவே வாழ்வோம்" என்றாள்.

அந்த வார்த்தையைக் கேட்டதும் திகைத்துப் போய் மேற்கொண்டு ஒரு எட்டுகூட வைக்காமல் நின்று, "என்ன சொன்ன?" என்றான். அவள் மீண்டும் அதையே திருப்பிச் சொன்னாள்.

விறுவிறுவென தனது அறைக்குள் நுழைந்து படுக்கையில் விழுந்தான். அவன் வேறு ஏதாவது சொல்லி பெருஞ்சண்டை வரும் என்று எதிர்பார்த்துக் காத்திருந்த அக்ஷரா ஏமாற்றம் அடைந்தாள். உடனடியாகவே எழுந்து படுக்கையறைக்குள் அவனைப் பின்தொடர்ந்து போனாள். குப்புறப்படுத்து அழுது கொண்டிருந்தான் அகிலன். அங்கே போய் அமர்ந்த அவள் அவனைத் திருப்பி மடியில் போட்டுக் கொண்டாள்.

"அப்ப நான் இல்லாட்டியும் நீங்க வாழ்ந்திருவீங்களா?" என்றான் மடியில் படுத்துக் கொண்டே. ஆமாம் என அழுத்தமாகத் தலையசைத்தாள். அகிலனின் முகத்தில் வெளிச்சம் பரவியதான உணர்வு. அவளது கரத்தை எடுத்து தாடிக்குள் நுழைத்து அதைக் காட்டினான். விரலால் வருடிய அவள், "சூட்டுனால வந்திருக்கும்... அதுவா போயிடும்" என்றாள்.

அகிலனுக்கு நீண்ட நாட்களுக்குப் பிறகு அவளது இடுப்பைக் கட்டிக் கொண்டு தூங்கத் தோன்றியது. தனக்குள் அழுத்தமாகச் சொன்னான்.

வெறும் சூட்டுக்கட்டி.

●

பச்சை நண்டு

பூங்காவனம் பழைய படகுத் துறைமுகத்தில் தெரிகிற கடலையே வெறித்துப் பார்த்து அமர்ந்து கொண்டிருந்தாள். கரிய நிறத்தில் அன்றைக்குக் கிடந்தது கடல். அவள் காலடியில் பச்சை நண்டுகள் ஓலைப் பெட்டிக்குள் இருந்து மேலே ஏற முயன்று கொண்டிருந்தன. அதைக் கட்டு நண்டு என்றும் சொல்வார்கள். கடலும் ஆறும் சேருகிற இடத்தில் வாழ்கிற இவற்றின் கொடுக்குகள் கூர்மையானவை. கையை கொடுக்கின் இடையில் கொடுத்தால் விரலையே துண்டாக்கி விடும். அதற்காகத்தான் பிடித்தவுடன் அதை மல்லாக்கப் படுக்கப் போட்டு, சணல் கயிற்றால் ஆபத்தான கொடுக்குகளைப் பிடித்துக் கட்டி, வியாபாரத்திற்கு ஓலைப் பெட்டியில் போட்டு அனுப்புவார்கள். மல்லாக்கப் படுத்துவிட்டால் எந்த உயிருமே தன்பலத்தில் பாதியை இழந்து விடும் என்று தோன்றியது பூங்காவனத்திற்கு. அவளையுமே அப்படி மல்லாக்கத்தானே கிடத்திப் போட்டிருக்கிறது வாழ்க்கை?

பூங்காவனத்திற்குச் சொந்த ஊர் என்று பார்த்தால், தெற்கே மலையடிவாரத்தில் இருக்கிற ஒரு குக்கிராமம். பூங்காவனத்தின் குடும்பத்தையே சொந்தத்தில் மலைக்காரர் குடும்பம் என்றுதான் அழைப்பார்கள். அவளுடைய அப்பா செத்தபிறகிலிருந்து அந்த மலைக் குடும்பத்து வீடு சல்லி சல்லியாக நொறுங்கத் துவங்கி விட்டது. பூங்காவனத்தைச் சென்னையில் மீன் வியாபாரம் பண்ணுகிற, அந்த ஊரைச் சொந்த ஊராகக் கொண்ட ஏகாம்பரத்திற்குக் கட்டிக் கொடுத்தார்கள். குடி எந்நேரமும் கடலையே சட்டியில் மோந்து குடிக்கிற மாதிரி உக்கிரமான குடி.

மறிக்குட்டி | 153

இந்தக் கடற்கரை காசுபணம் என எல்லாவற்றையும் வாறிக் கொடுத்து விடும். ஆனால் பெரும்பாலான ஆண்களின் வாழ்க்கையைக் காவு வாங்கிக் கொள்ளும். பிழைத்துக் கிடப்பவரெனச் சிலர்தான். போனால் புயலால் போவார்கள், இல்லாவிட்டால் குடியால் போவார்கள். அதுதான் கடற்கரையின் தலைவிதி. பூங்காவனமுமே வந்ததில் இருந்து இப்படியான சாவுகள் பலவற்றைப் பார்த்து விட்டாள்.

ஒருகட்டத்தில் சாவே பழக்கமாகவும் ஆகிவிட்டது அவளுக்கு. ஏகாம்பரம் செத்த அன்றைக்கு அழுததுதான். அதற்கடுத்து துளி கண்ணீரைக்கூட அவள் கடலோரத்தில் சிந்தவே இல்லை. அழுதால் இந்த நகரம் ஏறி மிதித்து விடும் எனக் கண்டு கொண்டாள்.

அதுவரை குழம்பு வைக்கக்கூட மீன் அரிந்தது இல்லை. ஏகாம்பரம்தான் வீட்டு வாசலில் அமர்ந்து மீனுக்குப் பெரால் அடித்து, பொம்பளையாட்கள் மாதிரிக் குத்தவைத்து அரிவாள்மனையால் அறுத்துக் கொடுப்பார். அவர் இருந்திருந்தால் நன்றாக இருக்கும் என்று தோன்றாத நாளே இல்லை பூங்காவனத்திற்கு. தட்டுத் தடுமாறித்தான் கடற்கரையில் தானும் ஒரு ஆளாய் எழுந்து நின்றாள். நண்டு அவளைத் தொற்றிக் கொண்டது. நண்டின் கொடுக்கால் வாங்காத கொட்டில்லை. ஆனாலும் அதை மல்லாக்கத் திருப்பிப் போட்டு எப்படிப் பிடிப்பது என்பதைப் பூங்காவனம் சீக்கிரமே கற்றுக் கொண்டாள். அதற்குப் பிறகு எந்த நண்டுமே அவளைக் கொட்டத் துணியவில்லை. நண்டின் வசம் அவளுக்கு எளிதிலேயே பிடிபட்டு விட்டதால், அதிலேயே நிலைத்தும் நின்று விட்டாள். பச்சை நண்டு பூங்காவனம் என்று சொன்னால் கடற்கரையில் எல்லோரும் அவளை நோக்கிக் கைகாட்டுவார்கள்.

பூங்காவனத்தின் உடலுமே அந்த நண்டைப் போலக் கொழுத்துத் தாட்டியமானது. சல்லிப் பயல்களிடம் இருந்து விலகுவதற்காக தன்குரலையும் சேர்த்து தாட்டியமாக்கிக் கொண்டாள். “அவட்ட பேசி மீள முடியாதுப்பா. சொல்ற விலையை குடுத்திட்டு வாங்கிட்டு வந்துகிட்டே இருக்கணும். நண்டோடயே வாழ்ந்து மனுஷங்களை எப்படி கொட்டணும்னு கத்துக்கிட்டா” என்பார்கள் கடலோரத்தில்.

ஏகாம்பரம் செத்துப் போன போது சேகருக்கு பத்து வயது. எந்நேரமும் அம்மாவின் சேலையைப் பிடித்துக் கொண்டு அலைந்த பயல், திடீரென அவளிடமிருந்து விலகிக் கடற்கரையில் தனியாகச் சுற்றத் துவங்கினான். அவனுடைய போக்கே பிடிபடவில்லை அவளுக்கு. இப்படி அவனைக் கடற்கரையில் கைவிடுவது குறித்து அச்சமடைந்தாள் பூங்காவனம். அவளுக்கென்று சொந்தங்கள் யாருமில்லை என்பதால், தட்டிக் கேட்கச் சொல்லிப் போய் நிற்கவும் வாய்ப்பில்லை.

சேகரைக் கண்டிக்கவெல்லாம் முடியாது என்கிற அளவிற்குத் திமிறிக் கொண்டு நின்றான். படிப்பை நிறுத்தி விட்டு மீன் வெட்டப் போகிறேன் என்றான். அதற்காகவது போய்ச் சேர்ந்தால் சரிதான் என அவன் போக்கில் விட்டுவிட்டாள். ஆனால் அதுவும் கொஞ்ச காலத்திற்குத்தான். மீன் வெட்டும் கத்தியாலேயே ஒருத்தனின் மண்டையில் வெட்டினான். அதற்காகச் சிறைக்குச் சென்றவன் கடலின் மடிக்குத் திரும்பவே இல்லை. அந்த உலகம் அவனை அப்படியே வாறி அணைத்துக் கொண்டது. அதற்குப் பிறகு பூங்காவனம் அவ்வுலகத்தின் வெளியே நின்றுதான் அவனைப் பற்றிய கதைகளைக் கேட்டுத் தெரிந்து கொண்டாள்.

என்னமாதிரியான கல்மனம் கொண்டவன் அவன்? இடையில் ஒருதடவைகூட அம்மா என்று படியேறி வந்ததில்லை. அவனுடைய சோற்றில் மண்ணைக் கொட்டி விட்டேனா என்ன? அப்படியென்ன செய்து விட்டேன்? எனப் பூங்காவனம் பலதடவை யோசித்துப் பார்த்திருக்கிறாள். ஒரு தீபாவளி பொங்கலுக்காவது வந்து சீலைத் துணி எடுத்துத் தந்திருக்கிறானா? அப்படி என்ன என்மீது வெறுப்பு என மாதா கோவிலில் நின்றும் கேட்டிருக்கிறாள். மாதா கோவிலில் மணியடிக்கிற சத்தம்கூட அந்த நேரத்தில் அவளை ஒன்றும் செய்து விட முடியாது. கவனம் கலையாமல் தன்னுடைய கேள்வியின் மெழுகுத் திரியிலேயே கொளுந்து விட்டு எரிந்து கொண்டு இருப்பாள்.

சேகரின் நண்பன் முதல்தடவையாகப் பணத்தைக் கொண்டு வந்து அவளது கையில் கொடுத்து விட்டு, “சேகர் அண்ணன் தரச் சொல்லுச்சு. காசுக்கு கவலையில்லையாம். எவ்வளவு வேணும்னாலும் கேட்டு வாங்கிக்கச் சொல்லுச்சு” என்றான். “உன் காசு பணத்தையெல்லாம் போயி அந்தா இருக்க கடல்ல

போடு. கடல் மாதா எனக்கு சோறு போடுவா. வேணும்னா அவனை நேர்ல வந்து தரச் சொல்லு" என்று சொல்லித் திருப்பி அனுப்பி விட்டாள். அதற்கடுத்தும் நாலைந்துமுறை கொண்டு வந்து தர முயலத்தான் செய்தார்கள். ஒவ்வொரு முறையுமே இப்படிச் சொல்லி அவர்களைத் துரத்தி விட்டு விடுவாள்.

என்றைக்காவது ஒருநாள் இதைக் கேட்டுவிட்டாவது, வீட்டிற்கு வந்து பார்ப்பான் என எதிர்பார்த்து ஏமாந்தும் விட்டாள் பூங்காவனம். அப்படி என்ன கோபம் என்மீது அவனுக்கு? இந்தக் கேள்வி கடலலையைப் போல அரற்றும் அவளுக்குள். உள்ளூர் கோவில் விழாவுக்காக வைத்திருந்த பேனரில், மாவீரன் சேகர் எனப் பெயர் போட்டு அவனுடைய புகைப்படத்தையும் போட்டிருந்தார்கள். ஆளே தாடி மீசையென வளர்ந்து நின்று இருந்தான். குச்சியைத் தூக்கினால், குண்டியில் இரண்டு கையையையும் வைத்து நடுங்கிக் கொண்டு நிற்பான். இவனா மாவீரன்? அந்த நேரத்தில் பூங்காவனத்திற்குச் சிரிப்புதான் வந்தது.

கடற்கரையில் நிறைய அன்னதானங்களை அவன் போடுவதாகச் செய்திகள் வரும்போதெல்லாம் மகிழ்ச்சியாய்ச் சிரித்துக் கொள்வாள். "ஆனாலும் பூங்காவனம் அக்காக்கு வந்து பார்க்காட்டியும் மகன் மேல அம்பூட்டு பாசம். ஊருக்கே சோறு போடறான். பெத்த தாய்க்கு நேர்ல வந்து போடணும்னு தோணலை பாருங்க. பிள்ளை மனம் கல்லுன்னு சும்மாவா சொல்லி வச்சிருக்காங்க. மருமக இருந்தாலும் பரவாயில்லை. அவனுமே ஒண்டிக்கட்டைதான். ஏன் இப்டீ செய்றான்னு தெரியலையே?" பூங்காவனம் காலுக்கு அடியில் குத்துவைத்து அவளாகவே சொல்லிக் கொண்டாள் செண்பகம். பூங்காவனத்திடம் எடுபிடியாக வேலை செய்து கொடுப்பதை வாங்கிக் கொள்ளும் அவளுமே அன்றாடங் காய்ச்சிதான்.

அதற்கடுத்து சேகர் செய்வதாய் ஆட்கள் வந்து சொன்ன செய்திகள் எல்லாமும் உவக்கவே இல்லை அவளுக்கு. கடல்நீரை விட உப்புக் கரிக்கிற செய்திகள் அவை. தாகம் வந்துவிட்டால், கடலே ஆனாலும் ஏந்திக் குடிக்க முடியாவிட்டால், அது மனிதர்களைப் பொறுத்தவரை வீண்தான். சேகரைப் பற்றி வந்த செய்திகள் எல்லாம் அப்படியானவைதான். அவனைத் திடீரென

எல்லோரும் தோட்டம் சேகர் என்றனர். அதென்ன தோட்டம் என்று பூங்காவனமே வாய்விட்டு வியாபாரி ஒருத்தரிடம் கேட்டாள். “அட ஏம்மா உன் புள்ளை ரௌடி கையா மாறிட்டான். அதென்னவோ தோட்டமாம். அது எங்க இருக்குன்னே தெரியலை. அதுக்கு தலைவனா ஆகிறவன் சொல்லுதான் இங்க எல்லாமுமாம். ஏரியா மாமுல் தொடங்கி கட்டப் பஞ்சாயத்து, அது சம்பந்தமா வர்ற கொலை எல்லாத்துக்கும் இனி உன் மகன்தான் லீடராம். என்னத்தை சொல்ல? ஏகாம்பரம் மீனை வெட்டக் கூடத் தயங்குவாரு. அவரோட மகன் போயி நிக்கற இடம் எங்கன்னு பாரு? உன் வளர்ப்பு சரியில்லைம்மா” என்றார் கடைசியாய். சொல்லிவிட்டுத் தற்செயலாகக் காறித் துப்பவும் செய்தார். ஆனால் அது பூங்காவனத்தின் மீது தெறித்தும் விட்டது.

இந்த வார்த்தையைக் கேட்டவுடன் ஒன்றரைக் கிலோ எடையிருக்கிற பெருத்த நண்டொன்று தன் பலம் கொண்ட கொடுக்கால் பூங்காவனத்தின் இதயத்தில் கொட்டுவதைப் போல இருந்தது. அப்பன் இல்லாத பிள்ளையென்று மடியில் போட்டு எப்படியெல்லாம் வளர்த்தாள்? எப்படிப் பட்ட பேரை ஆத்தாக்காரிக்கு வாழ்கிற இடத்தில் வாங்கிக் கொடுத்து விட்டான் என மனதிற்குள் புழுங்கினாள். இனி எக்காலத்திலும் அவன் கையால் ஒரு சர்பத்கூட வாங்கிக் குடிக்கக் கூடாது எனத் தீர்மானித்தாள்.

அதற்கடுத்து அவனைப் பற்றி விசாரிப்பதை நிறுத்திக் கொண்டாள். எப்போதாவது நொண்டி முருகன் மட்டும் வந்து அவள் கேட்காவிட்டாலும் ஏதாவது நாலு நல்ல செய்திகளைச் சொல்லிக் கொண்டிருப்பான். “எம்மா சேகரு காரு வாங்கிட்டான். படகு மாதிரி இருக்கு. ரோட்டில விட்டா சீறிக்கிட்டு போகுது. நீ வாயேன். நீ வந்தா படக்குன்னு குளுந்திடுவான். ஏதோ உன்னைப் பார்க்க அச்சப்படறான். அவன் இப்படி ஆனாதால உன் கண்ணை பார்க்கக் கூச்சப்படறான். ஆனா டெய்லி உன்னை கேட்காத நாளே இல்லை” என்றான் ஒருதடவை. பூங்காவனம் பதிலே பேசாமல் வெறித்துப் பார்த்தாள் அவனை.

வளைந்த தனது வலது கால் முட்டியில் வலது கையைத் தாங்கிக் கொடுத்து எழுந்து நடந்து போனான். நொண்டி

முருகனும் சேகரும் சின்ன வயதில் இருந்தே நண்பர்கள். பாதி நேரம் பூங்காவனத்தின் வீட்டு அடுப்படியைச் சுற்றித்தான் எலியைப் போல அலைந்து கொண்டிருப்பான் முருகன். “போடா அங்கிட்டு” என விரட்டினாலும் போகமாட்டான். சேகரைவிட பூங்காவனத்தின் சேலை மணத்தை அதிகமும் உணர்ந்தவன் முருகன்தான். சேகரே கதியென்று அவனையே சுற்றிக் கொண்டு அலைவான். ஏதோ அவனையாவது சேகர் ஒழுங்காகப் பார்த்துக் கொண்டிருக்கிறான் என்கிற வகையில் பூங்காவனத்திற்கு அரை திருப்திதான்.

ஆனால் கொலை கொள்ளை வேலைக்கெல்லாம் முருகன் போக மாட்டானே? அப்படியானால் என்ன வேலைதான் செய்கிறான்? எனப் பூங்காவனம் அடிக்கடி நினைத்துப் பார்த்து இருக்கிறாள். அப்படி வந்து அமர்கிற சமயங்களில் அவனுடைய கண்களையே கூர்ந்து பார்ப்பாள். அவனுமே அதைத் தாழ்த்தித் தணிக்காமல் அவளை மறுபடி ஏறிட்டுப் பார்ப்பான். துளி அச்சமிருக்காது அதில். துளி குற்றவுணர்வு இருக்காது இதில். தாய்க்குத் தெரியாதா பிள்ளைகளின் பார்வை. “எந்நாளும் அந்த மாதிரி சோலிக்கு போகவே மாட்டேன்மா” என ஒருதடவை வாய்விட்டும் சொன்னான், இவள் கேட்காமலேயே.

நெஞ்சில் ஈரம் இருக்கிற ஒருத்தனாவது சேகர் உடன் இருப்பது பூங்காவனத்திற்கு ஆறுதலாகவும் இருந்தது. “கல்யாணம் செஞ்சா திருந்தி வந்திருவான்” எனப் பக்கத்து வீட்டுக்காரர் சொன்ன போது, “ஒருத்தன் திருந்தினா கல்யாணம் பண்ணனும். திருந்துறதுக்காக அதை செய்யக் கூடாது. அதென்ன ஒரு பொம்பளைப் பிள்ளை வாழ்க்கை பந்தயமா?” என வெடுக்கெனச் சொல்லி விட்டாள் பூங்காவனம். அந்த நிமிடத்தில் துளி வெறுப்பும் வந்தடங்கியது சேகர் மீது. ஊருக்கே பதில் சொல்கிற நிலையில் வைத்து விட்டானே? மலைக்காரக் குடும்பத்துப் பெண்ணைக் கடற்கரையில் வந்து இப்படிக் கூனிக்குருகி நிற்க வைத்தது யார்?

அப்படியே ஓடிப் போயிற்று நாற்பது வருடம். இவன் தலையெடுத்தே இருபது வருடங்கள் ஓடி விட்டன என்றெல்லாம் அவள் அமைதியாய்க் கடலலையைப் பார்த்து யோசித்துக் கொண்டிருந்த போதுதான், அவளது பெருவிரலை கட்டு

நண்டு வருடும் உணர்வை அடைந்தாள். “அடச் சீ சனியனே. ஒருபொழுதாவது என்னை விட்டு வைக்க மாட்டியா? எந்நேரமும் காலைச் சுத்திக்கிட்டே கெடக்கியே? பெட்டிக்குள்ள அடங்கிக் கெடக்க மாட்டீயா?” எனச் சொன்னபடி ஓடித் தப்பிக்க முயன்ற நண்டைத் தூக்கிப் பெட்டியில் போட்டுவிட்டு நிமிர்ந்து பார்த்தாள். நொண்டி முருகன் அவனை நோக்கி நடந்து வந்தான்.

அவன் நடையே சரியில்லை அன்றைக்கு. முகமுமே எழவு வீட்டிற்கே உரித்தான வாட்டத்தோடு இருந்தது. உடனடியாகவே அவளுடைய உள்ளம் பதறியது. தீரா துக்கத்தை அவன் கையோடு சுருட்டி மடித்து எடுத்து வருவதாகத் தோன்றியது அவளுக்கு. இங்கே இருந்து எழுந்து ஓடிவிட்டால் என்ன? என்றுகூட அந்தச் சிறிய இடைவெளியில் யோசித்தாள். தாய்மை என்கிற உணர்வில் கட்டுண்டு இருந்தது அந்த வருகை தந்த பதற்றம். பெரிய நண்டொன்றினைப் போல மல்லாக்கப்படுத்துத் துடித்தாள் பூங்காவனம்.

அவளருகே வந்த நொண்டி முருகன் எதுவும் பேசாமல் காலுக்கடியில் அமர்ந்து தலையைக் குனிந்து கொண்டான். அவளுக்கு ஏதோ அசம்பாவிதம் எனப் புரிந்து விட்டது. தன்னை ஆசுவாசப்படுத்தி விட்டு, “முருகா என்னாச்சுன்னு சொல்லு” என்றாள் படபடத்து. சற்று இடைவெளிக்குப் பிறகு, “சேகரை போட்டுட்டாங்க. மல்லாக்கப் படுக்கப் போட்டு கத்தியால நெஞ்சிலேயே இருபத்தேழு குத்து” என்றான் மெதுவாக. இருபத்தேழு என அவன் சொல்லி முடிப்பதற்கு முன்பே பெருங்குரலெடுத்து அழத் துவங்கினாள் பூங்காவனம். இடையில், “கத்தி எடுத்தவனுக்கு கத்தியாலதான் சாவுன்னு மார்ல மார்ல அடிச்சுக்கிட்டேனே. இப்ப என் மார்புக் காம்புல ரத்தம் வருதே” எனத் தனக்குள் சொல்லிக் கொண்டாள். அழுது ஓய்ந்த அவள் முருகனை ஏறிட்டுப் பார்த்தாள். அவனது முகத்தைப் பார்க்கும் நோக்கத்தோடு, “முருகா, முருகா” என மெதுவாக அழைத்தாள். அப்போதும் தலையை நிமிர்த்திப் பார்க்கவில்லை நொண்டி முருகன்.

தோட்டம் சேகரைக் கொலை செய்து விட்டார்கள் என்கிற செய்தி கடற்கரையெங்கும் பற்றிப் பரவி விட்டது. ஆளாளுக்கு அந்தக் கொலையைப் பற்றியும் அவனைப் பற்றியும்

பேசத் துவங்கினார்கள். கடற்காற்று அதை அந்தச் சுற்று வட்டாரமெங்கும் விரைவாகவே கடத்திக் கொண்டு போனது. "ஏதோ ஒரு பொண்ணு வரச் சொல்லுச்சுன்னு தனியா போய் மாட்டிக்கிட்டாம்பா. ஆனாலும் செஞ்ச அந்தப் பயலோட வைராக்கியத்தையும் பாராட்டணும். அவனோட அப்பனை இவன் பத்து வருஷத்துக்கு முன்னாடி போட்டிருக்கான். அப்ப அந்தச் சின்னப்பயலுக்கு பத்து வயசு. இப்ப இருபது வயசு வரை காத்திருந்து செஞ்சிட்டானேப்பா. என்ன இருந்தாலும் அந்த வைராக்கியத்தை பாராட்டணும்" என்றார் அந்தப் பகுதியின் அத்தனை விபரங்களையும் அறிந்த ஒருத்தர்.

ஆரம்பத்தில் தோட்டம் சேகர் சின்னச் சின்ன ரௌடித் தனங்களை மட்டுமே செய்து கொண்டிருந்தான். மூன்று வழக்குகள் வாங்கிய பிறகுதான் அவனுடைய உடலில் மிதப்பு கூடி விட்டது. ஜெயிலுக்குள்ளேயே நிறையச் சங்காத்தங்கள் ஏற்பட்டு விட்டன. ஏற்கனவே செம்மரக் கடத்தலில் நிறைய ஆட்கள் இருந்த போதும், இவனும் போய் நாயைப் போல வாய்வைத்து விட்டான். பெரிய ஆட்கள் சும்மா இருப்பார்களா? அதிலிருந்தே கத்தி அவனது தலைக்கு மேல் தொங்கத் துவங்கி விட்டது.

செம்மரம் என்றால் பணத்திற்கு ஒருகுறையும் இருக்காது. வெட்டுகிறவன் ஒருத்தன், வாங்குகிறவன் இன்னொருத்தன். இதற்கு நடுவே இருக்கும் சேகரைப் போன்றவர்களுக்குக் கைமாற்றித் துணை நிற்கிற வேலை மட்டும்தான். அந்தப் பணம் கசக்குமா என்ன? குடியில் விழுந்தால்கூட ஒரு மனிதனை மீட்டு எடுத்து விடலாம். பணத்தில் விழுந்தவனை மட்டும் எந்தக் காலத்திலும் மீட்டெடுக்க முடியாது. அவன் இன்னும் இன்னும் என அதன் ஆழத்திற்குள் சென்றபடியேதான் இருப்பான். அதிலும் முறையான நற்பணம் என்றாலும் பரவாயில்லை. குறுக்கு வழியில் போனால் கொட்டிக் கிடப்பதைச் சாக்கு மூட்டையில் அள்ளிக் கொண்டு வந்துவிடலாம் என்கிற போது மனித மனம் சும்மா இருக்குமா? சேகரையுமே அந்தச் சுழலலைதான் உள்ளே வாறிச் சுருட்டிக் கொண்டது. மீளமுடியாத சுருக்கு அலையது. தும்பிக்கையை வைத்து ஆளைச் சுருட்டி யானை காலுக்குள் போடுவதைப் போலக் கடல் செய்து விடும் அதை. அந்த அலைக்கு முன்னால் எந்தக் கொம்பனும் உசத்தி அல்ல.

தோட்டம் சேகர் சின்னச் சின்ன ரௌடித்தனங்கள், பெரிய அன்னதானங்கள் என இருந்த போது ஊர் வாயில் விழாமல் இருந்தான். பெரிய காரியங்களுக்குப் போனபிறகுதான் ஆள் அடிப்படையிலேயே மாறத் துவங்கினான். பணம் பத்தும் செய்யும் என்பதைப் போல ஆட்களின் குணநலங்களிலும் கேட்டைக் கொண்டு வந்து விடும். அதன் முன்னால் யாருமே தப்ப முடியாது. ஏதாவது அங்குசம் இருந்தால் கட்டுப்படுத்தி வைக்கலாம். இருக்கிற பூங்காவனம் என்கிற அங்குசமுமே தூரத்தில் கேட்பாரற்றுத் துருப்பிடித்துக் கிடக்கிறது. உடனிருக்கும் நொண்டி முருகனாவது சொல்லி இருக்கலாம். ஆனால் அவனுமே சொல்ல முடியாத கட்டத்திலேயே இருந்தான்.

ஆரம்பத்தில் நொண்டி முருகனின் சொல்லுக்குக் கொஞ்சம் மதிப்பு மரியாதை சேகர் வட்டத்தில் இருக்கத்தான் செய்தது. பூங்காவனத்திற்கும் சேகருக்கும் இடையில் வெட்டப்படாத தொப்புள்கொடியாய்த் தொடர்ந்தான். அந்தத் தொப்புள் கொடியை முதலில் வெட்டி விட்டது யார்? நொண்டி முருகனை பிற்பாடு மெல்ல ஒதுக்கத் துவங்கினான் சேகர். ஒருவேளை அவனைத் தனது மனசாட்சி எனக் கருதிக் கொண்டானோ? மனசாட்சி என்கிற தொப்புள் கொடியை வெட்டி விட்டுவிட்டால், விரும்புகிறபடி முன்னேறலாம் என முடிவு செய்துவிட்டானோ சேகர்?

“வேண்டாம்டா சேகரு இது பாவம்” என ஒரு காரியத்தின் போது நொண்டி முருகன் சொன்ன போது, “நொண்டிப்பயலே கூட வைச்சு சோறு போடறேன். இல்லாட்டி நீ பிச்சைதான் எடுக்கணும். எனக்கே யோசனை சொல்ல வந்துட்டீயோ?” என்றான் சேகர். எல்லோரும் சாப்பிட பிரியாணி வாங்கி வைத்து இருந்தார்கள். அதைக் கையால் தொட்டுக் கூடப் பார்க்காமல் முதுகைக் காட்டிக் கொண்டு வந்துவிட்டான் முருகன். இன்னொருதடவை சேகர் அமர்ந்து குடித்துக் கொண்டிருந்த போது இன்னொருத்தனையும் பக்கத்தில் வைத்துக் கொண்டு, “அம்மா இதையெல்லாம் கேட்டுச்சுன்னா ரெம்ப வருத்தப்படும்பா. போதும் பணம். எவ்ளோ சம்பாதிச்சாலும் நிம்மதியா திங்க முடியுதா? சொன்னா கேளு சேகர்” என்ற போது, “என்னதான் ப்ரெண்டுன்னாலும் தராதரம் தெரிய

வேண்டாமா? போடா நொண்டிப்பயலே” என நெஞ்சில் உதைத்தான் சேகர்.

பின்னோக்கிப் போய் மல்லாக்க விழுந்த முருகனால் கொஞ்ச நேரம் எழ முடியவில்லை. கடற்கரை மணலில் அப்படியே படுத்தபடி சேகரையே உற்றுப் பார்த்துக் கொண்டிருந்தான். அந்த இருளில் முருகனின் கூரான பார்வை சேகரை எட்டவில்லை. மறுபடி அந்தப் பக்கமே போகக் கூடாது எனக் கடற்கரையில் ஏதாவது வேலைக்குப் போவான். இரண்டு நாளில் யாராவது வந்து, “சேகர் அண்ணன் வரச் சொல்லுச்சு. அவருக்கு மனசே சரியில்லையாம். உங்கட்ட எப்படி பேசறதுன்னு கூச்சப்படறாரு” என்பார்கள். மனது கேட்காமல் மறுபடி கிளம்பிப் போவான் முருகன்.

போய் ஆசைதீர எதையும் தின்று கொள்ளலாம். எப்போதாவது சேகர் மனம் சமாதானமாக இருக்கிற சமயங்களில் உடன் அழைத்து பழைய நண்பர்கள் பற்றிப் பேசிக் கொண்டிருப்பான். அப்போது அவன் கண்களில் பழைய ஒளி இன்னும் மிச்சமிருப்பதைக் கண்டு இருக்கிறான் முருகன். அதுமட்டுமே அவனுக்கு ஆசுவாசமாகவும் இருந்தது. என்றைக்காவது ஒருநாள் சேகர் திரும்பி வந்துவிடுவான் என நம்பினான் முருகன். ஆனால் அவனுடைய தட்டில் மேலும் மேலும் கைநிறைய கடல்மண்ணை அள்ளிப் போட்டபடியே இருந்தான் சேகர்.

எந்தவித அறமற்ற காரியங்களுக்கும்கூட பணத்தின் காரணமாகப் போய் நிற்கத் துவங்கினான். “அவண்ட்ட பணத்தை கொடுத்தா பெத்த ஆத்தா தலையைக்கூட நண்டுக்கு செய்ற மாதிரி ஒடைச்சு போட்டுருவான்ப்பா” என ஒருத்தன் சொன்னதைக் கேட்ட போது முருகனுக்கு நெஞ்சில் திருக்கை முள்ளை வைத்துக் குத்துகிற மாதிரி இருந்தது. இதைப் போய் சேகரிடம் சொன்ன அன்றைக்கு, திருக்கை வாலைக் கொண்டு முருகனைப் போட்டு அந்த அடி அடித்தான்.

வலிதாங்க முடியாமல், “அவனை போய் அடிக்காம என்னை எதுக்கு அடிக்கிற?” எனத் திமிறிக் கொண்டு கேட்டான். “அவனைக் கூட மன்னிச்சிருவேன். அதை நம்பிக்கிட்டு வந்து எண்ட்ட கேக்கற பாரு. உன்னைத்தான் மன்னிக்க மாட்டேன். தேவிடியா பயலே நீ என்ன என் மனசாட்சியா?” எனப் போட்டு

அடித்தான். அடித்ததுகூட முருகனுக்குப் பிரச்சினை இல்லை. அம்மாவைப் பற்றிய அந்த வார்த்தைதான் அவனை அதிகமும் உறுத்தி விட்டது.

இனி சேகரின் முகத்திலேயே விழிக்கக்கூடாது எனச் சபதமிட்டுத்தான் கிளம்பி வந்தான். ஆனால் சேகரின் உயிருக்கு விரைவில் ஆபத்து என்கிற மாதிரி ஒரு செய்தியையும் ஏதோ பொண்ணோடு அவனுக்குத் தொடுப்பு ஏற்பட்டு விட்டது என்கிற மாதிரிச் செய்தியையும் கேட்டுவிட்டுத்தான், மானம் ரோஷத்தை எல்லாம் துடைத்து எறிந்து விட்டு மறுபடியும் போனான். ஒன்றுமே நடக்காதது மாதிரி சேகர் ஓடிவந்து கட்டிக் கொண்டான்.

“இப்பத்தான் என்னோட வலது கொடுக்கே எண்ட்ட வந்து சேர்ந்த மாதிரி இருக்கு. இனிமே ஒரு பய என்னை மல்லாக்க படுக்க வைக்க முடியாது” என்றான். அதைக் கேட்டபோது முருகனுக்குமே நெகிழ்ச்சியாகத்தான் இருந்தது. அவனுமே பழைய திருக்கைக் காயங்களை மறந்து ஒரு சுருக்குமடி வலையைப் போலச் சேகரைப் போர்த்திக் கொண்டான். அந்தப் பெண் குறித்து மற்றவர்களிடம் விசாரித்துப் பார்த்தான். அவள் ஏற்கனவே இவனுக்கு இன்னொருத்தனைக் கொல்லத் துப்பு சொன்னவள்தான்.

சேகருடன் தோளோடு போய் நின்றவன்தான் அவளுடைய வீட்டுக்காரனும். எப்படியோ இன்னும் அதிகப் பணத்திற்கு ஆசைப்பட்டு எதிர்முகாமிற்குச் சென்று விட்டான். சேகர் ஒருநாள் இரவு அந்தப் பெண்ணின் வீட்டிற்குள் புகுந்து விட்டான். “இங்க பாரு. உன் புருஷனை எப்படியும் கொல்லாம விட மாட்டேன். நீயா உதவி பண்ணி ஒப்படைச்சிட்டா உன்னை வாழ விட்டிர்றேன். இல்லாட்டி நீயும் சேர்ந்து செத்துப் போகணும். முடிவு என்னன்னு நீயே எடு” என்றான் சேகர். அவள் உடனடியாகவே சேகருக்கு உதவுவதிற்கு ஒத்துக் கொண்டாள். உயிர் என்று வந்து விட்டால் மஞ்சள் கயிற்றுக்கெல்லாம் மதிப்பு இருக்குமா என்ன? அதுவுமே வெறும் மயிர்தான் என்பதை நிரூபித்தாள் அவள்.

சொன்ன மாதிரியே தன்னுடைய கணவனை கல்லறைத் தோட்டத்திற்குப் பக்கத்தில் வைத்து சேகரிடம் ஒப்படைத்தாள்.

சாவதற்கு முன்பு அவன் அவளிடம், “சோத்துக்கு விலை போயிட்டியே? நீயெல்லாம் ஒரு பொம்மளையா?” எனக் கேட்டானாம். அதற்கு அவள், அவனது முகத்தைப் பார்த்து, “ஏன் ஆம்பளைக விலை போகலாம். நான் போகக் கூடாதா?” என்று கேட்டாளாம். இப்படி அவள் கேட்டது சேகருக்கு உடனடியாகவே பிடித்துப் போய்விட்டது. அவளது கணவனை ஆறு கூறாக வகுந்து போட்ட பிறகு ரத்தம் தோய்ந்த அந்தக் கையாலேயே அவளது கரத்தை இறுக்கிப் பிடித்துக் கொண்டான்.

அப்படி எதைத்தான் அவளிடம் கண்டானோ? அவளே கெதியென அலையத் துவங்கினான். ஆள் கொஞ்சம் பூத்தாற்போலக் கூட மாறினான். உகந்த உறவைக் கண்டுவிட்டால் உடல் பூக்கத் துவங்கி விடுகிறது போல. அதிலெல்லாம் முருகனுக்குப் பிரச்சினையே இல்லை. ஆனாலும் அவனுடைய ஆழுள்ளம் அந்தப் பெண்குறித்த அச்சத்தையும் ஏந்தி இருந்தது. மண்ணால் சாவு, இல்லாவிட்டால் பெண்ணால் சாவு என யாரோ சொன்னதை அடிக்கடி நினைத்துக் கொள்வான் முருகன்.

அவளுக்குமே பெரிய குடும்பம் இருந்தது. அதனுடைய பெரிய சிறிய கொடுக்குளுக்குள் சேகரை அள்ளிச் சொருகிக் கொண்டாள். சேகருடைய பழைய ஆட்களுமே இதன் காரணமாக கொஞ்சம் சுணங்கித்தான் போயிருந்தார்கள். ஆனாலும் அவனிடம் இதுகுறித்துக் கேட்க முடியாது என்பதால் முருகனிடம் சாடைமாடையாகச் சொன்னார்கள். அப்படியொருநாள் சேகரே வேண்டி விரும்பி அழைத்துப் பேசிக் கொண்டிருந்த போது முருகன், “சேகரு அது சரியா வராது. என்னதான் இருந்தாலும் அவன் அவளோட படுக்கையில கெடந்தவன். அந்த பாசம் லேஸூல போகாது. நாளைக்கு உனக்கு ஒண்ணு நடந்திச்சுன்னாகூட அவளுக்கு அந்த பாசமும் போகாது” என்றான்.

முருகன் சொன்னதில் உள்ள ஆழத்தை சேகர் உணரவே இல்லை. மேம்போக்காகவே எடுத்துக் கொண்டு, “கோபப்படாம சொல்றேன் கேளு. மத்த விஷயத்தில தலையிட்ட. பரவாயில்லைன்னு விடறேன். இது ரெண்டு மனசு சம்பந்தப்பட்ட விஷயம். இதுக்குள்ள தலையை நுழைக்கக்கூடாதுன்னு உணரலையா நீ? ஒரு ரூம்க்குள்ள எப்படி இருக்கோம்ணு எப்படி உண்ட்ட

விளக்கிக்கிட்டு இருக்க முடியும்? சில நேரங்கள்ள அம்மா மாதிரியும் நடந்துக்கறா" என்றான். முருகனால் உடனடியாக எந்தப் பதிலையும் இதற்குச் சொல்ல முடியவில்லை.

முருகன் எழ முயற்சித்துக் கொண்டிருந்த போது இரண்டு பேர் சேகரைப் பார்க்க வந்தார்கள். கிளம்பும் முன் நிமிர்ந்து பார்த்த முருகனிடம், "இந்தப் பக்கம் கொஞ்ச நாள் வராத. வெறுப்பெல்லாம் இல்லை. ஆனா உன் முகத்தை பார்க்க இப்ப எனக்கு பிடிக்கலை" என்றான் ஒற்றைவரியில் சேகர். இதுமாதிரி வாழ்நாளில் சொல்வான் என்று முருகன் நினைத்துக்கூடப் பார்த்ததில்லை. டவுசர் போட்ட காலத்தில் இருந்து பழக்கமான தொப்புள் கொடி உறவை அத்தனை எளிதாக ஒரு மனிதனால் உதறி விட முடியுமா? ஏன் அதை அவனுடைய அம்மாவிற்கே செய்திருக்கிறான், நானெல்லாம் எம்மாத்திரம்? என நினைத்துக் கொண்டு நடந்தான் முருகன்.

அவன் போனபிறகு சேகரிடம் ஒருத்தன், "என்னண்ணே இப்படி மூஞ்சிக்கு நேரா சொல்லிட்டீங்க. நம்ம விபரம் எல்லாமும் தெரிஞ்ச ஆள் அவரு. எதிர் டீம்ல போயி சேர்ந்திட்டா என்ன பண்றது? நொண்டின்னு தப்பு கணக்கு போட்டிராதீங்க. உங்களுக்கு தெரியாதது இல்லை. பலம்ங்கறது கைகால்ல இல்லை. மனசில இருக்கு" என்றான். ஆழமாக யோசித்துவிட்டு அவனிடம், "இந்த உலகத்தில ரெண்டு பேர் எனக்கு எதிரா போக மாட்டாங்க. ஒண்ணு எங்கம்மா. இன்னொண்ணு இவன். அவனுக்கு நல்லா தெரியும். அவனை போட்டு நான் அடிக்கலை. என் மனசாட்சியைப் போட்டு அடிச்சுக்கிறேன்னு" என்றான். கேட்டவனுக்கு இந்த விளக்கம் ஏற்புடையதாகவும் இல்லை.

அதற்கடுத்து உயிர் போனாலும் அங்கே போவதில்லை என முடிவு எடுத்தான் முருகன். அவனிடமிருந்து விலகிய பிறகு புதிய ஆட்கள் சேகரைத் தொற்றிக் கொண்டனர். அவர்கள் இழுத்த இழுப்பிற்கு எல்லாம் சேகர் இயைந்து ஓடுவதை அறிந்து கொண்டான் முருகன். அவர்களது கூட்டத்தோடு ஒண்ணுமண்ணாக இருந்த ஒருத்தனைச் சந்தேகப்பட்டு சேகரே கொன்று விட்டதாகச் செய்தி வந்த போது, முருகன் உடைந்து அழுதே விட்டான். உண்மையிலேயே அந்தப் பையன் நல்ல பையன். வயதான அப்பாவோடு மூன்று தங்கைகளை வைத்துப்

பிழைப்புப் பார்த்து வந்தவன். தங்கைகளின் வாழ்வு தந்த அழுத்தத்தின் காரணமாகவே கத்தியைக்கூடத் தூக்கியவன்.

அவனைப் போய் சேகர் கொன்று போட்டதை முருகனால் ஏற்றுக் கொள்ளவே முடியவில்லை. விசாரித்துப் பார்த்த வகையில் அந்தப் பெண்ணின் உறவினர்களுக்கும் அந்தப் பையனுக்கும் இடையில் நடந்த கொடுக்கல் வாங்கல் தகராறே கொலைக்கு காரணம் என்பது தெரியவந்தது. அது நிச்சயம் சேகருக்குத் தெரியாமல் இருக்கவே இருக்காது என்பதை அறிவான் முருகன். அவனுடைய பழைய தோழர்களிடம் அதுகுறித்து விசாரித்தான். “அதெல்லாம் சேகர் அண்ணனுக்கும் நல்லா தெரியும். ஒருபக்கம் நல்லா இருக்கணும்னா சில தலையை இழந்தாலும் தப்பில்லைன்னாரு. அவனுமே முன்ன மாதிரில்லாம் விஸ்வாசமா இல்லைன்னு அவருக்கு பட்டிருக்கும் போலருக்கு” என மிகச் சாதாரணமாகச் சொன்னான். முருகனுக்கு ச்சீயென வெறுத்துப் போய்விட்டது.

அதைச் சொன்னவனிடம், “என்னைக்காச்சும் உங்க சேகர் அண்ணன் கேட்டா, என் மூச்சுக்காத்துகூட அந்தப் பக்கம் வராதுன்னு சொல்லிடு. அப்படி ஒருத்தன் இருந்ததையே நான் மறந்திட்டேன்னு சொல்லு. நொண்டிதான். ஆனா என்னை பார்த்துக்க இந்த பெரிய கடலு இருக்குது” என்று சொல்லிவிட்டு விறுவிறுவென நொண்டி நடந்தான் முருகன். போய் பூங்காவனத்திடம் சொல்லிவிடலாமா என்றுகூடத் தோன்றியது. பின்னர் அவளே ஒருநாள் அறிந்துகொள்வாள் என்றும் எண்ணினான்.

முருகன் கிட்டத்தட்ட சேகரை மறந்தே போயிருந்தான். மறந்தும் கடற்கரைப் பக்கம் மட்டும் போய் பூங்காவனத்தின் முகத்தில் விழிக்கக் கூடாது என்று முடிவும் எடுத்தான். ஏனெனில் அவள் கண்ணை நேருக்கு நேர் பார்த்துக் கேட்டால் பொலபொலவென எதையுமே உதிர்த்து விடுவான். சின்ன வயதில் இருந்தே அப்படி வளர்த்து வைத்திருக்கிறாள் முருகனை. பெரிய கடலோரம் போகாமல் அருகில் இருக்கிற சந்தையில் போய் மீன் வெட்டுகிற கட்டை ஒன்றை வாங்கிப் போட்டு அமர்ந்தான் முருகன். அதற்கடுத்து அவனுடைய உலகம் தனி என்றாகிப் போனது.

பூங்காவனமுமே அவன் சேகரோடுதான் இருக்கிறான் என்கிற நம்பிக்கையில் அவனைப் பற்றி விசாரிக்காமலும் விட்டு விட்டாள். முருகன் வெளியேறிய பிறகிலிருந்து அங்குசம் இல்லாத வெறி பிடித்த முரட்டு யானை என்றாகிப் போனான் சேகர். ஏற்கனவே கட்டை வியாபாரத்தில் இருப்பவர்களிடம் வேண்டுமென்றே மூக்கை நுழைத்தான். நியாயமாக அப்படி அவன் செய்திருக்கவே கூடாது. உன் வியாபாரம் என் வியாபாரம் எனத் தனித்துச் செய்து கொள்ள வேண்டுமே தவிர, ஒன்றின் இடத்தில் இன்னொன்று நுழையக் கூடாது. அதுதான் அடிப்படை விதியுமே அங்கே. பாம்பென்றால் பாம்பின் இடத்தில். பல்லியென்றால் அதற்கு விதிக்கப்பட்ட இடத்தில்.

பாம்பைப் போல வெறிகொண்டு தலையெடுத்து ஆடவேண்டும் என முடிவெடுத்த நேரத்தில்தான் சேகரைச் சுற்றி மரணத்தின் சாமந்தி மணம் சூழத் துவங்கியது. அவன் பதற்றத்தில் அவனை அறியாமலேயே நிறையத் தவறுகளைச் செய்யத் துவங்கினான். இரண்டாவதாக அவனுடைய குழுவில் இருந்த நம்பிக்கையான ஒருத்தனுக்குத் துரோகிப் பட்டம் சூட்டி, துண்டுதுண்டாக வெட்டிக் கொன்று கடலில் போய் வீசியதாகவும் ஊருக்குள் செய்தி பரவியது.

காணாமல் போனவனைக் கண்டறிய வேண்டுமென அவனது குடும்பம் வழக்கும் தொடுத்து இருந்தது. ஆனால் அதற்கும் தனக்கும் சம்பந்தம் இல்லை எனச் சேகர் சொல்லிக் கொண்டிருந்தான். ஆனால் அந்தக் குடும்பமே சேகர் பெயரைச் சொல்லித்தான் மண்ணை வாறித் தூற்றியது.

சேகரின் மிகையான பதற்றம் அவனைக் குடிநோயாளியாகவும் ஆக்கியது. முன்பெல்லாம் ஏதாவது பெரிய காரியத்தை முடித்து விட்டு வந்தபிறகே பேருக்கு அனைவர் முன்னாலும் குடிப்பான். பிறகு அவன் தனியே போய் வயிராறக் குடிக்கிறானா என்பதெல்லாம் யாருக்குமே தெரியாது. அப்படித் தெரியாமலும் வைத்துக் கொண்டான் சேகர். கத்தி எடுக்கிறவனின் வாழ்க்கையில் என்றைக்குமே உள்ளே இருப்பதை அப்பட்டமாகக் காட்டி விடாதபடி விரல்களால் உள்ளங்கையை இறுக்க மூடிக் கொள்ள வேண்டும். அதுதான் இந்தத் தொழிலின் இதயம் மாதிரியும்.

உள்ளே என்ன இருக்கிறது என வெளியே தெரிந்து விட்டால், அப்புறம் அது வெறும் சக்கைதான்.

இதிலேயே ஊறி வாழ்ந்தவர்களுக்கு அது நன்றாகத் தெரியும். அதனாலேயே அவர்கள் தங்களது மூச்சுக் காற்றைக் கூட நம்ப மாட்டார்கள். இழுத்துப் பார்த்து அதை அடிக்கடி பரிசோதித்தும் கொள்வார்கள். எந்நேரமும் கத்தியைத் தீட்டிக் கொண்டே இருந்தால் மட்டுமே கூரென்பது சாத்தியம். அதில் சற்றே அசைந்தாலும் அதே கத்தி கழுத்திற்கு வந்துவிடும். சேகர் விஷயத்தில் அதுதான் நடந்தது. குடியின் காரணத்தினாலும் அந்தப் பெண் வழியாக வந்த அழுத்தங்களின் காரணத்தினாலும் சேகரின் கூர்மை அப்போது மழுங்கத் துவங்கியது. அவனது தெய்வங்களும் அப்போது அவனிடம் இருந்து விலகி நின்ற காலம்.

அதுவொரு ஞாயிற்றுக் கிழமை அதிகாலை. மீன்பாடு முடிந்து கரையை நோக்கிப் படகுகள் அசைந்து வரும் பொழுது. யாருக்கும் தெரியாமல் சேகரும் அந்தப் பெண்ணும் கூடும் இடத்தைக் கண்டு பிடித்துப் போய்விட்டது எதிர்த்தரப்பு. கட்டிலில் மல்லாக்கப் படுத்திருந்த சேகரின் மார்பில் இருபத்தேழு குத்து. கட்டிலிலேயே பிணமாகிப் போனான் சேகர். ஒரு மாவீரனுக்கு இந்த நிலையா? என உடன் இருந்தவர்கள் கலங்கிப் போனார்கள். அவன் கொலைக்களத்தில் இறந்திருந்தால்கூட அவர்கள் அதைப் பெருமையாக நினைத்து இருப்பார்கள். போயும் போயும் பெண்ணின் கவட்டைக்குள் தலைவைத்திருந்த போது வந்த சாவா? அப்படித்தான் கடலோரத்தில் பேசிக் கொண்டார்கள்.

உடனிருந்த அந்தப் பெண்ணைக் காணவில்லை. அவளுக்குப் பாதுகாப்பாக இருந்தவர்களையும் காணவில்லை. அவள்தான் துப்புக் கொடுத்து மாட்டி விட்டிருப்பாள் என ஊரும் காவல்துறையுமே பேசியது. அதற்குச் சாதகம் செய்யும் அளவிலேயே வரும் தகவல்களும் இருந்தன. “அவனுக்கு எந்திரிக்கவே முடியாதளவுக்கு ஊத்தி குடுத்திருக்காங்க. இல்லாட்டி இப்டீல்லாம் கொல்லுன்னு மாரைக் காட்டுற ஆள் இல்லை அவன். செத்தாலும் சங்கடம் வரலை பாரு. அவன் இன்னொருத்தனுக்கு அதை செஞ்சான். இப்ப கத்தி அவனை

திருப்பி குத்திருச்சு. உலக ஞாயம்ணு ஒண்ணு இருக்குல்ல" என்றார் பெரியவர் ஒருத்தர்.

சேகரின் சாவு ஊர்வலம் அந்தப் பகுதியையே மிரட்ட வேண்டுமென முடிவெடுத்து எல்லா ஏற்பாடுகளையும் செய்து கொண்டிருந்தார்கள். அப்படியான ஒரு அறிவிப்பு மிச்சமிருப்பவர்களுக்குத் தேவையாகவும் இருந்தது. அந்த ஏற்பாடுகள் நடைபெற்றுக் கொண்டிருந்த போதுதான், அங்கேகூடப் போகாமல் பூங்காவனத்தின் காலடியில் வந்து அமர்ந்து இருந்தான் நொண்டி முருகன்.

அழுது முடித்த பூங்காவனம், "முருகா நிமிர்ந்து என்னோட கண்ணைப் பாரு" என்றாள்.

தயங்கித் தயங்கி நிமிர்ந்தவனிடம், "என்ன நடந்துச்சு. உண்மையை அம்மாட்ட மறைக்காம சொல்லு" என்றாள்.

"நொண்டி நாய் ஒண்ணை அவன் கையால வெறியில வெட்டிக் கொல்றதை என் கண்ணால பார்த்தேன்" என்றான்.

கண்களைச் சேலை நுனியால் துடைத்துவிட்டு அவனைக் கூர்ந்து பார்த்துப் பூங்காவனம், "சாவுக்கு போய்ட்டு வந்திரு. இல்லாட்டி உன்மேல சந்தேகம் வந்திரும்" என்றாள். அப்போது இருவரும் தற்செயலாகத் தரையை நோக்கிப் பார்த்தார்கள்.

ஒரு கொடுக்கை இழந்த பச்சை நண்டொன்று மல்லாக்கப் படுத்துத் துடித்தது.

◉

பேபி

ஹோட்டல் கலிபோர்னியா என்கிற விடுதி, அந்தத் தீவு தேசத்து நகரத்தின் நடுமையப் பகுதியில் இருந்தது. அது பிறவொன்றினைப் போலச் செய்ததுதான் என்றாலும், உலகில் உள்ள மற்ற எந்த நட்சத்திர விடுதிகளுக்கும் சளைத்ததும் இல்லை. அது பெயரை மட்டும் கடன்வாங்கிக் கொள்ளவில்லை, கூடவே கொஞ்சம் தரத்தையும்தான். அறைகள் அத்தனை சுத்தமாக நலம் பேணப்படும். தினமுமே வேண்டாம் என்று மறுத்தாலும் இரண்டு இளம்பெண்கள் சுத்தம் பண்ண வந்துவிடுவார்கள். அந்த ஊரின் குடிமக்கள். வறுமையான தேசம் அது என்பதால், அன்றாடப் பாடே அவலமானது. அந்தத் தேசத்து ஆண்களும் பெண்களும் ஒருசேர வீதிக்கு இறங்கி உழைத்தே ஆகவேண்டிய நிலை. தினமும் மூன்று டாலர் கொடுத்தால் நாள் முழுக்க உழைக்க மனிதவளம் அங்கே வெறிகொண்டு காத்துக் கிடந்தது.

கடலை ஒட்டியிருந்த அந்தத் தீவு நகரத்தில் எண்ணெய் வளம் அபரிமிதமாகக் குவிந்திருந்தது. எதிர்காலத்தைக் கைக்கொள்ளும் முனைப்பில் அத்தனை நாட்டைச் சேர்ந்த அதிகாரம் மிக்கவர்களும் அங்கே குவிந்திருந்தனர். அப்படித்தான் இந்தியாவின் மிகப் பெரிய எண்ணெய் நிறுவனம் சார்ந்து என்னையும் அனுப்பி இருந்தனர். அந்நாட்டு அரசாங்க உள்மட்டத்தில் ஆட்களைப் பிடித்து எரி எண்ணெய் பங்கீட்டில் எங்களுக்கான இடத்தைக் கேட்டுப் பெறும் பணிக்கு வந்திருந்தேன். அத்தேசத்தின் அரசாங்கம் ஊழல்கள் நிரம்பியதாகையால், அது தன்மக்களை மிகக் கீழ்நிலையில் வைத்திருந்தது.

இருக்கிற எண்ணெய் வளத்தை முறையாகப் பங்கிட்டு விற்றாலே அந்த ஊரில் இருக்கிற ஒவ்வொருத்தருமே கோடீஸ்வரர் ஆகி விடுவார்கள். ஆனால் ஏனோ அத்தேசம் அதைச் செய்யாமல் வைத்து இருந்தது. அதைக் காட்டி உற்சாகமான முன்விளையாட்டுக்களில் மட்டுமே ஈடுபட்டு வந்தது. அதற்கே நிறையக் கையூட்டைக் கேட்டுப் பெற்றுக் கொண்டது. வேலை இல்லாத நேரங்களில் அந்த நகரத்தைக் குறுக்காக வகுந்து நடைபோவேன். திருட்டு, வழிப்பறி என்றெல்லாம் சொல்லி அலுவலகத்திலேயே பயமுறுத்தி இருக்கிறார்கள். எனக்கு அந்தமாதிரியான அனுபவம் ஏற்படவே இல்லை.

பாராளுமன்றக் கட்டிடத்திற்கு எதிரே இருக்கிற கடற்கரையில் நின்று வேடிக்கை பார்த்துக் கொண்டிருப்பேன். எல்லா நாட்டுப் பெண்களும் என்னைக் கடந்து போனாலும் என்னை ஈர்த்தது என்னவோ, அந்தத் தீவு நகரத்தின் பெண்கள்தான். கடலை ஒட்டிய தீவுகளில்தான் எப்போதுமே தனித்துவமான பேரழகு என்பது ஒளிந்திருக்கிறது. அது சட்டென தன் முகம் காட்டுகையில் மனம் விம்மி விடுகிறது. அது மாதிரியான ஒன்றை எதிர்கொண்டே வேடிக்கை பார்த்துக் கொண்டிருப்பேன்.

போட்டிருக்கிற துணிமணிகளில் வறுமை தெரிந்தாலும் அந்தப் பெண்களின் உடலிலும் அதை முன்வைக்கும் விதத்திலும் ஒரு மேன்மை இருப்பதைக் கவனித்தேன். நளினமாக ஒய்யாரமாக அவர்கள் நடைபோட்டாலும் கண்ணில் கடைசியாய் ஒரு குழந்தைத்தனம் ஒட்டியிருப்பதையும் கண்டேன். அதைத்தான் கன்னிமை என்று சொல்கிறார்களோ என்றுகூட நினைத்துக் கொண்டேன். அந்தத் தீவில் உள்ள அத்தனை பெண்களின் கண்களிலுமே அதைக் கண்டேன். ஒன்றினை விஞ்சும் இன்னொன்று என முத்துக்கள் விரவிக் கிடக்கிற கடற்கரை அது.

முத்துக்கள் என்றாலும் அன்றாடத்தின் சவுக்கினால் நிதமுமே அடிவாங்கிக் கொண்டிருந்தார்கள். பேரழகிகள்கூட ஒண்ணேகால் டாலருக்கு மால்பரோ சிகரெட் விற்றார்கள். பார்க்கவே சங்கடமாக இருக்கும் எனக்கு. "நீயெல்லாம் இந்தியாவில இருந்தா, பெரிய பணக்காரங்க உன் காலடியிலயே படுத்துக் கிடப்பாங்க. நீயெல்லாம் அரிய முத்து அங்கே" என மனதிற்குள் சொல்லிக் கொள்வேன். வெளிப்படையாகச் சொன்னாலுமே

மெல்லீறு தெரிய வெண்பற்களைக் காட்டிச் சிரிப்பார்கள். மலரே சிரித்துக் காட்டுவதைப் போல இருக்கும் அப்போது.

தெருவில் குட்டியானையைப் போன்ற அழகு கையேந்தி அலைவதைப் பார்ப்பதற்கு மனம் இயல்பிலேயே விரும்புவதில்லை போல. அந்த ஹோட்டலுக்கு வந்த புதிதில் உள்ளூர் பெண்கள் சிலரை ஹோட்டல் ஊழியர்கள் துரத்துவதைப் பார்த்தேன். "எல்லாரும் திருட்டு பசங்க. இதெல்லாம் விபச்சாரத்துக்கு வர்றவங்க. எங்க தரத்துக்கு இவங்களுக்கு அனுமதி இல்லை" என்றான் நயமாக. தர்மசங்கடத்துடன் லாபியில் இருந்து கிளம்பிப் போனார்கள் அந்தப் பெண்கள். ஆண்களையுமே அடிமட்ட வேலைகளில்தான் வைத்திருப்பார்களே தவிர, ஹோட்டல் உணவைக்கூடத் தரமாட்டார்கள். கூடுதலாகத் தொகை கொடுத்து வெளியே சாப்பிட்டுக் கொள்ளென விரட்டி விடுவார்கள்.

சொந்த நாட்டிலேயே தன்மக்களைப் பிறர் இப்படி நடத்துவது குறித்த அக்கறையே அந்த அரசிற்கு இருந்தமாதிரியும் தெரியவில்லை. அது அப்போது பணத்தை வாங்கிக் குவிக்கும் மும்முரத்தில் இருந்தது. ஆனால் மக்களிடம் இருந்து புகார் என்று வந்துவிட்டால் எந்த நாட்டுக்காரனையும் தூக்கி உள்ளே போட்டு விடுவார்கள். அந்த விஷயத்தில் லஞ்சம் என்றெல்லாம் போய் நிற்கவே முடியாது. அசிங்கப்படுத்து, அவமானப்படுத்து ஆனால் அவன் மேலே மட்டும் கையை வைத்து விடாதே என்பதுதான் அந்த அரசின் கவனமாகவும் இருந்தது.

அதனாலேயே துரத்துவார்களே தவிர, உக்கிரமாக அடித்து விரட்டும் வேலைக்கு யாரும் துணிய மாட்டார்கள். நவீனமாகத் தீண்டாமையைக் கண்ணில் காட்டினாலே அந்த மக்களுமே நகர்ந்து போய்விடுவார்கள். எனக்கு அவர்களின் இந்தத் தன்மை பிடித்திருந்தது. கண்களில் மெல்லிய திரையொன்றைக் கட்டிக் கொண்டு, எங்களை எல்லாம் அந்தத் திரைக்கு வெளியே நிறுத்தி வெறுமனே பார்த்துக் கொண்டு மட்டும் இருக்கிறார்களோ? அவர்கள் அடியாழத்திலேயே எங்களை மாதிரியான ஆட்களிடம் விலகலைக் கடைபிடிக்கிறார்கள். பசையைப் போல ஒட்டுவதற்கு முயல்வதே இல்லை. அவர்களுக்குள் மட்டும் ஒருகூட்டாய் வாழ்ந்தார்கள். பணமிருந்தும் நான் தங்கியிருந்த

கலிபோர்னியாவில், ஒரு உள்ளூர்ப் பணக்காரன்கூடத் தங்கவில்லை. அதுவே எனக்கு விசித்திரமாகவும் தோன்றியது.

என்னுடையது நீச்சல் குளத்தை ஒட்டிய கீழ் வரிசை அறை. சுற்றிலும் பச்சைத் தாவரக் கொடிகள் சுவற்றில் ஏறி அதற்கு ஒரு பழங்காலத் தன்மையை அளித்தது. என்னுடைய அறையையும் நீச்சல் குளத்தையும் ஒரு கண்ணாடிச் சுவர் பிரித்தது. திரைச்சீலையை விலக்கினால் இரவில் நீச்சல் குளத்தின் நீர் ஒளிரும். அங்கே வெவ்வேறு தேசத்தைச் சேர்ந்த ஆண்களும் பெண்களும் இணைந்து நீந்திக் கொண்டிருப்பார்கள். அதை வைத்தகண் வாங்காமல் பார்த்துக் கொண்டே இருப்பேன்.

ஹோட்டலில் வழங்கப்படும் இரவு உடையை அணிந்து, கையில் விஸ்கி தம்ளருடன் அந்தக் காட்சியைப் பார்த்துக் கொண்டு நிற்பேன். அந்த அணைப்பையும் தகிப்பையும் உஷ்ணத்தையும் என்னுடைய அறையில் இருந்தே உள்வாங்கிக் கொண்டிருப்பேன். அந்த மாதிரி ஒருநாள் மதியம் பார்த்துக் கொண்டிருந்த போதுதான் சுத்தம் செய்யும் பெண் ஒருத்தி மட்டும் அறைக்கு வந்தாள். கரிய கூர்மையான விழிகள் அவளுக்கு. சீருடையை மீறிக் கொண்டு வெளியே தெரிந்தாள்.

அப்படியே அவளைக் கட்டி அணைத்துக் கொள்ளலாமா எனத் தோன்றியது. அடுத்தகணமே அதை எண்ணி வெட்கியும் கொண்டேன். அதிகாரத்தைச் செலுத்தும் முனைப்பு அதுவென்பது எனக்கு நன்றாகத் தெரியும். ஏனோ அவளோடு விலகியே உறவாடலாம் போலத் தோன்றியது. அவளுடன் பேச்சுக் கொடுக்க ஆரம்பிப்பதற்கு முன்பு முன்கூட்டியே இரண்டு டாலர் நோட்டொன்றை எடுத்துக் கொடுத்தேன். அதை வாங்கும் முன்பே அவளுடைய கண்கள் மகிழ்வைக் காட்டின.

நான் அவளது உடலை பார்வையால் வருடுகிறேன் என்பதை அவளுமே உணர்ந்திருந்தாள். படுக்கையின் மடிப்புகளை விரிப்புகளை எல்லாம் ஓரக்கண்ணால் என்னைப் பார்த்தபடி ஒழுங்கு பண்ணிக் கொண்டிருந்தாள். “என்ன படித்திருக்கிறாய்?” என்றேன் துவங்கும் நோக்கில். “இங்கே ஆஸ்டிரேலியன் என்.ஜி.ஓ நடத்திய பள்ளியில் பி கிரேட் வரை படித்திருக்கிறேன்” என்றாள். எனக்கு ஆச்சரியமாகப் போய் விட்டது. இந்தியாவில்

எல்லாம் பி கிரேட் படித்தவர்கள் கலெக்டர் வேலைக்குக்கூட வர மாட்டார்கள்.

அந்த நிமிடத்தில் அந்தப் பெண்ணை, புறாவினைப் போலக் கைக்குள் அணைத்துக் கொள்ள வேண்டுமென்கிற ஆர்வம் மேலிட்டது. வேலைகளை முடித்து விட்டு நிமிர்ந்து பார்த்த அவளை, “எனக்காக அந்தப் படுக்கையில் ஓய்வாகக் கொஞ்சநேரம் அமர்ந்து கொள்” என்றேன். அதில் வேறொரு அர்த்தத்தையும் பொதித்து வைத்திருந்தேன். அமைதியாய் என்னைப் பார்த்து அவள், “இந்தப் படுக்கை எங்களுடையது அல்ல” என்று சொல்லிவிட்டு, பணிவும் அன்பும் கலந்த சிரிப்பொன்றை என்னை நோக்கி வீசிவிட்டுச் சென்றாள். உண்மையில் விக்கித்து நின்றேன் என்றும் சொல்ல வேண்டும். இதுமாதிரி வியாபாரத்தில்தான் ஒரே வரியில் மொத்தத்தையும் முறிப்பார்கள், அல்லது துவங்குவார்கள். அதை வேறொரு இடத்தில் கேட்டுப் பெற்றது எனக்கு புதியவொரு அனுபவமாகவும் நீடித்தது.

என்னுடைய இந்த ஐம்பது வயதில் போகாத தேசமில்லை. உலகமெல்லாம் என் கால்கள் ஓடிக் கொண்டே இருந்திருக்கின்றன. பயணப்பையில் பலநேரங்களில் பணம் குவிந்து கிடக்கும். ஆனால் சில நேரங்களில் வெறுமையும் ஒரு அரக்கு நிற முத்திரையைப் போல அந்தப் பையில் குத்தப்பட்டிருக்கும். அந்த வெறுமையை வெல்ல அத்தனையையும் செய்து பார்த்து விட்டேன். இந்தியாவில் அங்கே எனக்குக் குடும்பமும் இருக்கிறது. தலைக்கு மேல்வளர்ந்த குழந்தைகளும் இருக்கிறார்கள்.

குழந்தைகளின் சிறுபிராயத்தில் நான் செய்தது எதற்குமே நியாய நட்டக் கணக்குகள் போட்டுப் பார்த்தது இல்லை. ஆனால் சமீபமாக எனக்குள் அந்தப் பழக்கமும் ஒட்டிக் கொண்டு விட்டது. அத்தனை நாட்டு உடல்களையும் கடந்து வந்து விட்டேன். அந்த உடலின் சிலிர்ப்புகளை, நாணத்தை, அதன் விட்டேற்றித்தனத்தை என எல்லாவற்றையும் பார்த்துவிட்டேன். சம்போகத்தின் உச்சியின் விளிம்பில் நிற்கையில், “பேசின மாதிரி நூறு டாலர் தந்திருவதானே?” என்று கேட்டவர்களைக்கூடக் கடந்து வந்துவிட்டேன். அப்படியே சோர்ந்து போய் விழுந்து, கிட்டத்தட்ட பணத்தை எறிந்து அவளைத் துரத்தி விட்டேன். அன்று இரவு சாப்பிடக்கூடப் பிடிக்கவில்லை.

அதற்கடுத்து அவ்வாறான அழைப்புகளும் திகட்டிப் போய்விட்டன. வாழ்க்கையின் நிறங்கள் ஒவ்வொன்றும் அதன் முகத்தைத் தெளிவாக எனக்குக் காட்டித் தரத் துவங்கின. இன்னதுதான் என்றில்லை, எல்லா மலர்களுமே அழகு என்கிற புள்ளிக்கு அது கைப்பிடித்து அழைத்துச் செல்வதை என்னாலேயே உணர முடிந்தது. பிரத்தியேகம் ததும்பிய மலர்களும் துருத்தித் தெரியத் துவங்கின. எனக்கு அப்போது தேவைப்பட்டது எல்லாம் ஒரு மலரின் வாசம். அதை அணைத்தபடி படுக்கையில் உழல்வேன். நிச்சயமாக எனக்குத் தேவையெல்லாம் ஒரு அணைப்புதான். இன்னொரு வகையில் சொல்ல வேண்டுமெனில் அன்றாடத்தில் இருந்து ஒரு மீறல்.

அன்றிரவு கனவில் மல்லிகை மொட்டு ஒன்று கண்ணுக்கு அருகில் தெரிந்தது. எனக்குள் நான் பரவசமடைவதைப் பார்த்தேன். காலை எழுந்த போதே உற்சாகமாக உணர்ந்தேன். அன்றைக்கு என்னுடைய நிறுவனத்தில் கடைநிலை ஊழியராகப் பணிபுரியும் ரஹூண்டாவின் வீட்டிற்கு வருவதாக வாக்களித்து இருந்தேன். அவனது வழியாக என்னுடைய தேடுதலை விரிக்கலாம் என்கிற எண்ணமும் எனக்கு இருந்தது. அவனுக்கு மால்பரோ சிகரெட் பாக்கெட்டுகளையும் பிண்டாங் பியரும் வாங்கிக் கொடுத்தேன். “பெண் வேண்டுமா உங்களுக்கு? வழக்கமாக அதைக் கேட்டுத்தான் இதைக் கொடுப்பார்கள்” என்றான். இல்லையென்று தலையசைத்து, “உங்களுக்கு அது பழக்கம் ஆகிடுச்சு. அதுக்காக அதை எல்லாரும் செய்ய மாட்டாங்க. நீ அசிங்கப்படு. ஆனால் எங்களை அசிங்கப்படுத்தாதே. எனக்கு வேணும்னா உண்ட்ட நேரடியாவே கேட்டு விடுவேன்” என்று சொன்னபிறகும் அவனது சந்தேகம் தீரவில்லை.

உயரதிகாரி வருகிறார் என்று சொல்லி ஊரையே கூட்டி வைத்திருந்தான். சிறிசும் பெரிசுமாய் ஊரே அங்கே குவிந்து இருந்தது. அத்தனைபேர் முகங்களிலும் மகிழ்ச்சிச் சிரிப்பு. உண்மையிலேயே கள்ளம் கபடம் என ஒரு துரும்புகூட அதில் தட்டுப்படவில்லை. ஏழைகள் ஏசுக்கள் என்கிற மாதிரிச் சொல்லவில்லை. உண்மையிலேயே அவர்களது பார்வையிலேயே அணைப்பு தெரிந்தது. அப்போதுதான் தூரத்தில் நின்ற அந்தப் பெண்ணைப் பார்த்தேன்.

அங்கு இருந்த எல்லோரையும்விட உயரமாய்த் தனித்துத் தெரிந்தாள். முகம் மட்டும் முயல்குட்டியைப் போலவே இருந்தது. அவளது எளிய ஆடையை மீறிக் கொண்டு அழகு குடத்திலிட்ட நீர் போலத் தழும்பியது. உலகம் முழுக்க சுற்றி நிறையப் பெண்களைப் பார்த்திருக்கிறேன்தான். உலகம் முழுக்க பரவிக் கொட்டிக் கிடந்தாலும், ஒரு சில ஆணிகள் மட்டுமே உடனடியாகவே நெஞ்சில் வந்து பாய்ந்து குத்தும். அந்த மாதிரி இருந்தது அவளது பார்வையின் வீச்சு. அடிக்கடி அவளையே பார்த்துக் கொண்டிருந்தேன். அவளோடு மீறலை நிகழ்த்தி விடவேண்டும் எனத் தீர்மானித்தேன் அந்தச் சமயத்தில்.

ஏற்கனவே மோசமான அனுபவம் இருந்ததால் ரவூண்டாவிடம் நேரடியாகவே கேட்டு விட்டேன். "என்னை அந்த பெண்ணிற்கு அறிமுகப்படுத்தி வைக்க முடியுமா?" என்ற போது, அவன் விநோதமாகப் பார்த்து, "வேணும்னா வரச் சொல்றேன். எதுக்கு அறிமுகப்படுத்தி வைக்கணும்" என்றான். "நான் அந்தப் பெண்ணோடு முதலில் சிநேகிதம்தான் கொள்ளப் போகிறேன்" என்றேன். "எங்களுடைய சித்தப்பா ஒருத்தர் சொல்லி இருக்கிறார். ஆண்களுக்கு ஐம்பது வயது வந்துவிட்டால் பூக்களை எல்லாம் எடுத்து வெட்டியாக நுகர்ந்து மட்டும் பார்த்துக் கொள்வார்களாம்" என்றான்.

அவன் சொல்வது எனக்கு நன்றாகப் புரிந்தது. ஒரு வகையில் உண்மையைத்தானே சொல்கிறான் என்பதால் அவன்மீது கோபவுணர்வு ஏற்படவில்லை. கூடவே உயரதிகாரிகளுக்கே உரித்த பண்புப்படி, அவனோடு நெருங்கும் கவனமும் இருந்தது. ரவூண்டாவின் தகுதிக்கு மீறியே அவனுக்கு நிறைய விஷயங்களைச் செய்து கொடுத்தேன். "இதை நீங்கள் எனக்குச் செய்து கொடுக்காவிட்டாலும் இதைச் செய்கிறேன். என்னதான் செய்யப் போகிறீர்கள் என்பதைப் பார்க்கும் குறுகுறுப்பு எனக்கு வந்துவிட்டது" என்றான் சிரித்தபடி.

ரவூண்டாவின் திட்டப்படி காஸினோக்கள் நிறைந்த கடற்கரைச் சாலையில் காத்திருக்க வேண்டும். தற்செயலாக அந்தப் பக்கத்தைக் கடக்கும் அவன் எமிலியை எனக்கு அறிமுகப்படுத்தி வைப்பான். அப்புறம் நாங்கள் எல்லோரும் சேர்ந்து இரவைக் கொண்டாட வேண்டும் என்பதுதான் திட்டம். சொல்லிவைத்த

மாதிரி எமிலியை அழைத்துக் கொண்டு வந்து விட்டான். மார்பகப் பிளவு சற்றே தெரிகிற சிவப்பு நிற மேலாடையும் கறுப்பு நிறத்தில் டவுசரும் போட்டிருந்தாள். முகத்தைக் கொண்டையிட்டு முன்பக்கம் இரண்டு முடிக்கற்றைகளை மட்டும் இழுத்து விட்டிருந்தாள்.

என்னை அவன் அறிமுகப்படுத்தி வைத்தபோது தயங்காமல் கை குலுக்கினாள். கையைக் கொஞ்ச நேரம் விடாமல் பற்றிக் கொண்ட போதுகூட அவள் ஒன்றும் சொல்லவில்லை. அவர்கள் இருவரையும் அழைத்துக் கொண்டு மிகப் பெரிய மதுபான விடுதிக்குள் புகுந்தேன். அங்கு இருந்தவர்கள் வித்தியாசமாகப் பார்த்த போதும் தடுக்க முயலவில்லை. பெரும்பாலும் ஹோட்டல் கலிபோர்னியா போன்றவர்கள்தான் இவ்வாறு நடந்து கொள்கின்றனர். பிற ஆட்கள் அவர்களையும் அனுமதிக்கிற இடத்திற்கு எப்போதோ நகர்ந்து விட்டனர் என்று சொன்னான் ரஜூண்டா.

என்னையும் அவளையும் தனியே விட்டு விட்டு ரஜூண்டா இன்னொரு பக்கம் நகர்ந்தான். இவளிடம் என்ன பேசுவது? வேறு விஷயம் என்றால் வர்றீயா? என நேரிடையாகவே கேட்டு விடலாம் என்கிற கேள்வி எனக்குள் முளைத்தது. என்னுடைய தயக்கத்தைப் பார்த்திருப்பாள் போல. “எனக்கு உங்களைப் பார்க்க வித்தியாசமாக இருக்கிறது. மரியாதையாகவும் இருக்கிறது. உங்களுடைய அருகாமை எனக்குப் பிடிக்கவும் செய்கிறது” என்றாள் ஆஸ்திரேலிய ஆங்கிலத்தில். நன்றாகப் படித்திருப்பாள் போல என எண்ணிக் கொண்டேன்.

“உனக்கு ஒரு காலத்தில் நான் சொல்வது விளங்கும். எனக்குத் தேவை இப்போது ஒரு அணைப்புதான். ஒரு உடனிருப்புதான்” என்றேன். அவள் என் கண்களையே குறுகுறுவெனப் பார்த்துவிட்டு, மதுபான மேடையில் இருந்து இறங்கி வந்து என்னை அணைத்துக் கொண்டாள். நான் ஒன்றும் பேசாமல் அவளுடைய விரல்களை ஏந்தி அதற்குச் சொடக்கு எடுத்தபடி குடித்துக்கொண்டிருந்தேன். ரஜூண்டா அதிக நிம்மதி அடைந்ததையும் கண்டேன். அவனுக்கு இனி குடிச் செலவு மிச்சம். அடுத்தடுத்த சந்திப்புகளுக்கும் ரஜூண்டாவே அவளை அழைத்து வந்தான்.

“அவனை வரவேண்டாம் என என்னால் சொல்ல முடியவில்லை. நீ உதவி செய்ய முடியுமா?” என்று கேட்டேன். “ஆமாம் நானுமே அதைப் பற்றித்தான் நினைத்துக் கொண்டிருந்தேன்” என்றாள் அவள். ரவூண்டாவூமே அதை நல்லபடியாகப் புரிந்து கொண்டான். போகையில், “ஆனா என்ன ரொமான்ஸ் பண்ணப் போறீங்கங்கறதை பார்க்க முடியாம போயிருச்சு. அது மட்டும்தான் சோகம்” என்றான் சிரித்தபடி. நாங்களுமே மகிழ்ச்சியாய் அவனைப் பார்த்துக் கையாட்டிச் சிரித்தோம்.

தினமும் மாலை வேளைகளில் வழக்கமான கடற்கரைக்கு வந்து விடுவாள். அவளது விரலைப் பற்றிக் கொண்டு நடந்து போவேன். இன்னொரு கையால் கடற்காற்று விலக்கும் அவளது முடிக் கற்றைகளை ஒதுக்கி விட்டபடி நடந்து வருவாள். “உங்க குடும்பம் எல்லாம் எங்க இருக்காங்க” என்றாள் ஒருதடவை. “இங்க நீயும் நானும் மட்டும்தான். அதுமட்டும்தான் உண்மை” என்றேன். “இனி கேட்க மாட்டேன்” என்று சொல்லி என்னை அணைத்துக் கொண்டாள்.

அவளால் உடனடியாக அணைத்துக் கொள்ள முடிகிறது. அவளைவிட இரண்டு மடங்கு வயது கொண்ட என்னால், ஏன் இதைச் செய்ய முடியவில்லை? “என்னை நீங்கள் அணைக்கும் போது எனக்கு ஐம்பது வயதாகி இருக்கும்” என்றாள். சிரித்துக் கொண்டே தயக்கத்தைக் கைவிட்டு அவளை அணைத்துக் கொண்டேன். பஞ்சுப் பொதியைக் கட்டிப் பிடித்த மாதிரி இருந்தது உடனடியாக. விலைகூடிய தலையணைகள்கூட இந்த உணர்வை எனக்குத் தந்திருக்கின்றன. கூடவே அவளது கழுத்திலிருந்து புறப்பட்ட ஒரு நறுமணம் என்னை இறுக அணைத்துக் கொள்ளச் செய்தது. அவளுமே இருகரங்களால் என்னை மேலும் இழுத்து அணைத்துக் கொண்டாள்.

எனக்கு அன்றிரவு நல்ல தூக்கம் வந்தது. மனம் குதூகலமாக உணர்ந்தது. படுக்கையில் கூடிவிட்டால் இந்த அணைப்பு கண் காணாத தூரத்திற்கு ஓடிவிடும் என்பதை அனுபவம் சொன்னது. அவளை அணைக்கும் நேரத்திற்காகக் காத்திருந்தேன் என்றுகூடச் சொல்லலாம். வேலையை முடித்துவிட்டு உடனடியாகவே ஓடிப் போய்விடுவேன். இரவு முழுக்க அணைத்துக் கொண்டே அலைவது குறித்த சங்கடம் அவளுக்கு இருக்கிறதா என்பதை

அறிந்து கொள்ள அவளிடமே கேட்டேன். "எனக்கு இதுதான் பிடித்திருக்கிறது. நானுமே உங்களது மனதை உணரத் துவங்கி விட்டேன்" என்றாள்.

அன்று இரவு நடந்து வருகையில், நான் தங்கியிருந்த ஹோட்டலைச் சுட்டிக் காட்டி, "இன்னைக்கு என்னோடு தங்கறீயா?" என்று கேட்டேன். "அங்கேயெல்லாம் வேறு மாதிரிப் பார்ப்பார்கள் எங்களை" என்றாள். அவளது கரத்தைப் பிடித்து இழுத்துக் கொண்டு வரவேற்பு மேஜையை நோக்கிப் போனேன். அங்கே விழியுயர்த்திப் பார்த்த பரிசாரகனிடம், "என்னோடுதான் தங்கப் போகிறாள். இவள்மீது நான் காதல் வயப்பட்டு இருக்கிறேன். ஏதாவது நீங்கள் சொன்னால் அரசாங்கத்திடம் சொல்ல வேண்டி இருக்கும். நானே புகார் அளிப்பேன்" என்று சொன்னேன். அவன் யாரிடமோ தொலைபேசியில் பேசினான், பிறகு போகலாம் எனப் புன்னகையுடன் தலையாட்டினான். அந்த ஹோட்டலில் வேலையில் இருந்த மற்ற பணியாளர்கள் அவளைக் குறுகுறுப்புடன் நோக்கினார்கள்.

அவளுக்குப் பெருமிதம் தாளவில்லை. மின்படிதூக்கியில் போகலாம் என்று கேட்டதற்கு, "ஏன் இப்போதுதான் உங்களுக்குப் பாதி வயது குறைந்து விட்டதே? படியிலேயே ஏறிப் போகலாம். இந்த ஹோட்டலில் இப்படி நடந்து சுற்ற வேண்டுமென்பது என் வாழ்நாள் இலட்சியம், ஆசை, கனவு எல்லாம்" என்றாள். அந்தக் கணத்தில் மகிழ்ச்சியாக உணர்ந்தேன். அவளது இடுப்பில் கைபோட்டு வயிற்றை ஒரு கையால் அணைத்துக் கொண்டேன்.

மன்னர்களுக்கென விரிக்கப்பட்ட படுக்கையில் மேலே இருந்து விழும் ஒரு சூரியகாந்தி மலரைப் போல தாவிப் போய் விழுந்தாள். மல்லாக்கப்படுத்துக் கொண்டு கைகளையும் கால்களையும் ஆட்டினாள். அவள் அணிந்திருந்த கீழுடை தொடைவரை இறங்கி இருந்தது. ஆனால் எனக்கு அதைப் பார்க்கவெல்லாம் தோன்றவே இல்லை. நானும் அருகில் துள்ளிப் போய் படுத்து அவளை அணைத்துக் கொண்டேன்.

"இன்றைக்கு நான் அவ்வளவு சந்தோஷமாக இருக்கிறேன். உங்களை மறக்கவே மாட்டேன். நீங்கள் என்ன கேட்டாலும் தருவேன்" என்றாள். நான் ஒன்றும் பேசாமல் மேலும் அவளை இறுக அணைத்துக் கொண்டேன். அன்றிரவு என்னுடைய

ஆசையைச் சொன்னேன். "ஓ இவ்வளவுதானா? எனக்குமே நீந்தப் பிடிக்கும்" என்றாள். மதுப்புட்டியை எடுத்துக் கொண்டு ஆளில்லாத நீச்சல் குளத்தில் இருவரும் இறங்கினோம். தூரத்தில் இருந்து அவளது ஊரைச் சேர்ந்த இருபெண்கள் அதைப் பார்த்துக் கொண்டிருந்தனர். அவர்களுமே மகிழ்ச்சியாய்ச் சிரித்துப் பேசிக் கொண்டிருந்த மாதிரிதான் எனக்குத் தோன்றியது.

அன்றிரவு நெடுநேரம் அவளை அணைத்துக் கொண்டு நீச்சல் குளத்திற்குள் குறுக்கும் நெடுக்குமாய் அலைந்தேன். "ஏன் செக்ஸ் பண்ணனும்னு தோணலையா?" என்றாள். "அதுவா கனிந்து வரட்டும்" என்றேன் அவளது காதில். ரவூண்டாதான் வந்து அன்றைக்கு இரவில் அவளைத் திரும்பவும் வீட்டிற்கு அழைத்துக் கொண்டு போனான். "பாஸ். உங்களுக்கு அணைத்தால் போதும். அவளுக்கு அப்படியா? ரொம்பத்தான் சோதிக்கிறீர்கள்" என்றான். "அவளுக்கே அதில் பிரச்சினையில்லை" என்றேன் பதிலுக்குச் சிரித்து.

எனக்கு அப்போது இருந்த ஆர்வமெல்லாம் அவளை விதம்விதமாக அழகுபடுத்திப் பார்க்க வேண்டும் என்பதுவே. அதுதான் ஆயிரம் தடவை படுத்தாகி விட்டதே? அதில் என்ன இருக்கிறது? அதிகம் போனால் அரைமணி நேர வேலை? அவளை அழைத்துக் கொண்டு தினமுமே கடைகளுக்குப் போய்விடுவேன். அவள் வறுமையில் இருக்கிறாள்தான். அதற்காக கிடைக்கிற எல்லாவற்றையும் அள்ளிக் கொள்கிற ஆர்வம் அவளிடம் துளியும் இல்லை. வற்புறுத்தித்தான் ஒருபொருளை வாங்க வைக்கவே முடியும்.

யாசகம் தருகிற உணர்வுடன் தரப்படுகிற ஒன்றை ஏற்றுக் கொள்ளவே மாட்டாள். "உங்களுக்காகத்தான் இதையெல்லாம் செய்றேன். நீங்க போன பின்னாடி இருக்கற வாழ்க்கை எனக்கு நல்லா தெரியும்" என்றாள். "அது உனக்கு மட்டுமல்ல எமிலி. எல்லோருக்குமே அது தெரியும். ஆனால் கிடைக்கும் போது அனுபவித்துக் கொள். அதைப் பற்றி ஆராயாதே" என்றேன்.

அவளுக்கு ஆபரணங்களை வாங்கித் தந்து போடச் சொல்லி எதிரே நின்று ரசிப்பேன். அவளது காது மடல்களை வருடுவேன். அவளை அணைத்துக் கொண்டு வெவ்வேறு உணவங்களுக்குச் சென்று விடுவேன். துள்ளலும் மகிழ்ச்சியும் எனக்குள் பொங்கி

வழிந்தது. வெறுமை விட்டொழிந்தது என்னைவிட்டு. மறுநாள் என்ன செய்ய வேண்டும் என இரவுகளில் விழித்தபடி யோசிப்பதே சுகமாக இருந்தது. அந்த உணர்வு இன்னும் வேண்டும் வேண்டும் போல இருந்தது.

தகப்பனைப் போல நடந்து கொள்கிறேனா? காதலனைப் போலா? என்கிற கேள்விகூட எழுந்தது. எதையும் ஆராயாதே என எனக்கு நானே சொல்லியும் கொண்டேன். இந்தியா திரும்புவதற்கு என்னிடம் தொன்னூறு நாட்களே இருந்தன. மறுபடியும் திரும்பி வருவேனா? அது எனக்குத் தெரியவும் தெரியாது. ஆனால் அவளுடனான அந்த உணர்வை போவதற்குள் திகட்டத் திகட்டப் பருகிவிடத் தீர்மானித்தேன். என்னோடு அவள் கட்டிக் கொண்டு கிடந்த ஒருநாள் அதை அவளிடம் சொல்லவும் செய்தேன். “எனக்கும்தான் பேபி. உனக்கு நான் பேபி. எனக்கு நீ பேபி” என்றாள் ஒருவரியில். அத்தனை மகிழ்ச்சியாய் இருந்தது எனக்கு.

அதற்கடுத்து இருவரும் மாறி மாறி பேபி என அழைத்துக் கொள்ளத் துவங்கினோம். மிகச் சரியாகக் கவனித்தேன், நூறாவது முறை அழைக்கையில்தான் என்னால் இயல்பாக அச்சொல்லை அதற்குரிய அர்த்தத்துடன் உச்சரிக்கவே முடிந்தது. அவ்வளவு பின்தங்கிப் போயிருந்தேன் வாழ்வில். சீனன் ஒருத்தன் எனக்கு அளித்த விருந்திற்கு அவளை அழைத்துப் போயிருந்தேன். அதை அவன் ரசிக்கவில்லை, “ஒரு செடியின் குணம் அதன் மண்ணில் இருக்கிறது” என்றான். “நீ கையில் வைத்திருக்கிற வெள்ளரிக்காயே இன்னொரு மண்ணில் இருந்து வந்ததுதான்” என்றேன். அதற்குமேல் அவன் மனதில் இருந்ததை முகத்தில்கூடக் காட்டவில்லை. விழுந்து விழுந்து எமிலிக்கு அவன் வேலையும் செய்தான். அந்தச் சீனனின் பண்பு என்னை வெகுவாகவே கவர்ந்தது. அதை அவனிடம் சொல்லவும் செய்தேன். “அது என்னோட சந்தேகம். இப்ப நீங்க என்னோட விருந்தாளி. அதற்கான கௌரவத்தை நாங்கள் மிகச் சரியாகத் தந்துவிடுவோம்” என்றான்.

அன்றிரவு அப்படியான விருந்தொன்றில் இருந்துவிட்டு வந்த மகிழ்வு எமிலியின் ஒவ்வொரு அசைவிலும் தெரிந்தது. அதிலும் அந்தச் சீனன் அவளுக்குச் செய்த பணிவிடைகள் அவளை

அதிகமுமே உற்சாகத்தில் தள்ளியிருந்தன. “இன்று இரவு உங்களோடே தங்கிக் கொள்கிறேன். வீட்டில் கேட்பார்கள்தான். வேறு ஏதாவத் காரணம் சொல்லிக் கொள்கிறேன்” என்றாள். “அதெல்லாம் வேண்டாம். எங்கே ஓடிவிடப் போகிறேன். நாளை சந்திக்கலாம். ஒரு சிறிய கீறல்கூட போய்க் கொண்டிருக்கிற இசையை நிறுத்திவிடக் கூடாது” என்றேன் கவனமாக.

“ஆண்களைவிட பெண்களுக்கு அது நன்றாகவே தெரியும் என்பது தெரியாதளவிற்கா இந்த மாதிரி வயதாகி வளர்ந்து விட்டீர்கள்?” என்றாள். “வயதைச் சொல்லக்கூடாது என்பது ஒப்பந்தம் இல்லையா?” என்றதற்கு, “வயது என்றுதானே சொன்னேன். எத்தனை என்று சொன்னேனா? என் வாயால் சொல்லட்டுமா? இருபத்தைந்து வயது இருபத்தைந்து வயது” என்றாள்.

அவள் இளமையாய்ச் சிரித்துக் கொண்டிருந்த நேரத்தில் அவளை இறுக அணைத்துக் கட்டிலில் தூக்கிப் போடவேண்டும் என நினைத்தேன். கிட்டத்தட்ட என்னை இழுத்துக் கொண்டு கதவை நோக்கிப் போனாள். எனக்குத் திறக்கக்கூட நேரம் வைக்கவில்லை. பல்லி மாதிரி என்னை ஒட்டிக் கொண்டு கதவில் சாய்ந்து நின்றாள். என்னை முத்தமிடவும் முயன்றாள். கதவைத் திறந்தவுடன் என்னை விசைகொண்டு தள்ளி படுக்கையில் சாய்த்தாள்.

அவளை அணைக்க வாய்ப்புத் தராமல் அவளே என்மீது விழுந்து புரண்டாள். அந்த வேகம் என்னை மேல்நோக்கி ஈர்த்தது. அவளது கழுத்தில் மார்பில் எனக் கடிக்கத் துவங்கினேன். என்னை நோக்கிச் சரிந்து வந்த அவள் என் உதடுகளைக் கவ்விக் கொண்டாள், மாட்டின் காம்பை கன்று பற்றுகிற மாதிரி. இவள் இனி விடவே மாட்டாள் என எனக்குத் தோன்றியது. கண்களை மூடி அவளது முடிக்கற்றைக்குள் முகத்தைப் பொதித்து அவளை மல்லாக்கத் திருப்பிப் போட்டேன்.

எனக்குத் தோதாய் உடலைத் தளர்த்திக் கொடுத்தாள். மூச்சு முட்டத் தளர்ந்து விழுந்து அவள் மார்பில் தலைசாய்த்துப் படுத்தேன். அப்போது எனக்கு அதைக் கேட்க வேண்டும் என்று தோன்றியது. “கேட்கிறேன் எனத் தவறாக நினைத்துக் கொள்ளாதே. நான் இதைத் திட்டமிட்டிருந்தால் காண்டம் வாங்கி

வைத்திருப்பேன். இது திட்டமிடப்படாதது. ஆனால் வயிற்றில் குழந்தை என ஏதாச்சும் உருவாகிச் சிக்கல் வந்துவிடாதே?" என்றேன். என் முகத்தை நிமிர்ந்து பார்த்து முத்தமிட்டு விட்டு, "அதெல்லாம் ஆகாது. கவலைப்பட வேண்டாம்" என்றாள். எனக்கு நிம்மதியாக இருந்தது. அதே சமயம் அச்சமும் என்னைத் துரத்தி வந்தது.

அலுவலகத்தில் உடன் இருக்கும் குஜராத்தி ஒருத்தனிடம் வேறு எதையோ விசாரிப்பதைப் போல இதைப் பற்றிக் கேட்டுப் பார்த்தேன். "நம்ம நாட்டை மாதிரிதான். ஏமாத்திட்டு போயிட்டான்னு கண்ணைக் கசக்கினா, கேள்வியே இல்லாம தூக்கிப் போட்டுருவாங்க" என்றான். எனக்கு அதைக் கேட்ட பிறகிலிருந்து அந்தச் சிந்தனை எழுந்தபடியே இருந்தது. அதைப் பற்றி எல்லாம் அவளிடம் எதுவும் பேசாமல் வழக்கம் போலத்தான் அணைத்துக் கொண்டு அலைந்தேன். ஆனால் அவளுக்கு அந்த வித்தியாசத்தை அறியத் தெரிந்திருந்தது.

"ஏன் ஏதாச்சும் பிரச்சினையா? பழைய அணைப்பு இல்லையே?" என்றாள் யோசனையோடு. அப்புறம்தான் நானுமே கூர்ந்து பார்க்கத் துவங்கினேன். அணைப்பு இருக்கிறதுதான். ஆனால் அதில் ஒன்றைக் காணவில்லை. ஆனால் திட்டமிட்டுச் செய்யவில்லை அதை என்பதையும் உணர்ந்தேன். இந்த உணர்வை வெல்ல மேலும் இறுக்கமாக அவளை அணைத்துக் கொண்டு அலைந்தேன். அதையும் அவள் அறிந்து விடக்கூடாது என்பதற்காக, "இந்தியாவில வீட்டில நிறைய பிரச்சினை. நான் போனாத்தான் சரியாகும். அதான் அந்த சிந்தனை போட்டு என்னை அழுத்துது" என்றேன்.

கவலை வேண்டாம் என்பதைப் போல கையால் கன்னத்தைத் தொட்டுச் சைகை காட்டி விட்டு, என் கன்னத்தைப் பிடித்துக் கிள்ளிக் கொஞ்சினாள். அவளை அப்படியே என்னோடு அழைத்துக் கொண்டு போய்விடலாம் என்று அந்த நேரத்தில் தோன்றியது. இந்தியாவில் இந்த மாதிரிச் செயல்களுக்கு ஒரே தண்டனைதான், விளக்குமாற்றால் அடி வாங்குவது. என் மனைவி எல்லாம் என்னை உண்மையிலேயே ராமன் மாதிரி நினைத்துக் கொண்டிருக்கிறாள். அல்லது அப்படியான சிந்தனையிலாவது திருப்திப்பட்டுக் கொண்டிருக்கிறாள்.

ஒருதடவை மனைவியோடு இது சம்பந்தமான பேச்சும் வந்தது. "பிள்ளைகள் பெறந்த பெறகு அந்த மாதிரில்லாம் எனக்கு தோண்றது நின்னு போச்சு அனுசுயா" என்றேன். "அப்ப அதுக்கு முன்னாடி இருந்துச்சா" என்றவளிடம், "நல்ல விஷயம் ஒண்ணை சொல்லும் போது. அதை அனுபவிக்கணும். ஆராயக் கூடாது" என்றேன் தீவிரமான குரலில். அந்தத் தீவிரத்தில் எதை உணர்ந்தாளோ, அதைப் பற்றிப் பிறகு கேட்கவே இல்லை. அவளுக்குமே என்மீதான ஆர்வம் விலகி மரம் மட்டையென பிறவற்றின் மீது படிந்து விட்டது.

அதற்காக இப்போது போய் ஒருத்தியைக் கூட்டிக் கொண்டு போய் நின்றால் என்னாகும்? நினைக்கவே அச்சமாக இருந்தது எனக்கு.

இந்த எண்ணங்களையெல்லாம் முற்றிலும் உதறிவிட்டு எமிலியினுடனான நாட்களைச் சுகிக்கத் துவங்கினேன். என் பயணம் பற்றி, எதிர்காலத் திட்டமிடல்கள் பற்றி எல்லாம் எமிலிக்கும் முழுமையாகத் தெரியும். சில விண்ணப்பங்களை நிரப்புவதற்கு அவள் உதவிகூடச் செய்து இருக்கிறாள். அவளுக்கு மேல்படிப்பிற்கு உண்டான உதவிகளைச் செய்வதாக வாக்களித்தும் வைத்து இருந்தேன். நாட்கள் நெருக்கமாக இருக்கையில் ஒருசிலதடவை உண்மையிலேயே அவளைச் சந்திக்க முடியாமலும் போய் விட்டது.

வேண்டுமென்றே அதைச் செய்யவில்லை என்றாலும் எனக்குள் சங்கட உணர்வும் எழுந்தது. மறுநாள் போய்ப் பார்க்கையில் கழுத்தைக் கட்டிப் பிடித்துக் கொண்டு ஒரு குழந்தையைப் போல அழுதாள். அவளது கண்ணீர் சூடாக என் கழுத்தில் விழுந்து வழிந்தது. எனக்குமே அப்படியான ஒரு கட்டத்தில் அழுகையும் வந்தது. சமீப வருடங்களில் எவ்வளவோ கோடி ரூபாய் பணத்தை ஈன்று விட்டேன். இப்படி ஒரு அன்பை எப்போது வென்றேன் என யோசித்துப் பார்த்தேன். அந்த உணர்வு எனக்கு மகத்தானதாகவும் இருந்தது.

"காலத்தால் வெல்ல முடியாத உணர்வு இது பேபி. எனக்கும் உன்னிடம் எதுவும் தேவையில்லை. என்னிடமும் உனக்கு எந்த எதிர்ப்பார்ப்பும் இல்லை. ஆஹா மகத்தான உணர்வு. இது

காலத்தால் அழியாதது பேபி'' என்றேன் காற்றில் மிதந்தபடி. அவள் என்னை மேலும் இறுகக் கட்டிக் கொண்டாள்.

அதற்கடுத்த இரண்டு நாட்கள் அவள் வரவில்லை. ''வீட்டில் ஒரு பிரச்சினை. கவலைப்பட வேண்டியதில்லை. நானே வருகிறேன்'' எனக் குறுஞ்செய்தி அனுப்பி இருந்தாள். எனக்கு அவளைப் பார்க்க வேண்டும் போல இருந்தது. அவளுடைய கிராமத்திற்குக் கிளம்பிப் போகலாமா என யோசித்து, அது முட்டாள்த்தனமென உணர்ந்து அம்முடிவைக் கைவிட்டேன். ஆனால் படுக்கையில் இரவில் பேபி பேபி என அரற்றிக் கொண்டேன். அந்தச் சுகந்தம் மீண்டும் மீண்டும் வேண்டுமெனத் தோன்றியது.

எழுந்து அமர்ந்து ஒரு காகிதத்தில் அவளுக்கு என்னவெல்லாம் அழகு சாதனங்கள் வாங்கித் தரவேண்டுமென எழுதினேன். அவளுக்கென்று செலவழிக்க ஒரு தொகையை எடுத்து ஒதுக்கி வைக்கவும் செய்தேன். இது போதும் அவளுக்கு? இதிலேயே திக்குமுக்காடிப் போவாள் என எண்ணினேன். ராவூண்டாதான் ஒருநாள் களைப்பான முகத்தோற்றத்தில் வந்து நின்றான்.

எடுத்த எடுப்பிலேயே கோபமான குரலில், ''நான்தான் உங்களிடம் ஆரம்பத்திலேயே தெளிவாகச் சொன்னேன் அல்லவா? காசைக் கொடுத்து பொருளை வாங்கித் தின்று விட்டு மிச்சத்தை குப்பைத் தொட்டியில் போட்டு விட்டுச் சென்று இருக்கலாம். இப்போது காதல் அணைப்பு என்று சொல்லி வேண்டாத பிரச்சினையை இழுத்துக் கொண்டு வந்து விட்டீர்கள். எமிலி கர்ப்பமாக இருக்கிறாள். அவளது வீட்டில் எல்லோரும் கோபமாக இருக்கிறார்கள். இதுவரைக்கும் அவள் யார் காரணமென வாய்திறந்து எதுவும் சொல்லவில்லை என்கிற வகையில் உங்களுக்கு அதிர்ஷ்டம்'' என்றான்.

உடனடியாக கர்ப்பம் என்கிற வார்த்தைதான் என்னை முதலில் வந்தடைந்தது. கூடவே குழந்தை என்கிற சொல்லின் பின்னால் இருந்த மகிழ்வு. நொடிகளுக்கும் குறைவான நேரமே இருந்த அந்த உணர்வு திடீரென பின்னங்கால் தெறிக்க ஓடுவதையும் கண்டேன். குழந்தை என்கிற உணர்வே அச்சமூட்டும் ஒன்றாகவும் பெருகி நின்றது. ''எங்க நாட்டில எல்லாம் ஈஸியா கலைச்சிடுவாங்க'' என்றேன் பதற்றமான குரலில்.

“ஒவ்வொரு நாட்டில ஒரு நம்பிக்கை. நாங்க வீட்டில முதல் பெண்ணுக்கு பிறக்கிற குழந்தையை உயிரே போனாலும் கலைக்க மாட்டோம். அது கடவுளோட பேபி” என்றான். திக்கென்கிற உணர்வை அடைந்தது மனம். கையறு நிலை என்றால் என்ன என்பதையே அன்றைக்குத்தான் உணர்ந்தேன். “எமிலி அன்னைக்கு ஒரு பிரச்சினையும் இல்லை கவலைப்பட வேண்டாம் என்றுதான் சொன்னாள்” என்றேன் பலகீனமான குரலில்.

“அது அந்த பேபிக்கு தெரியுமா?” என்றான். இதில் இருந்து மீள எனக்கு ஏதாவது ஒரு வழிசொல் என்கிற பாவனையில் என் உடல்மொழியை மாற்றி அவனருகே நின்றேன். அவனுக்குமே அதைப் பார்த்துவிட்டுச் சங்கடம் வந்து விட்டது. என்னைச் சமாதானப்படுத்தும் விதத்தில், “நான் சொல்றதை மட்டும் கேளுங்க. பிரச்சினையில்லாம இந்தியாவுக்கு நீங்கள் விமானம் ஏறி விடலாம். அதற்கடுத்து இந்தப் பக்கமே திரும்பிப் பார்க்காதீர்கள்” என்றான்.

ராவூண்டா வழியாகச் செய்திகள் எனக்குக் கிடைக்கத் துவங்கின. நம்முடைய நாட்டைப் போலத்தான் அங்கேயும். ஆள் யாரெனத் தெரிந்தால் வெட்டுவேன் குத்துவேன் என்று நின்றார்கள். இடையில் எலிமியையைக் கூட்டிக் கொண்டு வந்தான். யாராவது பார்த்து விடுவார்களோ என்கிற படபடப்பில் நின்றாள். அவளை அமைதிப்படுத்தி என்னுடைய அறைக்குள் அழைத்துப் போனேன்.

நுழைந்த உடனேயே என்னைக் கட்டிக் கொண்டு அழத் துவங்கினாள். “உயிர் போனாலும் உங்களைக் காட்டிக் கொடுக்க மாட்டேன் பேபி” என்றாள். நான் அவள் வயிற்றில் வளர்வதைத் தடவிக் கொடுத்தேன். ஒருவகையில் நானுமே தூக்கி எறிந்துவிட்டுத்தான் போகப் போகிறேனா என்கிற அழுத்தமான குற்றவுணர்வு நெஞ்சில் பாய்ந்தது. அவளைச் சிக்கலுக்குள் உள்ளாக்கி விட்ட உணர்வும். “கடவுள் நம்பிக்கை என்பதையெல்லாம் நீயும் உணர்கிறாயா?” என மெதுவாகக் கேட்டேன். “ஆமாம் அது கடவுளின் பேபி” என்றாள் அர்த்தம் பொதிந்த குரலில்.

எனக்கு ஓவென அழ வேண்டும் போல இருந்தது. மதுப்புட்டியை எடுத்து மல்லாக்கக் கவிழ்த்துக் கொண்டேன். என்னுடைய பயணப் பையில் இருந்த நோட்டுக் கற்றையை எடுத்து அவள் கையில் திணித்து, “இதை உனக்காகத் தரவில்லை. பேபிக்காக தருகிறேன். என்றாவது ஒரு நாள் நிச்சயமாக வருவேன். அது சத்தியம்” என்றெல்லாம் பிதற்றினேன். அவளைக் கட்டிக் கொண்டு அழுதேன். கிளம்புகையில், “என்றைக்காவது ஒருநாள் பேபியை வந்து பாருங்கள். அது போதும் எனக்கு. இந்த உணர்வு மகத்தானது என்று சொல்வீர்கள் இல்லையா? இன்றைக்கு நானும் அதைச் சொல்கிறேன் பேபி” என்று சொல்லிவிட்டு ராவூண்டாவுடன் அவசரமாக வெளியேறினாள். என் படுக்கையின் தலையணைக்கு அடியில் நான் கொடுத்த பணப்பையை விட்டுச் சென்றிருந்தாள்.

மறுநாள் வந்து நின்ற ராவூண்டா, வீட்டில் அவள் காணாமல் போய் விட்டதை அறிந்து மேலும் அடித்ததாகச் சொன்னான். அடுத்த நாள், “எப்படியோ நீங்கள்தான் அது என்பது அவர்களுக்கு அரசல் புரசலாகத் தெரிந்து விட்டது. நீங்கள் இங்கிருந்து சீக்கிரம் கிளம்புவதுதான் நல்லது. நான் அவர்களிடம் வேறு மாதிரிப் பேசிப் பார்க்கிறேன்” என்றான்.

அதன்படியே அவர்களது குடும்பத்திடம் பேசிவருவதாகவும் சொன்னான். வழக்கமாகச் செய்வதைப் போல ஒரு பெருந்தொகையைக் கொடுத்து கழற்றி விட்டுவிடலாம் என யோசனை சொன்னான். அவர்கள் சொன்ன தொகை என்னுடைய இரண்டு வருட சம்பளம். ராவூண்டாதான் உடனிருந்து பேசி ஒன்றரை வருடச் சம்பளம் என்கிற அளவில் தொகையைக் குறைத்தான். பொருளாதாரம் என்று பார்த்தால் அதிகக் கைக்கடிதான். ஆயிரம் ரூபாயில் முடிந்திருக்க வேண்டிய வேலையை ஒரு இலட்சம் டாலரில் முடிக்கிறேன். ஒரு வியாபாரியாக என்னை நினைத்தே எனக்கு அசிங்கமாகவும் இருந்தது.

என் அலுவலகத்தில் இருந்த, உள்ளூர் ஆட்களோடு நெருங்கிய தொடர்பில் இருந்த நண்பர் ஒருத்தரும் இந்தப் பேச்சு வார்த்தையில் உடன்நின்றார். இப்படிப் பணம் கொடுத்து வெட்டிவிட்டு வருவதே முச்சந்தியில் அம்மணமாக நிற்கும் உணர்வைக்

கொடுத்தது. என் சொந்தங்கள் மற்றும் உறவினர்களுக்குத் தெரிந்தால் முகத்தில் காறித் துப்பி விடுவார்கள். அவர்கள் வாழ்நாளில் இதுபோல கதையைக்கூடக் கேட்டிருக்க மாட்டார்கள். அனுசுயா என்ன நினைப்பாள்? கௌரவமான குடும்பத்தைச் சேர்ந்தவள். அடுத்த நிமிடமே பிள்ளைகளை அழைத்துக் கொண்டு பிறந்தகம் போய்விடுவாள்.

ஆனாலும் அதை மறைக்க வேண்டும் என்கிற உணர்வு என்னிடம் இல்லை அப்போது. அந்தக் கணத்தில் அதை ஒளித்து வைக்க வேண்டும் என்கிற முடிவைத்தான் எடுத்தேன். என்றேனும் ஒருநாள் தைரியம் கொண்டு வருவேன். பேபியை என் இரு கரங்களால் ஏந்திக் கொள்வேன் எனத் தோன்றியது எனக்கு. கொஞ்சம் அதிகமான தொகைதான் என்ற போதிலும் அங்கேயிங்கே புரட்டி அதைக் கொடுத்து முடித்தேன்.

நிச்சயமாக பேபி அவளாகவே போய் என்னை மாட்டி விட்டிருக்க மாட்டாள் என்பதை என் அடியாழம் உணர்ந்தது. கடைசியாய் அவளை பார்த்துவிட்டுச் செல்லலாம் என்றுகூடத் தோன்றியது. ராவூண்டாதான் வலுக்கட்டாயமாகப் பிடித்துக் கட்டி முன்கூட்டியே விமானச் சீட்டு எடுத்து என்னை இந்தியாவிற்கு அனுப்பி வைத்தான்.

வழியெங்கும் பேபியின் யோசனை. அவளோடு இருந்த வாசனை என்னைத் துரத்தியபடியே இருந்தது. ஒருதடவை பேசிவிட்டால் எப்படியாவது வந்துவிடுவேன் என்கிற என்னுடைய உறுதியான முடிவை அவளிடம் கடத்தி விட்டால், இவ்வலியில் இருந்து மீண்டு விடுவேன் என்று தோன்றியது. அதைக் கடத்தி விட்டால் ஆசுவாசமான உணர்வு மறுபடியும் கிடைத்து விடும். ஒரு குறுகிய காலத்திற்கேனும் என் குற்றவுணர்வை வென்று விடலாம் என்றும் தோன்றியது. எனக்குத் தேவை இப்போது ஒரு சிறிய இளைப்பாறுதல். அந்த இளைப்பாறுதலை முடித்தபிறகு ஒருநாள் தைரியம் கொண்டு பேபியைப் பார்க்கக் கிளம்பிவிடுவேன். இறுதியாய்த் தூங்குவதற்கு முன்பு இந்த வார்த்தையைத்தான் உச்சரித்த நினைவு இருக்கிறது. எனக்குத் தேவையெல்லாம் ஒரு சிறிய இளைப்பாறுதல்.

உணர்வின் உச்சியில் முட்டிக் கொண்டு நின்றிருந்த ஒருநாள் பேபியை அழைத்துப் பேசி விடலாம் எனத் தீர்மானித்தேன்.

அவளுடைய எண்ணிற்கு அழைத்துவிடக் கூடாது என்கிற கவனத்தில் என்னையும் தெரிந்த, அவளுடைய தோழி ஒருத்திக்கு அழைத்தேன்.

"பேபிட்ட பேசாம என்னால இருக்க முடியலை ப்ளீஸ்" என்றேன்.

மறுமுனையில் அமைதியாக இருந்த அவள், "உங்க விமானம் கிளம்பி வானத்தில போய்க்கிட்டு இருக்கறதை பார்த்துக்கிட்டே அவ கடைசியா உங்களைப் பற்றி என்ன சொன்னாள் எனத் தெரியுமா?" என்றாள்.

எனக்குள் அடக்க மாட்டாமல் பொங்கியது அந்த உணர்வு. "என்ன சொன்னாள்? என்ன சொன்னாள்?" எனக் கிட்டத்தட்ட கூவினேன். அவள் மறுபுறம் நீண்ட மௌனத்தைக் கடந்து எமிலி சொன்னதைச் சொன்னாள்.

"உலகம் முழுக்க ஆம்பளைங்க இப்படித்தான் இருக்காங்க. நாமதான் உஷாரா இருந்துக்கணும்".

பேபி ஒன்றின் அழுகுரல் என் அறைக்குள் கேட்டது.

◉

மலைமாடுகள்

இருவருமே மலைமாடுகளைப் போலத்தான், எவ்வித நீக்குப் போக்குகளும் இல்லாமல், நண்பர்களின் வட்டத்தினுள் சுற்றிக் கொண்டிருப்பார்கள். தேயிலைக் காட்டின் உச்சியில் நின்று கீழே போகிறவர்களைக் குறுகுறுவெனப் பார்த்துக் கொண்டிருக்குமே, அந்த மாதிரி மலைமாடுகள். ஒவ்வொன்றும் இரண்டு டன் எடையிருக்கும். அதைப் போலவே இருவரும் கருகருவென ஓங்கி வளர்ந்து இருப்பார்கள். கல்லூரி காலத்தில் இருந்தே அவர்கள் இருவரிடமும் இருந்து மற்றவர்கள் தள்ளியே இருப்பார்கள். தள்ளி வைக்கிற மாதிரியான காரியங்களைத்தான் தொடர்ச்சியாகச் செய்தும் கொண்டிருப்பார்கள்.

பயந்த சுபாவம் உள்ள ஒருத்தனின் அறையில், கல்லூரி வனத்திலிருந்து பாம்பைக் கொண்டு வந்து விட்டு விட்டார்கள். கூடைப்பந்து வைக்கிற பையில் வைத்து சந்தையிலிருந்து எதையோ வாங்கிக் கொண்டு வருகிற மாதிரி வந்தார்கள். அந்தப் பையனுக்கும் அதில் என்ன இருக்கிறது எனத் தெரியவில்லை. அறைக்குள் வந்து நாற்காலியில் அமர்ந்தபிறகு, மெதுவாக அதைத் திறந்து அறைக்குள் விட்டுவிட்டு வெளியே போய்விட்டார்கள். ஐந்தடி நீளமான பாம்பு அந்த அறைக்குள் நாற்காலிக் காலில், கட்டில் காலில் என நெளிந்து ஏறி விளையாடிக் கொண்டு இருந்தது. சன்னல் வழியாக அவன் போட்ட சத்தத்தை வைத்துத்தான் அங்கே அவன் சிக்கலில் இருக்கிறான் என்பதையே மற்றவர்கள் உணர்ந்து கொண்டார்கள்.

கதவைத் திறந்தால் அவனுக்கு முன்பே வெளியே ஓடி வந்தது பாம்பு. அது கூட்டத்தினுள் புகுந்து எல்லோரும் சிதறி ஓடி எனப்

பெரிய களேபரமே விடுதியில் நடந்து கொண்டிருந்த போது, இருவரும் மேலே இருக்கிற பால்கனியில் நின்று முட்டை பப்ஸ் தின்றபடி, அதை வேடிக்கை பார்த்துக் கொண்டிருந்தனர். சிரித்துப் புரையேறி பப்ஸ் துணுக்குகள் இருவரது முகத்திலும் சிதறியிருந்தன. "எழுதி வச்சுக்கோங்கடா. ரெண்டு பேரும் நல்லாவே இருக்க மாட்டீங்க" என்றான் அந்த அறையில் இருந்தவன்.

அதற்கப்புறம் இருவரையும் எவருமே அறைக்குள் நுழைய விடுவதே இல்லை. பக்கத்து விடுதியுடன் ஏதாவது பிரச்சினை என்றால், இருவரும் முன்னே வந்து நிற்பார்கள். அப்போது மட்டும் மற்ற பையன்கள் நெருங்கிப் பேசிக் கொள்வார்கள். அதுமாதிரியான சந்தர்ப்பங்களில் சேட்டை செய்யாமல் ஒழுங்காகவும் இருப்பார்கள் இருவரும். யாரையுமே எடுத்த எடுப்பில் கைநீட்டி விடுவது அவர்கள் இருவரது இயல்பாகவுமே இருந்தது. அதற்காக அடிக்கடி விடுதியில் இருந்து அவர்களைத் தற்காலிக நீக்கமும் செய்வார்கள். ஆனால் அதையெல்லாம் கண்டுகொள்ளாமல் கல்லூரி வளாகத்தினுள் சுற்றிக் கொண்டிருப்பார்கள்.

படிப்பு என்று வருகையில் இருவருமே தேர்ச்சி பெற்று விடுகிற அளவிற்குப் படிக்கிறவர்களே. கல்லூரியில் சேர்க்கைக்கு வந்த முதல்நாள் அந்த வரிசையில் நின்ற போதே, ஒரே மாதிரியான தோற்றம் கண்ட மகிழ்ச்சியில் அறிமுகமாகி விட்டனர். "ஹாய் நான் மெர்வின்" என்ற போது, "வணக்கம் மச்சி நான் ரகுவரன்" என்று கையைக் குலுக்கிக் கொண்டார்கள்.

மெர்வின் தெற்கத்தியோரக் கடற்கரைப் பிரதேசத்தைச் சேர்ந்தவன். ரகுவரன் மொட்டை வெயில் அடிக்கிற வேலூரில் இருந்து வந்திருந்தான். வேலூரில் ரகுவரனுக்குக் கொஞ்சம் சொத்துக்கள் இருந்தன. ஒரே பையன், அம்மா மட்டுமே இருக்கிறாள். மெர்வினுக்கு இரண்டு தம்பிகள், ஒருதங்கை. இவன்தான் வீட்டில் மூத்தவன். அப்பா மீன் ஏலமெடுத்து வியாபாரம் செய்து கொண்டிருக்கிறார். இருவருக்குமே முக்கியமான ஒற்றுமையொன்று இருக்கிறது. இருவருக்குமே அடிப்படையிலேயே அச்சம் இல்லை.

கல்லூரி வளாகத்தினுள் எதிரே வருகிற யாரையும் முட்டித் தூக்குகிற மலைமாடுகளைப் போலவே ஒன்றாக அலைந்து கொண்டிருப்பார்கள். “டேய் ஹோமாவாடா நீங்க? இப்படிச் சுத்துறீங்க” என்று கேட்ட ஒருத்தனைப் போட்டு அந்த அடி அடித்தார்கள். அதற்கான விசாரணையை கல்லூரி ஆசிரியர் குழு கூடி நடத்தினார்கள். அந்தக் கல்லூரியில் விசாரணை என்று வந்தால்கூட பப்ஸ், காபி கொடுத்து அமரவைத்தே விசாரிப்பார்கள். அது ஒரு மாதிரியான ஆங்கிலேயேப் பழக்க வழக்கம் கொண்ட கல்லூரி.

“அவன் சொல்லிட்டா நீங்க ரெண்டு பேரும் இப்படி போட்டு அடிப்பீங்களா? பாருங்க அவன் மூக்கில இருந்து எவ்ளோ ரத்தம்” என்றார் அந்தக் குழுவின் தலைவராக இருந்த விலங்கியல் பேராசிரியர் ராமசம்பந்தம். “அதெல்லாம் இருக்கட்டும் சார். நாங்க வெஜிடபிள் சாப்பிடறதில்லை. முட்டை பப்ஸ்தான் சாப்பிடுவோம்” என்றான் மெர்வின். அதற்கடுத்து உண்மையிலேயே, தற்காலிகத் தண்டனையாக ஒருமாதம் தூக்கி கல்லூரியில் இருந்து வெளியே போட்டார்கள். அந்த முறை அவர்கள் இருவரையும் உள்ளே விட்டுவிடக் கூடாது என்பதில் உறுதியாகவும் இருந்தார்கள்.

வாசலிலேயே வைத்துத் தடுத்து வெளியே அனுப்பி விடுவார்கள். வேறு வழியில்லாமல் மெர்வின் வேலூரில் உள்ள ரகுவரன் வீட்டிற்கு அவனோடு போனான். “ஒழுங்கு மரியாதையா இருக்கச் சொல்லுங்கய்யா இவனை. அப்பா இல்லாத பிள்ளை. ஆனா அநியாயத்துக்கு ஊர்ல சண்டித்தனம் பண்றான். கையை கண்ட்ரோல்ல வைக்கச் சொல்லுங்க. நான் சொன்னா என்னையும் எதுத்துக்கிட்டு வர்றான்” என்றாள் அவனுடைய அம்மா.

மெர்வின் கேட்ட போது, “எங்கம்மா விட்டா எங்கப்பனை மாதிரியே பயந்தாங்கொள்ளியா என்னையும் வச்சிரும். விடக் கூடாது இந்த ஊர்க்காரங்களை. ஒவ்வொருத்தனையும் போட்டு மொத்தணும். அவ்ளோ வலி எனக்குள்ள இருக்கு மச்சி” என்றான் ரகுவரன். சின்ன வயதில் ஊரில் நிறைய விஷயங்களுக்கு அவமானப்பட்டிருப்பான் போல என நினைத்துக் கொண்டான் மெர்வின்.

கிளம்பும் போது அவனுடைய அம்மா, “கடைசி வரைக்கும் ரெண்டு பேரும் ஒண்ணா இருந்து நல்லா வரணும்” என ஆசிர்வதித்து அனுப்பி வைத்தாள். வந்தபிறகுமே வேதாளங்கள் முருங்கை மரத்தில் ஏறியபடியேதான் இருந்தன. இந்த உள்ளே வெளியே விளையாட்டுத் தொடர்ச்சியாகவே நடந்தது. இன்னொரு முறை வெளியேற்றலின் போது மெர்வின் ஊருக்கு உடன் சென்றான் ரகுவரன். அங்கே அவனுக்கு மீன்பிடித்துத் தின்றதைத் தவிர வேறு எந்த பெரிய அனுபவங்களும் கிட்டவில்லை. கூடவே அங்கே கிடைத்த முட்டை ஆப்பம் அவனுக்கு ரெம்பவே பிடித்திருந்தது.

கல்லூரிக்குத் திரும்பி வருகையில், “ரெண்டு பேரும் முதல்ல தனித் தனியா வேலை பார்ப்போம். கொஞ்ச நாள் கழிச்சு ஏதாச்சும் தொழில் தொடங்கி பார்ட்னர் ஆகிடுவோம்” என்றான் மெர்வின். அந்த மாதிரியே கல்லூரி முடித்ததுமே எல்லோருமே தனித் தனியாகத் தத்தமது துறைகளில் பறந்து போனார்கள். ஆனால் வாரம் ஒருதடவையாவது ஏதாவது நண்பனது வீட்டில் வைத்து பார்ட்டி கொண்டாடுவதை வழக்கமாகவும் வைத்து இருந்தார்கள்.

“மச்சான் அவங்க ரெண்டு பேரும் கொஞ்சம்கூட மாறவே இல்லைடா. இன்னமும் அப்படியேதான் மஞ்ச மாய்க்கான் மாதிரி, சுரணையே இல்லாத மாடுகமாதிரி சுத்தறாங்க. மைக்கே வேணாம். ரெண்டு பேரும் பேசினா அந்த முனை வரை கேட்கும். வயசானா வளர்வாங்கன்னு கேள்விப்பட்டிருக்கேன். அவனுக இன்னும் இன்னும் குருவி மூளையாத்தான் ஆகிக்கிட்டு வர்றாங்க” என்றான் விக்னேஷ் இன்னொருத்தனிடம்.

அப்போது முகமெல்லாம் சிரிப்புடன் இருவரும் ஜோடி போட்டுக் கொண்டு மதுவிருந்து நடக்கும் இடத்திற்கு வந்தார்கள். “நீ சொல்றது கரெக்ட்தான். மாடு கணக்காவே நடந்து வர்றாணுங்க. இன்னைக்கு என்ன பண்ணக் காத்திருக்கானுகளோ?” என்றான் அந்த இன்னொருத்தன். அவர்கள் கிண்டலடிப்பது இருவரது காதிலேயுமே விழுந்தது. உள்ளே நுழந்தவுடன், “என்ன வேணும்னாலும் சொல்லிக்கோங்க மக்கா. நாங்க இப்ப ப்ரெண்ட்ஸ அடிக்கிறதுல்லன்னு முடிவு எடுத்திட்டோம்” என்றான் மெர்வின் இடுப்பை ஆட்டிக் கொண்டே. கூடவே

ரகுவரனும் இசைக்கு ஏற்றபடி இணைந்து ஆடினான். அங்கே எல்லோருமே சிரித்து விட்டார்கள்.

இருவரும் சேர்ந்து, "ஒரு பார்ம் ஆரம்பிக்கப் போறோம்" என்றார்கள். "லா பார்ம், மெடிக்கல் பார்ம்லாம் ஓகேதான். வெட்டிப்பசங்க நீங்க என்ன பார்ம் அமைக்கப் போறீங்க?" என எல்லோருமே கேட்டார்கள். "எங்களோட தொடர்புகளை வச்சு ஏ டூ இஸட் சர்வீஸ் செய்ற மாதிரி ஒரு பார்ம் ஆரம்பிக்க போறோம். பொண்ணுங்களை ஏற்பாடு பண்ணித் தாங்கன்னு வந்தா மட்டும் மூஞ்சியில குத்தறதா இருக்கோம்" என்றான் ரகுவரன். அவர்கள் என்னதான் செய்யப் போகிறார்கள் என்பதைப் பார்க்க எல்லோருக்குமே ஆர்வமாகி விட்டது.

வாடகை கொடுத்துக் கட்டுப்படியாக முடியாத இடத்தில் பெரிய செலவு செய்து ஆடம்பரமாக அலுவலகத்தைத் துவக்கினார்கள். "இன்னும் ஒரு வேலைகூட எடுக்கலை. அதுக்குள்ள எதுக்கு இவ்ளோ ஆடம்பரம்? கேட்டா ரெண்டு பேரும் நக்கலா பேசுவாங்க" என்றான் முத்துக்குமார். அப்போது, "இந்த மாதிரி பிஸினஸுக்கு ஷோ காட்டுறதுதான் முதல்ல. உள்ளே வர்றவன் ஏயப்பா இவங்க பெரியாளுன்னு நெனைக்கணும். அப்பத்தான் நாம கேட்கிற பீஸை தருவான்" என்றான் ரகுவரன். அது எல்லோருக்குமே சரியெனத்தான் அப்போது பட்டது.

அடுத்து ரகுவரனுக்குச் சொந்தத்தில் பெண் பார்த்துக் கல்யாணம் முடித்து வைத்தார்கள். வெகுளியான கிராமத்துப் பெண். எல்லா வேலைகளையும் இழுத்துப் போட்டுக் கொண்டு செய்தான் மெர்வின். முதலிரவு தொடங்குவதற்கு முன் வந்து நின்று, "மச்சி உனக்கு இந்த டேஸ்ட் செட்டாகாதுன்னு தெரியும். அதனால நான் மட்டும் உள்ளே போறேண்டா" என்றான் சிரித்தபடி ரகுவரன். "இப்படிப் பேசிப் பழகாத. எல்லா எடத்திலயும் விளையாடக் கூடாது. அது என் தங்கச்சி மாதிரி" என்றான் மெர்வின்.

மெர்வினுக்கு அப்போதுவரை கல்யாணமே செய்து கொள்ளப் பிடிக்கவில்லை. "நம்ம கேரக்டருக்கு தகுந்த மாதிரி ஒருத்தியை கரெக்ட் பண்ணனும். அது வரைக்கும் காத்திருந்தாலும் தப்பில்லை" என்றான். ரகுவரனுக்குக் கல்யாணம் முடிந்த பிறகுமே இருவரும், பணம் கொடுத்துப் பெண்களை வெளியே

கூட்டிக் கொண்டுதான் அலைந்தார்கள். சிலநேரங்களில் காசு முடையாக இருக்கிற சமயங்களில் ஒரே பெண்ணைத் தூக்கிக் காரில் போட்டுக் கொண்டு இருவரும் சேர்ந்து போனார்கள்.

அந்தப் பெண் திரும்பி வருகையில், அவளுக்கு வந்த தொலைபேசி அழைப்பிடம், "மனுஷங்களா? மிருகங்களான்னுகூட தோணிருச்சு. ஆனா என் வாழ்நாள்ள இப்படி சந்தோஷமா இருந்ததில்லை. வந்தாங்கன்னா ரெண்டு பேரையுமே என்னோட வீட்டுக்கு கூப்டு போயிருவேன்" என்றாள். ஒருதடவை நண்பனொருத்தனின் மனைவியின் துணிக்கடை திறப்பிற்குப் போயிருந்தார்கள். தூரத்தில் ஒரு சுவற்றில் அமர்ந்து சிகரெட் பிடித்துக் கொண்டிருந்த போது, தூரத்தில் நின்ற அவர்களது நண்பனின் மனைவியைப் பார்த்து, "பின்னாடி இருந்து பார்க்கிறப்பவே பூசணிப் பழம் மாதிரி உருண்டு தெரியுதே? ஓடிப் போய் கடிக்கணும்னு தோணுதே" என்றான் ரகுவரன். சட்டெனத் திரும்பிப் பார்த்த மெர்வின், "ரெம்பத் தப்பு ரகுவரா. ரெம்பத் தப்பு" எனச் சொல்லி விட்டு எழுந்து வண்டிக்குள் போய் அமர்ந்தான்.

ஒன்றும் பேசாமல் போய் ஏறி அமர்ந்தான் ரகுவரன். சில நிமிடங்களில் ஒன்றுமே நடவாதது மாதிரி இருவரும் வேறு விஷயங்களைப் பேசத் துவங்கினார்கள். அடுத்த சில மாதங்களில் அந்த அலுவலகத்தை மூடி விட்டதாக நண்பர்களுக்குச் செய்தி கிடைத்தது. அப்போது நடந்த பார்ட்டி ஒன்றிற்கு மெர்வின் மட்டும் தனியாக வந்தான். "என்னம்மோ அந்த தொழிலு செட் ஆகலை. எதுக்கு வச்சுக்கிட்டுன்னு மூடி விட்டுட்டோம்" என்று சுருக்கமாகச் சொன்னான். ரகுவரனுக்குக் குழந்தை பிறந்திருப்பதால் ஊருக்குப் போயிருப்பதாகச் சொன்னான். எல்லோருமே உடனடியாகத் தொலைபேசியில் பேசி ரகுவரனுக்கு வாழ்த்துகளைச் சொன்னார்கள்.

அடுத்ததாக ரகுவரனுக்கு பெண் குழந்தை ஒன்றும் பிறந்தது. அதற்கு அனுபமா என மெர்வின்தான் பெயர் எடுத்துக் கொடுத்தான். அந்த விழாவிற்கு போயிருந்த போது ரகுவரனின் மனைவி, "கூடச் சுத்துறது முக்கியம் இல்லைண்ணே. நல்லபடியா எப்படி வாழணும்ங்கறதையும் உங்க ப்ரெண்டுக்கு சொல்லித் தரணும். வீட்டுக்குள்ள அடங்கி ஒடுங்கி இருக்கவே மாட்டேங்குறாரு. எந்த நேரமும் மாடு மாதிரி சுத்திக்கிட்டே

இருக்கணும்ங்கறாரு" என்றாள் மெர்வினிடம். முகத்திற்கு நேராகக் குற்றம் சாட்டுகையில் என்ன செய்வது எனத் தெரியாமல் திகைத்து விட்டான். ஒரு பெண்ணிற்கு முன்னால் சகலமும் ஒடுங்கி நின்றதைப் போல மெர்வினுக்குத் தோன்றிவிட்டது.

"இனிமே நான் வீட்டுக்கு வரலை ரகுவரா? உன் குடும்பம். அதை ஒழுங்கா பாரு" என்றான் மெர்வின். "ஏதாச்சும் அவள் சொன்னாளா?" எனக் கோபமாகக் கேட்டு விட்டு, அந்த ஒயின் ஷாப்பில் இருந்து எழுந்து வெளியே போனான். சிகரெட் குடிப்பதற்காகப் போயிருப்பான் என நினைத்து அமைதியாக அமர்ந்திருந்தான் மெர்வின். சற்றுநேரம் கழித்துத் திரும்பி வந்த அவன், "போன ஜோருல போட்டேன் ரெண்டு அடி. கதறிட்டா காலைப் பிடிச்சு" என்றான் ரகுவரன். மெர்வினுக்கு ஒரு மாதிரியாகப் போய்விட்டது. இனி நினைத்தாலும் அவனுடைய வீட்டிற்குப் போக முடியாது.

குழந்தைகள் வளர்ந்த புகைப்படங்களை எல்லாம் வந்து காட்டினான் மெர்வினிடம். "என்னால அவகூட இருக்க முடியலை மச்சி. கட்டுக்கடங்காம வாழ்ந்தே பழகிட்டேன். ஆனா இவ கட்டுக்குள்ளயே வைக்கணும்னு நினைக்கா. எவ்வளவுதான் போட்டு அடிக்க? முடியலை என்னால. எனக்கே கைவலிக்குது" என்றான். "எல்லா எடங்கள்ளயும் எப்படி ரௌடித்தனம் பண்ண முடியும்?" என்றான் மெர்வின். "அதைச் சொல்லலடா. இது அதுக்கும் மேல. அவளோட எனக்கு எல்லா விதத்திலும் ஒட்டலைடா. சொன்னா புரிஞ்சுக்கோ. ஆனா விட்டுட்டும் வந்து தொலைய முடியாது. இந்த குழந்தைகளுக்காக இருக்கேன்" என்றான் ரகுவரன்.

அந்த ஒயின் ஷாப்பில் அமர்ந்திருந்த ஒரு மணி நேரத்தில் இரண்டு பேரையாவது அடிக்க முனைந்திருப்பான் ரகுவரன். பாடுபட்டு அவனை அழைத்துக் கொண்டு வெளியே வந்தான் மெர்வின். ரகுவரனிடம் மூர்க்கம் கூடிப் போயிருப்பதாக உணர்ந்தான். "காசு வந்திட்டா எல்லாம் சரி ஆகிடும். எங்க மச்சான் துபாய்ல இருந்து வந்திருக்கார். ஏதாச்சும் லேண்ட்ல முதலீடு பண்ணனும்னார். உன்னோட லேண்டை வித்துட்டு அதில ப்ளாட் போட்டு மூணு பேரும் பிரிச்சுக்கலாம்" என்றான்

மெர்வின். அந்த யோசனைக்கு உடனடியாக ஒத்துக் கொண்டான் ரகுவரன்.

அவனது மச்சான் நாற்பது இலட்சம் ரூபாய் கையில் வைத்து இருந்தார். ஆனால் எல்லா செலவுகளுக்கும் சேர்த்து எழுபது ஆகும் என்றனர். இருவரும் நண்பர்கள் மத்தியில் கடனாகப் பணம் கேட்கத் துவங்கினார்கள். ஆனால் அவர்களை நம்பி யாருமே தரத் தயாராக இல்லை. நண்பனின் பிறந்தநாள் பார்ட்டியில் நுழைந்து, "ஏண்டா தேவிடியா பசங்களா? நாங்க முன்னேறவே கூடாதுன்னு நினைக்கிறீங்களா? எல்லா பேரும் சொத்துக்காரங்கதானே? எங்களுக்கு கொடுத்து உதவ முடியாதா உங்களுக்கு? அப்புறம் என்ன மயித்துக்குடா ப்ரெண்ட்ஸ்ன்னு சொல்லி இருக்கீங்க" என்று காட்டுக் கூச்சல் போட்டு பாட்டிலை தூக்கி உடைத்து என ஏகப்பட்ட களேபரத்தை உண்டுபண்ணி விட்டான் ரகுவரன். அவனைப் போய்த் தடுக்கவே முடியாது என்கிற அளவிற்கு மெர்வினுக்கு போதை.

அப்போதெல்லாம் இருவரும் குடிக்க ஆரம்பித்தால், ஒரு குடத்தில் கொண்டு போய் வைத்தாலும் மனம் ஆறாது. வேண்டும் வேண்டும் என கடோத்கஜனைப் போலக் கேட்டுக் கொண்டே இருப்பார்கள். அந்த பார்ட்டியிலுமே இன்னும் பாட்டில் வேண்டும் எனக் கூச்சலிட்டுக் கொண்டே இருந்தான் ரகுவரன். இருவரையும் எப்படி வெளியே தள்ளுவது எனத் தெரியாமல் நண்பர்கள் யோசித்துக் கொண்டு இருந்தார்கள். பிறந்த நாள் நாயகன் ரமேஷ் துணிந்து ரகுவரனைப் போய் கட்டி அணைத்து அழைத்து வரப் போனான்.

அவன் போட்டிருந்த வெள்ளைச் சட்டையை டர்ரென கிழித்து விட்டான் ரகுவரன். அங்கே பெண்களும் இருந்ததால் அசிங்கமாகிப் போய்விட்டது. அங்கே நின்ற பெண்களில் கணிசமானோருக்கு ஏற்கனவே தனிப்பட்ட வகையில் முழு உடலையும் காட்டி இருந்திருக்கிறான்தான் ரமேஷ். என்றாலும் நகரின் மையப்பகுதில் எட்டெடுக்கு மாடியைச் சொத்தாகக் கொண்ட ஒருத்தனின் மீது தெருவில் கிடக்கிற ஒன்றைப் போல உழலும் ஒருத்தன் கை வைப்பதா? அவன் கௌரவம் என்னாவது?

ஆட்களை வரவழைத்து இருவரையும் தூக்கி வெளியே போட்டார்கள். அப்போது நண்பன் ஒருத்தன் இன்னொருத்தனிடம், “எனக்கு புரியவே இல்லை. மெர்வினோட மச்சான் காசு போடறாரு. யாரோட லேண்ட வாங்குறாரு? ரகுவரனோடதை. யாரெல்லாம் பார்ட்னரு? மூணு பேரும். அந்த ஐம்பது இலட்சத்தை போட்டு தொழிலை ஆரம்பிச்சிட்டு பின்னால வர்றதை பிரிச்சுக்க வேண்டியதுதானே? அதுக்கு எதுக்கு இவ்ளோ ஆர்ப்பாட்டம். பாட்டிலை உடைச்சு குத்த போயி சபதம்லாம் போட்டு. தலை வலிக்குது எனக்கு. இன்னொரு கட்டிங்க ஊத்து மச்சி. இவனுகளை மலை மாடுகன்னு சொல்றது கரெக்டுதான். இந்த மெர்வின்தான் முட்டாளு. மத்தவன் காசு விஷயத்தில தெளிவாத்தான் இருக்கான்” என்றான்.

அதற்கடுத்து அவர்களை எந்த விருந்திற்கும் அழைக்கக் கூடாது என ரகசியத் தீர்மானம் போட்டார்கள். இருவரும் இணைந்து தொடங்கவிருந்த நிலத் தொழிலுக்கு முன்பணமாக பத்து இலட்ச ரூபாய் தந்தார் மெர்வினின் மச்சான். அதிலிருந்து ஒரு இலட்சத்தை எடுத்துக் கையில் வைத்துக் கொண்டு, மீதி ஒன்பதை ரகுவரனின் கையில் கொடுத்தான். வேலை நடந்த மாதிரியே தெரியவில்லை. “என்னோட வொய்ப்பு அவ்ளோ காசையும் வாங்கி வச்சுக்கிட்டு, மீதியையும் தந்தாத்தான் எங்க அம்மாவையும் கையெழுத்து போட விடுவேன்னு ஆர்ப்பாட்டம் பண்றா. எங்கம்மாவும் சேந்துக்கிச்சு” என்றான் ரகுவரன்.

சொந்த மச்சானிடம் அசிங்கப்படப் போகிறோமோ என்கிற பயம் வந்து விட்ட மெர்வின், “ஒக்காலவோளி அதுல மட்டும் ஏதாச்சும் பிரச்சினை வந்திச்சு. உன்னை கொன்னே போடுவேன். ஒழுங்கா சொல்றதை கேளுடா. தங்கச்சி வீட்டுக்காரரு. அசிங்கமாயிரும்” என்றான். “ஆமா தங்கச்சி வீட்டுக்காரர்ட்டதான் ஒரு இலட்ச ரூபாயை எடுத்து ஒதுக்கி வைப்பீயா? அவர் எண்ட்ட ஏற்கனவே பத்து இலட்சம்னு தெளிவா சொல்லிட்டாரு” என்றான். அதற்கடுத்துப் பலகட்டப் போராட்டங்களுக்குப் பிறகே அவனது குடும்பத்திடம் இருந்து பணத்தை வாங்க முடிந்தது.

அதுவும் எட்டேகால் லட்சத்தைத்தான் திருப்பி வாங்க முடிந்தது. அதில் இருபத்தைந்தாயிரம் ரூபாய் பணத்தை எடுத்துக் கொண்டு மீதியை மச்சானிடம் கொடுத்தான் மெர்வின். “மீதி ரெண்டு

இலட்சம் என்னாச்சுன்னு கேட்டா உங்க அண்ணன் அவனை பார்த்து கையை காட்டுறான். அவண்ட்ட கேட்டா இவனை பார்த்து கையை நீட்டறான். ரெண்டு பேருமே திருட்டு நாய்ங்க. உங்க அண்ணனை வாழ வைக்கணும்னு நெனைச்சதுக்கு எனக்கு இரண்டு இலட்ச ரூபாய் நஷ்டம். இனிமே என்னைக்காச்சும் கண்ணைக் கசக்கிக்கிட்டு வந்து நின்னீன்னா கொன்னே போடுவேன். ஒழுங்கா உங்க ஆத்தா வீட்டுக்கே ஓடிரு" எனத் தங்கையிடம் மச்சான் தெளிவாகச் சொல்லி விட்டார்.

"எனக்கு உதவி பண்ணாட்டியும் உபத்திரவம் இல்லாம இருண்ணே. தயவுசெஞ்சு தள்ளி இருந்துக்க" என தங்கை முகத்திற்கு நேராகவே சொல்லி விட்டாள். அவனுக்கு ரகுவரன் மீது அன்றைக்குத்தான் அதிக ஆத்திரம் தோன்றியது. ஒழுங்காகத் தொழிலைத் துவக்கி இருந்தால், பணத்தைச் சுற்றில் எடுத்தது யாருக்குமே தெரியாமல் போய் இருந்திருக்கும். அப்புறம் பணம் வந்ததும் திருப்பியும் தந்திருப்பான். திருப்பித் தருகிற பணத்திலும் முக்கால் லட்சத்தைத் திருப்பி எடுத்துக் கொண்டால் நன்றாகவா இருக்கிறது? அப்புறம் நட்பிற்கு என்ன மரியாதை? என்றெல்லாம் யோசித்தான்.

ஒரு குடிமேடையில் அதுகுறித்து அவன் ரகுவரனிடம் கேட்கவும் செய்தான். "மச்சி இங்க பாரு. என் சூழ்நிலை அது. என் பொண்டாட்டியையும் எங்கம்மாவையும் சமாதானப்படுத்த முடியலை. அதே மாதிரி நீயும் பணத்தை எடுத்த. நானும் பணத்தை எடுத்தேன். மொத்தத்துல அது மச்சானோட பணம்" என்றான். "யாருக்குடா மச்சான் அவரு?" என்றான் மெர்வின். "ஏன் எனக்கும்தான்" என்றான் அவன். நைச்சியமாக பதில் சொல்லி விட்டதாக ரகுவரன் நினைத்திருக்கலாம். ஆனால் அவனைப் பற்றிய முதற்கரும்புள்ளி மெர்வினின் மனதிற்குள் விழுந்தது.

இரண்டுபேரும் சேர்ந்து எந்த வேலையும் பார்க்கக் கூடாது என அவர்களுக்குள்ளாகவே முடிவு எடுத்தார்கள். நண்பர்களின் வட்டத்தில் இதுவே பேச்சாகவும் இருந்தது. "ரெண்டு பேரும் சேர்ந்து அந்த தொழிலை ஆரம்பிக்கவே இல்லை. பிரிஞ்சிட்டாங்க போல. ஒருதடவை ரகுவரன் வந்தப்ப சொன்னான். மெர்வின் ரெண்டு இலட்சத்தை அவனோடு மச்சாண்ட்ட ஆட்டையை

போட்டுட்டான். அது தெரிஞ்சு அவரு இந்த தொழிலே வேணாம்னு மீதிக் காசை கேட்டு வாங்கிட்டு போயிட்டாராம். அவனே சொன்னான்'' என்றான் நண்பன் ஒருத்தன்.

இந்தக் கதை நீந்தி நீந்தி மெர்வினின் காதிற்குமே வந்து சேர்ந்தது, அவனது கடற்புறத்து மீனைப் போல. ஆனால் அதையெல்லாம் அவன் பெரிதாக எடுத்துக் கொள்ளவில்லை. ஏனெனில் அவனுமே புதிதாக வந்து இணைந்த காதலியிடம், "ரகுவரன் மட்டும் அந்த ரெண்டு இலட்சத்தை எடுக்காம இருந்திருந்தா. எங்க மச்சானை சம்மதிக்க வைச்சு வேற தொழில் பண்ணிருப்போம்'' என்று சொல்லி இருக்கிறான். கொடுக்கல் வாங்கலில் இதெல்லாம் சகஜமானது என்பது இருவருக்குமே தெரியும். அவர்களைவிட காதலிக்கு மெர்வினைப் பற்றி மிகநன்றாகத் தெரியும், அவன் இந்த மாதிரி எல்லாம் செய்கிற ஆள் இல்லையென. அவள் பார்த்த அந்த மூன்று மாதத்தில் கனவானைப் போலவே நடந்து கொண்டிருந்திருக்கிறான்.

ரகுவரனே தேடிப் போய்த்தான் பார்த்தான் மெர்வினை. ஒரு தொலைபேசி அழைப்பில்லை? ஒரு தாக்கல் சொல்லிக்கூட அனுப்பவில்லை. என்ன ஆனது அவனுக்கு? என்றுதான் கிளம்பிப் போயிருந்தான். அப்போது ரகுவரனுக்கு பெங்களூருக்கு ஒரு வேலையாகவும் போக வேண்டி இருந்தது. மெர்வின் இருந்தால் நன்றாக இருக்கும் எனத் தோன்றியது. அதனாலேயே கிளம்பிப் போயிருந்தான். இருவரும் இணைந்து பெங்களூர் போய்க் கொண்டிருந்த போது, மூச்சு முட்டக் குடித்துவிட்டு வண்டியை தான்தான் ஓட்டுவேன் என அடம்பிடித்தான் ரகுவரன். அவனைக் கட்டுப்படுத்தவே முடியவில்லை.

அந்தப் பயணம் முழுக்கவே மூர்க்கமாக இருந்தான் ரகுவரன். "ஒருநாள் பேப்பர்ல செய்தி வரும் பாரு. அவளைப் போட்டு எரிச்சிட்டேன்னு'' என்றான். மெர்வின் சமாதானமாகப் பேசியது எதுவுமே அவனுடைய காதில் விழவில்லை. காரை பக்கத்தில் போகிற கார்களின் மீதெல்லாம் இடிக்கிற மாதிரிப் போனான். தைரியசாலியான மெர்வினே அவனது மூர்க்கத்தைக் கண்டு சற்று அஞ்சினான்.

இரவில் தாபா ஒன்றில் அமர்ந்திருந்த போது, பேச்சை மாற்றலாம் என்றெண்ணி, "ரகுவரா இப்ப நான் ஒரு ரிலேஷன்சிப்ல

இருக்கேன். கொஞ்சம் அமைதியா வாழ்க்கையை ஓட்டிரலாம்ணு தோணுது. முன்ன மாதிரில்லாம் இருக்கத் தோணலை. போதும்ணு தோணுது" என்றான் மெர்வின். தூரத்தில் இருப்பவர்களுக்குக்கூடக் கேட்கிற சத்தத்தில்தான் அதைச் சொன்னான். மெர்வின் அதைச் சொல்லிக் கொண்டிருந்த போது, ரகுவரன் அந்தப் பக்கம் கழுத்தைத் திருப்பி பக்கத்து மேஜையில் அமர்ந்திருந்த, மீசை முளைக்கத் துவங்கிய வயதில் இருந்த, இரண்டு பையன்களைப் பார்த்துக் கொண்டிருந்தான்.

அவர்கள் இருவரும் பக்கத்து ஊரில் இருக்கிற பணக்காரப் பையன்கள் போல. பீர்கூட அருந்தாமல் வெறும் உணவு வகைகளை மட்டும் வாங்கி, தங்களுக்குள் சிரித்துப் பேசியபடி சாப்பிட்டுக் கொண்டு இருந்தனர். அவர்களைப் பார்த்து, "என்னங்கடா சிரிப்புச் சத்தம் பலமா இருக்கு?" என வம்பிழுத்தான் ரகுவரன். "அண்ணா சொல்லுங்கண்ணா. சும்மா பேசிக்கிட்டு இருக்கோம்" என்றான் அதில் ஒருத்தன்.

"உங்கப்பன் எங்க ஆத்தாளை ஓத்தானா? இல்லை எங்கப்பன் உங்க ஆத்தாளை ஓத்தானா? யாருக்கு யார்டா அண்ணன்?" எனக் கேட்டபடி எழுந்து அந்தப் பையனின் கன்னத்தில் அறைந்தான். "ஏண்ணா அடிக்கறீங்க. இது தப்பு" என்றான் இன்னொருத்தன். "ஓ நீங்க தப்பு சரிங்கறதை எல்லாம் சொல்ற போலீஸ்காரரு" என்று கேட்டுவிட்டு அவனையுமே போட்டு அடித்தான்.

தாபாவினுள் இருந்து முரட்டு ஆட்கள் வெளியே ஓடி வந்தார்கள். இருவருக்குமே போராடிப் பார்த்தும் நன்றாக அடி விழுந்தது. "அந்த அண்ணா ஒண்ணும் செய்யலை. அவரை விட்டிருங்க" என அதில் ஒரு பையன் கத்திக் கொண்டே இருந்தது மெர்வினின் காதில் விழுந்தது. அப்படியே அவனை விட்டுவிட்டுக் கிளம்பி விடலாமா எனத்தான் யோசித்தான். ஆனால் அப்படிப் போவது தவறு என்பதையும் உணர்ந்தான். இதைப் போல பல வருடங்களுக்கு முன்பு அவனுமே வழிப்போக்கர்களுடன் சண்டையிட்டு இருந்திருக்கிறான். அப்போது ரகுவரனுமே உடன் இருந்திருக்கிறான்தான். ஆனால் அந்த முறை நடந்த சம்பவம் உவக்கவில்லை மெர்வினுக்கு. பயணம் முடிகிற வரை அமைதியாகவே வந்தான். நிலைகொள்ள முடியாத போதையில் பின்னே படுத்துறங்கியபடி வந்தான் ரகுவரன்.

அவனது வீட்டுமுனையில் இறக்கி விட்டுவிட்டு சென்னையை நோக்கிக் கிளம்பினான். ஏதாவது சுருக்கெனச் சொல்லிவிட்டு வந்திருக்கலாம் என்றும் தோன்றியது மெர்வினுக்கு. அந்த நெடுஞ்சாலை சம்பவம் அவர்கள் நண்பர்கள் வட்டத்திலும் பரவி விட்டது. "இவம் இன்னைக்கு ஏசுநாதர் மாதிரி பேசறான். ரெண்டு பேரும் ஒரு காலத்தில சேர்ந்தே இதைத்தானே செஞ்சாங்க? இப்ப என்ன வந்திருச்சாம்" என்றான் சரவணன்.

அதன்பின் தேயிலைத் தூர்களினூடே தனித்தனியாக நடைபோட ஆரம்பித்தனர் இருவரும். மெர்வினுக்கு கேரளாவைச் சேர்ந்த அந்தப் பெண்ணோடேயே முழுநேரமும் செலவானது. அவளருகில் இருக்கையில் சாந்தம்கூடித் தெரிவான் மெர்வின். அவன் குரலெல்லாம் தாழ்ந்து அடங்கி அவன் ஒரு பூனையைப் போல அவளது காலைச் சுற்றிக் கொண்டிருந்தான். அவனுடைய வீட்டில்தான் அவள் பெரும்பாலும் குடியிருந்தாள். அறை என்பது வீடாகிற மந்திரத்தை அருகில் இருந்து பார்த்தான் மெர்வின்.

ஒருநாள் இரவு இருவரும் மெத்தையில் அமர்ந்து பீர் குடித்தபடி சினிமா பார்த்துக் கொண்டிருந்த போது அழைப்பு மணி ஒலிக்கும் சத்தம் கேட்டது. அப்போது தியா இறுக்கமான கால்சட்டை ஒன்றைப் போட்டிருந்தாள். கூடவே மேலே கையில்லாத பனியன். எழும்போதே அவளுடைய மார்புச் சதையில் கொஞ்சம் பிதுங்கிக் கொண்டு வெளித்தள்ளியதை மெர்வின் பார்த்தான். எழுந்து கதவைத் திறந்தால் போதையில் ரகுவரன் நின்றிருந்தான்.

அடுத்து என்ன செய்வது? என ஒருகணம் தடுமாறி விட்டான் மெர்வின். அவனது நெஞ்சைப் பிடித்து உள்நோக்கித் தள்ளியபடி வீட்டிற்குள் வந்தான் ரகுவரன். அவசர அவசரமாக எழுந்து அமர்ந்தாள் தியா. தழும்பிக் கொண்டிருக்கிற அவள் மார்பகங்கள்தான் முதலில் ரகுவரனின் கண்ணில் பட்டன. "அய்யோ யாருடா இந்தக் குட்டி. கேரள குட்டியைத்தான் இதுவரைக்கும் நாம போட்டதில்லை. எனக்கு சொல்லாம போயிட்டியே?" என்றான் போதையில் இளித்து.

"ரகுவரா ஒழுங்கா பேசு. அது என் கேர்ள் பிரெண்ட். ஏற்கனவே உண்ட்ட சொல்லி இருக்கேன்ல" என்றான் அவசரமாக

மெர்வின். "அது எப்ப சொன்ன? இப்பத்தான் சொல்ற?" என்று அவன் பேசிக் கொண்டிருக்கும் போதே, அந்தச் சூழலில் வந்தொட்டிய பிசகை உணர்ந்து தியா எழுந்து அறைக்குள் ஓடினாள். அப்போதும் ரகுவரன், "ஓடறப்ப குண்டி எப்படி துடிதுடிச்சு ஆடுது பாரு" என்றான். ஓங்கி ஒரு அறைவிடலாம் எனத் தோன்றியது மெர்வினுக்கு. ஆனால் அங்கே எந்தவிதக் கைகலப்புகளும் வேண்டாமென வெளியில் அவனைத் தள்ளிக் கொண்டு அழைத்துப் போனான்.

"ஏன் அந்த தேவிடியா வீட்டுக்குள்ள இருப்பாளாம். நான் வெளியே போகணுமா?" எனக் கேட்டபடியே வந்தான். அடுக்குமாடிக் குடியிருப்பில் இருக்கிற சில வீடுகள் கதவைத் திறந்து வேடிக்கை பார்த்தன இக்காட்சியை. ரகுவரனை அழைத்துக் கொண்டு போய் தெருமுனையில் வைத்துச் சமாதானப்படுத்தி ஒரு ஆட்டோவில் ஏற்றி இன்னொருத்தரின் வீட்டுக்கு அனுப்பி வைத்தான் மெர்வின்.

திரும்பிக் கிட்டத்தட்ட ஓடிவந்த போது, வீட்டு உரிமையாளர் பக்கத்துத் தெருவில் இருந்து கிளம்பி வந்து அவர்களது வீட்டில் இருந்தார். தியா கதவைக்கூடத் திறக்கவில்லை. ஆனால் வெளியில் இருந்து பேசுவது நிச்சயம் அவளுக்குக் கேட்டிருக்கும். "வீடு வாடகைக்கு விட்டா நீங்க இங்க என்ன நடத்தறீங்க? குடிச்சிட்டு அக்கம் பக்கத்தில இருக்கவங்களுக்கும் தொந்தரவு. ஒரே பொண்ணை கூப்டு வந்து ரெண்டு பேரும் கும்மாளம் போடறீங்களா?" என்று அவனைப் பார்த்ததும் சத்தம் போட்டார்.

முதலில் கோபம்தான் எழுந்தது மெர்வினுக்கு. ஆனால் தியாவின் காரணமாக அமைதியாக, "உள்ளே இருக்கறது என்னோட கேர்ள் பிரெண்ட். அவன் என்னோட ப்ரெண்ட். குடிச்சிட்டு தெரியாம பண்ணிட்டான். இப்ப அவனை அனுப்பிட்டேன்" என்றான் தயக்கமான குரலில். அதுபோலவெல்லாம் அவன் யாரிடமும் இவ்வளவு பணிந்து பேசியதே இல்லை. "அடுத்த மாசமே நீங்க காலி பண்ணிக்கோங்க" என்று சொல்லிவிட்டுக் கேவலமான ஒன்றைப் பார்ப்பதைப் போலப் பார்த்துவிட்டுக் கிளம்பிப் போனார் அவர்.

உள்ளே அவள் அந்த மெத்தையில் அமர்ந்தபடிதான் எல்லாவற்றையும் கேட்டுக் கொண்டிருந்தாள். அவளது முழு உடையை எடுத்து அணிந்திருந்தாள். "இல்லை ஹவுஸ் ஓனரு அந்தக் காலத்து ஆளா இருப்பார் போலருக்கு" என சகஜப்படுத்தும் விதத்தில் சொன்னான். "அவங்க அப்படித்தான் இருப்பாங்கன்னு தெரியும். ஆனா நீங்க இப்படி இருப்பீங்கன்னு எனக்கு தெரியாம போச்சு. ஒரு பொண்ணுட்ட எப்படி பிஹேவ் பண்ணனும்கூட தெரியாம போச்சுல்ல. எனக்கு உண்மையிலயே ரெம்ப அசிங்கமா இருக்கு மெர்வின். தயவு செஞ்சு என்னை கொஞ்சநாள் தனியா இருக்க விட்டிரு" என்றாள். அப்போது மூக்கு சிவந்திருந்தது அவளுக்கு.

அவன் வருகிறேன் என்று சொல்லியும் மின்தூக்கியில் கூடப் போகாமல் படியிலேயே இறங்கி நடந்தாள். இனி அவள் மெர்வினின் பக்கம் தலையைக்கூடத் திருப்பிக் காட்ட மாட்டாள் என்பதையும் அறிந்தே இருந்தான். அவள் ஆட்டோ ஏறிப் போன பின்னர் அந்தக் கரிய சாலையில் இருளுக்குள் நின்றபடி ரகுவரனை நோக்கி நெஞ்சார அதைச் சொன்னான் மெர்வின்.

அடுத்த இரண்டு நாளில் மெர்வினுக்கு ஒரு தொலைபேசி அழைப்பு வந்தது. ஏற்கனவே அவளை இருவரும் இணைந்து மகாபலிபுரத்திற்கு அழைத்துப் போயிருக்கிறார்கள். "நல்லவங்கன்னு நினைச்சுத்தானே நம்பர்லாம் தந்தேன். இப்ப உங்க ப்ரெண்ட் வீட்டுக்கு வந்து இப்பயே படுக்காட்டி சுட்டுருவேன்னு துப்பாக்கியை நீட்டறாரு. நான் பார்க்குற தொழிலுக்கு போலீஸ்க்கெல்லாம் போக முடியுமா? அப்புறம் அவங்களும் வரிசையா வந்து துப்பாக்கியை நீட்டுவாங்க. ப்ளீஸ் ஹெல்ப் பண்ணுங்க. இப்ப வர்றேன்னு வெளியில போயிருக்காரு" என்றாள் படபடப்புடன். என்ன செய்வதென மெர்வினுக்குப் புரியவில்லை. தன்னுடைய தொலைபேசியை அணைத்து விட்டு நடப்பது நடக்கட்டும் என்கிற மனநிலைக்கு வந்து சேர்ந்தான். கடைசியாய் ரகுவரனின் எண்ணைத் தன்னுடைய தொலைபேசியில் தடை செய்துவிட்டு, அதை அழிக்கவும் செய்தான். இனி என் வாழ்வில் அவனில்லை எனச் சொல்லிக் கொண்டான்.

தியா போனபிறகிலிருந்து வெறுமை சூழ்ந்து விட்டது மெர்வினை. கல்லூரியில் படித்த நண்பர்களைத் தேடித் தேடிப் போய்ப் பார்க்கத் துவங்கினான். வடகிழக்கில் இருக்கிற நண்பனொருத்தனின் வீட்டில் போய், புதிய திட்டம் ஒன்றிற்கான ஆய்வுக்காக வந்திருப்பதாகச் சொல்லி மூன்று மாதம் தங்கினான். அப்புறம் ராஜஸ்தானில் இன்னொரு நண்பன் வீட்டில் மூன்றுமாதம் எனச் சுற்றி வந்தான். அவன் சொல்வதெல்லாம் பொய் என்பது எல்லா நண்பர்களுக்குமே தெரிந்துவிட்டது. அப்போதெல்லாம் அவனுக்கு ஆயிரம் ரூபாய்க்கு மேல் யாருமே கொடுக்கக் கூடாது எனத் தீர்மானமே போட்டு விட்டனர்.

கிடைக்கிற பணத்தைக் கொண்டு குடிப்பது, இன்னொரு ஊருக்குப் போவது, அங்கே யாரிடமாவது வாங்கிக் குடிப்பது என நகர்ந்து கொண்டே இருந்தான். இடையில் மெர்வினின் அப்பா செத்துப் போனார். தம்பி தங்கைகள் எல்லாம் ஏற்கனவே நல்ல இடத்தில் போய் அமர்ந்து விட்டனர். ஊருக்குப் போனால் அம்மாவின் மடியில் படுத்துக் கொண்டு புலம்பிக் கொண்டிருப்பான் மெர்வின். குடும்பத்தில் ஏதோ கொடுத்து உதவியதால் வேலை இல்லாமல் வாழ்க்கையை ஓட்ட முடிந்தது அவனால்.

இந்தப் பயணத்தில் எத்தனையோ தடவை நண்பர்கள், ரகுவரனைப் பற்றி அவனிடம் விசாரித்து இருக்கிறார்கள். எல்லோரிடமுமே “என் வாழ்க்கையில அந்த சேப்டர் முடிஞ்சிருச்சு. இந்த உலகத்திலயே வெறுக்கிறது அவனைத்தான். ப்ளீஸ் இதோட விட்டிருங்க” என்பான். அவன் மனதளவில் ரகுவரனிடம் இருந்து நீண்ட தூரம் விலகிப் போய் விட்டிருந்தான். இன்றைக்குத் தெருத் தெருவாக அலைவதற்குக்கூட அவன்தான் காரணம் என மெர்வின் உணர்ந்தான். என்றைக்காவது அவனது மனைவிக்கு அழைத்து, “உன் வீட்டுக்காரனோட வாழ்க்கையை நான் கெடுக்கலை. என் வாழ்க்கையைத்தான் அவன் கெடுத்திட்டான். நான் விரும்பி குடிச்ச விஷம் அவன்” எனச் சொல்லலாம் எனவும் இருந்தான்.

இந்திய நிலங்களில் மிக நீண்ட பயணத்தை முடித்து விட்டு, ஊருக்கு வந்திருந்த போது, அவனைத் தேடிக் கொண்டு கிஷோர்குமார் வந்திருந்தான். “ரகுவரன் கதையைக் கேட்டியா?”

என்றான் பலத்த யோசனைக்குப் பிறகு. ரகுவரனைப் பற்றிப் பேசுவதை மெர்வின் அடியோடு வெறுக்கிறான் என்பதும் அவனுக்குத் தெரியும். ஒன்றும் பதில் பேசாமல் ஐஸ் கட்டியைத் தூக்கி தம்ளருக்குள் போட்டான் மெர்வின். அது ஒரு சுற்று சுற்றியபடி தன்னை அதற்குள் கரைத்துக் கொள்ள முயற்சி செய்யத் துவங்கியது. அமைதியாக அதையே உற்றுப் பார்த்துக் கொண்டிருந்தான்.

மறுபடியும், “ரகுவரனோட கதையைக் கேட்டியா?” என்றான். அந்த முறை நிமிர்ந்து குறுகுறுவெனப் பார்த்தான் மெர்வின். “ரகுவரன் முழுக்கவே மனநோயாளி ஆகிட்டான். அவம் பொண்டாட்டி அவனை பல நேரங்கள்ள கட்டிப் போட்டு வச்சிருக்கா. ஏமாத்தி அத்துட்டு இங்க ஒருதடவை ஓடி வந்தான். அந்த மாத்திரையெல்லாம் சேர்ந்து அவனை உருக்கிருச்சு. வெறும் குச்சியா நிக்கான். இங்க வந்து நின்னப்பகூட தூக்கக் கலக்கத்தில பொத்துன்னு கீழே விழுந்திட்டான். ஆள்க பேரெல்லாம்கூட மறந்திருச்சு. இவனே அவனேன்னுதான் எல்லாத்தையும் கூப்படறான். அவன் இருக்கானான்னுகூட ஒருதடவை கேட்டான். அந்த அவன்னா நீயான்னுகூட எங்களுக்கு தெரியலை. அவங்க சொந்தக்காரங்க ஆட்களோடு வந்து வேன்ல வச்சு கட்டித் தூக்கிட்டுதான் போனாங்க திரும்பவும்” என்று சொல்லி முடித்தான். பிறகு சற்றுநேரம் கழித்து, “அவனுக்கெல்லாம் இப்படி ஆகும்னு நான் கனவிலகூட நினைச்சது இல்லை” என்றான்.

அவனது முகத்தில் இருந்து கண்ணை விலக்கி மறுபடியும் தம்ளருக்குள் புதைத்துக் கொண்டான் மெர்வின். அவனது மூக்கினுள் அந்த நெடி தன் காரத்தை உணர்த்தி உள்ளே போவதை உணர்ந்தான். அவனுக்குள் நீர் சுரந்து கொண்டிந்தது அப்போது.

அவனது தோளில் கையை வைத்து கிஷோர், “அவனுக்கு இப்படி நடந்தது துயரம்தான். அதில மாற்றுக் கருத்து இல்லை. தியா விஷயத்தில என்ன நடந்திச்சுன்னு எல்லாருக்குமே தெரியும். அவன் உனக்கு பண்ண பாவத்துக்குத்தான் இப்படித் தெருத்தெருவா பைத்தியமா சுத்தறான். கடவுள்னு ஒருத்தர்

இருக்கத்தான் செய்றார்" என்று சொல்லிவிட்டு குனிந்து தம்ளரையே பார்த்துக் கொண்டிருந்த மெர்வினை நோக்கினான்.

அவன் கண்ணில் இருந்து கண்ணீர் மூக்கோரமாக வழியாக அந்தக் கண்ணாடித் தம்ளருக்குள் விழுந்ததைப் பார்த்தான். விழி உயர்த்திப் பார்த்த மெர்வின், "அன்னைக்கு நைட்டு என் மனசார அவம் அழிஞ்சு போகணும்னு சாபம் விட்டேன். என் சாபம்தான் பலிச்சிருச்சு" எனச் சொல்லி அழத் துவங்கினான் மெர்வின்.

அவன் அழுது முடிக்கிற வரை காத்திருந்த கிஷோர், அந்த மாடு அடுத்து என்ன சொல்லப் போகிறது? என்கிற தோரணையில் மெர்வினையே பார்த்தான். அப்போது மெர்வின் அழுகையடங்கிய குரலில் சொன்னான்.

"அவன் சரியான ஒரு மலைமாடுடா"

⊙

ஆசிரியரின் பிறநூல்கள்

- ஐந்து முதலைகளின் கதை (நாவல்)
- ரோலக்ஸ் வாட்ச் (நாவல்)
- அஜ்வா (நாவல்)
- பார்பி (நாவல்)
- சுபிட்சமுருகன் (நாவல்)
- வெண்ணிற ஆடை (வாழ்வியல் கதைகள்)
- பாவத்தின் சம்பளம் (வாழ்வியல் கதைகள்)
- எக்ஸ்டஸி (கட்டுரைகள்)
- மதிகெட்டான் சோலை (கட்டுரைகள்)
- அன்பும் அறமும் (கட்டுரைகள்)
- கடலும் மகனும் (கட்டுரைகள்)
- லகுடு (நாவல்)
- வையிலவேற்காளை (கட்டுரைகள்)
- அத்தாரோ (நாவல்)
- தற்செயல்களை விரட்டுகிறவன் (கட்டுரைகள்)
- தானச் சோறு (சிறுகதைகள்)
- பரிபூரண கம்யூனிஸ்ட் (கட்டுரைகள்)
- கேரை (கட்டுரைத் தொகுப்பு)
- ஜிலேபி (சிறுகதைகள்)